D1680706

நிழல்முற்றத்து நினைவுகள்

திரையரங்க அனுபவங்கள்

நிழல்முற்றத்து நினைவுகள்
திரையரங்க அனுபவங்கள்

பெருமாள்முருகன் (பி. 1966)

படைப்புத்துறைகளில் இயங்கி வருபவர். அகராதியியல், பதிப்பியல், மூலபாடவியல் ஆகிய கல்விப்புலத் துறைகளிலும் ஈடுபாடுள்ளவர். அரசு கலைக்கல்லூரி ஒன்றில் முதல்வராகப் பணியாற்றுகின்றார்.

பெருமாள்முருகன்

நிழல்முற்றத்து நினைவுகள்
திரையரங்க அனுபவங்கள்

காலச்சுவடு பதிப்பகம்

அன்பார்ந்த வாசகருக்கு,

வணக்கம்.

காலச்சுவடு நூலை வாங்கியமைக்கு நன்றி.

நூலின் உள்ளடக்கம், உருவாக்கம், அட்டைப்படம் இன்ன பிற அம்சங்கள் பற்றிய உங்கள் கருத்துகளையும் ஆலோசனைகளையும் காலச்சுவடு வரவேற்கிறது. தகவல், எழுத்து, வாக்கியப் பிழைகள் தென்பட்டால் கட்டாயம் தெரிவித்து உதவுங்கள். நூல் தயாரிப்பில் கடும் குறைபாடு இருப்பின் மாற்றுப் பிரதி உங்களுக்குக் கிடைக்கக் காலச்சுவடு ஏற்பாடு செய்யும்.

மின்னஞ்சல்: publisher@kalachuvadu.com

காலச்சுவடு நாகர்கோவில் தலைமையகத்துக்கும் கடிதம் அனுப்பலாம்.

தங்கள்
எஸ்.ஆர். சுந்தரம் (கண்ணன்)
பதிப்பாளர் — நிர்வாக இயக்குநர்

நிழல்முற்றத்து நினைவுகள் திரையரங்க அனுபவங்கள் • கட்டுரைகள் • ஆசிரியர்: பெருமாள்முருகன் • ©பெருமாள்முருகன் • முதல் பதிப்பு: 2012 • காலச்சுவடு முதல் பதிப்பு: ஆகஸ்ட் 2018, மூன்றாம் பதிப்பு: ஏப்ரல் 2023 • வெளியீடு: காலச்சுவடு பப்ளிகேஷன்ஸ் (பி) லிட்., 669, கே.பி. சாலை, நாகர்கோவில் 629001

nizalmuRRattu ninaivukaL Thiraiyaranka Anubavankal • Essays • Author: PerumalMurugan • ©PerumalMurugan • Language: Tamil • First Edition: 2012 • Kalachuvadu First Edition: August 2018, Third Edition: April 2023 • Size: Demy 1 x 8 • Paper: 18.6 kg maplitho • Pages: 184

Published by Kalachuvadu Publications Pvt.Ltd., 669, K.P.Road, Nagercoil 629001, India • Phone: 91-4652-278525 • e-mail: publications @kalachuvadu.com • Printed at Clicto Print, Jaleel Towers, 42 KB Dasan Road, Teynampet Chennai 600018

ISBN: 978-93-86820-56-3

04/2023/S.No. 836, kcp 4390, 18.6 (3) uss

திரையரங்கில்
பால்யத்தைத் தொலைத்து
இப்போது
நினைவில் வாழும்
என் அண்ணன்
பெ. இராமசாமிக்கு

பொருளடக்கம்

முன்னுரைகள்

மீண்டும் நினைவுகள்	11
பொற்காசுகள்	13
இனவரைவியல் ஆவணம்	15

நிழல்முற்றத்து நினைவுகள்

1.	வணக்கம்	21
2.	தரை டிக்கெட்	29
3.	டாக்கீஸ்	37
4.	உள்பாட்டு	44
5.	புத்தம் புதிய காப்பி	51
6.	தினசரி நான்கு காட்சிகள்	59
7.	இன்றே கடைசி	66
8.	இடைவேளை	74
9.	நான்கு பாகம்	83
10.	கேபின் ரூம்	91
11.	படத்துக்காரர்	100
12.	பிளாக் டிக்கெட்	109
13.	சோடா கலரே	118
14.	போண்டா... முட்ட போண்டா	127

15.	வெளிவியாபாரம்	134
16.	சாமி படம்	144
17.	ஒருநாள் மட்டும்	154
18.	கமிஷன் காசு	162
19.	இன்றுமுதல்	169
20.	சுபம்	176

மறுபதிப்பு முன்னுரை

மீண்டும் நினைவுகள்

2012ஆம் ஆண்டு கயல்கவின் பதிப்பக வெளியீடாக வந்த இந்நூல் இப்போது மறுபதிப்பாகிறது. இப்பதிப்பில் சில திருத்தங்கள் செய்வதற்காக வாசித்த போது மீண்டும் பழைய நினைவுகளுக்குள் அமிழ்ந்தேன். இதில் எழுதப்பட்ட நினைவுகள் எல்லாமே கற்பனை போலவே இருக்கின்றன. எந்தப் பாத்திரங்களும் உண்மையில் நடமாடியவர்கள் அல்ல. எத்தனை அற்புதமான நினைவுகளை உருவாக்கியிருக்கிறது இந்த மனம் என ஆனந்தம் கொள்கிறேன். இதில் படிந்திருக்கும் துயரச் சாயைகள் ஏன் நிகழ்ந்தன எனக் கேள்விகள் ஓடுகின்றன. இப்போது யோசிக்கையில் நிழல்முற்றத்துக் காலம் போன பிறவியில் ஒருவேளை நடந்திருக்கலாம் என்பதாகத் தோன்றுகின்றது. அந்தத் தியேட்டர் மூடப்பட்டும் ஏழெட்டு ஆண்டுகள் கழிந்துவிட்டன. உள்பகுதி மாற்றப்பட்டு பெருங்கிடங்காக இருக்கிறது. ஆயிரமாயிரம் கால்கள் பதிந்த இடம் இன்றைக்கு அசைவற்ற பொருட்களின் இருப்பிடமாகிவிட்டது. எனினும் என்னுள் வாழ்கிறது அது.

இந்தத் தொடரை எழுதிய பிறகு ஒருமுறை பார்க்கப் போனேன். முன்பகுதியில் எந்த மாற்றமும் இல்லை. உள்ளே போய்ப் பார்க்கத் தோன்றாமல் திரும்பிவிட்டேன். வெளிப்பார்வையே என் நினைவுகளுக்குப் போதுமானதாக இருந்தது. இனி ஒருமுறை அவ்விடத்தை என் வாழ்நாளில் போய்ப் பார்ப்பேனா என்று தெரியவில்லை. கனவுகளிலும் எண்ணத்திலும் வாழக் கூடும். இப்படி என் பால்யம் கழிந்த எத்தனையோ

இடங்கள் இன்று மூடுண்டு போயின. காலம் இன்னும் எங்கெல்லாம் கொண்டு நிறுத்துமோ?

ஒருகாலத்தில் மக்கள் கூடும் பொதுவெளியாக இருந்த திரையரங்குகள் இன்று இல்லை. பத்துப் பதினைந்து கிராமங்களுக்கு மையமான பெரிய கிராமம் ஒன்றில் கீற்று வேய்ந்த திரையரங்குகள் இருந்தன. கீற்று கலைந்து சிமிட்டி அட்டைகள் வந்தும் அவை உயிர்கொண்டிருந்தன. நவீன வளர்ச்சியால் படிப்படியாக எத்தனையோ மாற்றங்கள். திரையரங்கு போன்ற பொதுவெளி இன்றைக்கு ஏது? கட்சிக் கூட்டங்கள் நடக்கும் மைதானங்களும் பொதுவெளிகளாக இருந்தன. அவையும் இன்று இல்லை. குறிப்பிட்ட தன்மை கொண்ட குழுக்கள் கூடும் இடங்கள்தான் இப்போது இருக்கின்றன. எல்லா வகையினரும் சேரும் பொதுவெளிகள் அழிந்துவிட்டன என்றுதான் தோன்றுகின்றது. இந்த நிலைக்குச் சமூகம் வளர்ந்து வந்திருப்பதற்கு முந்தைய பொதுவெளிகள் என்ன வகையாகப் பங்காற்றின என்பது மிகவும் முக்கியமானது. அவ்வகையில் இந்த நூல் சிறு பங்களிப்பைச் செய்யும் என்று நினைக்கிறேன்.

இந்நூலின் முக்கியத்துவத்தை நானே உணரும் விதத்தில் இதை ‘இனவரைவியல் ஆவணம்’ எனக் கண்டு முன்னுரை எழுதிய ராஜன்குறை, முதல் பதிப்பை வெளியிட்ட சுபகுணராஜன் (கயல் கவின் பதிப்பகம்), இப்போதைய பதிப்பை வெளியிடும் காலச்சுவடு கண்ணன், இப்பதிப்பைச் செம்மையாக உருவாக்கியிருக்கும் கலாமுருகன், அட்டையை வடிவமைத்திருக்கும் சீனிவாசன் நடராஜன் உள்ளிட்ட அனைவருக்கும் என் அன்பும் நன்றிகளும்.

நாமக்கல்
28–07–18

பெருமாள்முருகன்

முதற்பதிப்பின் முன்னுரை

பொற்காசுகள்

காட்சிப்பிழை இதழ் தொடங்கியபோது நண்பர் ராஜன்குறை 'திரையரங்க அனுபவங்கள் பற்றித் தொடர் எழுதுங்கள்' என்று கேட்டார். 'நாவலே எழுதிவிட்டேனே' என்றேன். 'அதில் சொல்லாத விஷயங்கள் இருக்கும் அல்லவா. அவற்றை எழுதுங்கள். தமிழில் பல்வேறு விஷயங்கள் பதிவு செய்யப்படுவதே இல்லை. நீங்கள் எழுதினால் நல்ல பதிவாக அமையும்' என்றார். ஒத்துக்கொண்டேன். 'நிழல்முற்றம்' நாவல் வெளியான காலத்திலேயே அதைப் பற்றி நல்ல அபிப்ராயம் தெரிவித்தவர் ராஜன்குறை.

எதார்த்தம் செத்துவிட்டது என்னும் குரல் தமிழ் எழுத்துலகையே ஆக்கிரமித்திருந்த தொண்ணூறுகளின் தொடக்கத்தில் 'நிழல்முற்றம்' வெளியானது. அப்போது 'நீங்கள் எழுதுகிற மாதிரியான எதார்த்தங்கள் இன்னும் நிறைய எழுதப்பட வேண்டும்' என்று சொன்னவர் ராஜன்குறை. இத்தனை ஆண்டுகள் கழிந்த பின்னும் அந்நாவலை நினைவில் வைத்துக்கொண்டு அவர் கேட்டது மகிழ்ச்சி தந்தது. சரி, ஐந்தாறு கட்டுரைகள் எழுதிப் பார்ப்போம் என்று தொடங்கினேன். ஆனால் நானே எதிர்பார்க்காத வகையில் இருபது கட்டுரைகள் எழுதிவிட்டேன். இப்போதும் வலிந்துதான் முடித்தேன்.

இந்தத் தொடரை எழுத ஆரம்பித்த போது இதற்கென வரையறை ஒன்றை உருவாக்கிக் கொண்டேன். 'நாவல்தான் முதன்மை. அதன் பின்னணிக் களம் சார்ந்த அனுபவங்களில் நாவலின் கட்டமைப்புக்குப் பொருந்தாமல் உதிர்ந்தவற்றையும்

நாவல் எழுதிய அனுபவங்களையுமே எழுத வேண்டும். இந்தத் தொடர் நாவலுக்கு வலிமை சேர்க்க வேண்டுமே தவிர, நாவலின் கட்டமைப்பும் பாத்திரங்களும் இதனால் எவ்வகையிலும் பாதிப்புக்கு உள்ளாகிவிடக் கூடாது' என்பதுதான் அந்த வரையறை. இந்த எச்சரிக்கை ஒவ்வொரு கட்டுரை எழுதும்போதும் எனக்கிருந்தது. திரையரங்கம் தொடர்பாக எனக்குள் இவ்வளவு இருக்கிறதா என வியக்கும்படி விரிந்த நினைவின் புதையலிலிருந்து எடுத்த பொற்காசுகளே இக்கட்டுரைகள்.

இதுவரை ஐந்து நாவல்கள் எழுதியுள்ளேன். நிழல்முற்றத்தின் களத்தை வைத்து ஒரு நூல் அளவு கட்டுரைகள் எழுத முடிந் திருக்கிறது. பிற நாவல்கள் எதற்கும் வாய்க்காத சிறப்பு இது. காரணம் நிழல்முற்றத்தின் களம் என்பது அனைவரும் அறிந்த பொதுவெளி. தமிழ்ச் சமூகத்தில் பல்வேறு உடைவுகளை உண்டாக்கிய வெளி இது. சீட்டு வாங்க வரிசையில் நின்றும் முட்டி மோதியும் உடல்கள் தீண்டிக்கொண்ட வெளி. அதிகாரப் படிநிலைகள் தகர்ந்து அருகருகே மண்கூட்டி அமர்ந்து சீழ்க்கை அடித்த வெளி. அனேகமாகத் தமக்குள் பகிர்ந்துகொள்ளப் பரவலான பொதுவிஷயம் ஒன்றைக் கொடுத்த முதல் வெளி இதுவாகவே இருக்கக் கூடும். இக்கட்டுரைகள் எழுதும் போது இவ்வெளியில் இன்னும் தாராளமாகக் கைவீசிக் காலார நடந்திருந்தால் நிழல்முற்றம் வேறுமாதிரி உருவாகியிருக்குமோ என்றோர் எண்ணம் தோன்றியது. அதற்காகவே நாவலை மீண்டும் ஒருமுறை வாசித்தேன். நாவல் அதனளவில் முழுமை கொண்டிருக்கிறது. எனினும் இப்போது எழுதியிருந்தால் இத்தனை இறுக்கம் இல்லாமல் நெகிழ்ந்திருக்கக்கூடும்.

எழுதக் காரணமாக இருந்ததோடு என் விருப்பப்படி எழுத வாய்ப்பளித்தும் உடனுக்குடன் கருத்துக்கள் தெரிவித்தும் உதவிய ராஜன்குறைக்கு நன்றிகள். காட்சிப்பிழை இதழில் ஒரே ஒரு இதழ் நீங்கலாக விடுபடாமல் எழுதிக்கொண்டிருந்தேன். கட்டுரை அனுப்பக் காலதாமதம் ஏற்படினும் பொறுத்திருந்ததோடு என் பிரச்சினைகளைப் பரிவோடு அணுகி 'இவ்வளவுக்கு இடையில்தான் நாம் இயங்க வேண்டியிருக்கிறது' என்று சொல்லித் தூண்டுதலும் கொடுத்து எழுத வைத்து நூலாக வெளியிடும் சுபகுணராஜனுக்கும் நன்றிகள். இந்த அனுபவப் பதிவு குறித்துப் பெற்ற எதிர்வினைகள் மிகுந்த நம்பிக்கை அளித்தன. அவற்றைத் தெரிவித்த நண்பர்களுக்கும் நன்றிகள்.

நாமக்கல்
31–10–12

பெருமாள்முருகன்

அணிந்துரை

இனவரைவியல் ஆவணம்

பெருமாள்முருகன் 'காட்சிப்பிழை திரை'யில் தொடர் கட்டுரையாக எழுதிய 'நிழல் முற்றத்து நினைவுகள்' என்ற இந்த நூலை மீண்டும் ஒருமுறை வடிவமைக்கப்பட்ட பின் படித்து முடித்த போது என்னுள் பெருகும் நேசத்தில் நெகிழ்ந்து போயிருக்கிறேன். அதை நேசிக்கிறேன், இதை நேசிக்கிறேன் என்று எனக்குள் பட்டியல் உருவாகும் நேரத்தில் எதைத்தான் நேசிக்கவில்லை, நேசத்துடன் வாழ்கிறேன் என்பதுதான் சுருக்கமாகவும் பொருத்தமாகவும் இருக்கிறது என்று எனக்குள் நினைத்துக் கொள்வேன். ஆனாலும் திரைப்படங்களை, குறிப்பாகத் தமிழ்த் திரைப் படங்களைத் தீவிரமாக நேசிக்கிறேன் என்பதில் ஐயமில்லை. நான் கோட்பாடுகளையும் தத்துவத்தை யும் உளமார நேசித்தாலும் தமிழ் சினிமா மீதான என்னுடைய நேசம் கோட்பாட்டு ரீதியாகவோ தத்துவார்த்தமாகவோ முழுமையாகப் புரிந்துகொள்ளப் பட்டுவிடும் என்றும் நான் நினைப்பதில்லை; அதைக் கடந்து இந்த நூலின் அடிப்படையில் சிந்திக்கும் போது எல்லாவற்றிற்கும் ஆதாரம் நேசத்தின் சாத்தியம் என்றுதான் தோன்றுகிறது. நேசத்தைப் பிராண வாயுவாகக் கொண்டுவிட்டால் எதையும் முற்றிலும் வெறுக்க முடியாது. எளிய மனிதர்களின் வாழ்வின் ரகசியம் அதுதான். எளியரல்லாதோரின் பிரச்சினையும் அதுதான்.

தமிழ் சினிமாவுடனான என் உறவையும் தமிழர் களின் உறவையும் புரிந்துகொள்ள ஒரு பத்தாண்டு காலத்தைத் தீவிர வாசிப்பிலும் களப்பணியிலும் திரைப்படங்களைப் பார்ப்பதிலும் செலவழித்தேன்.

அதன் பலனாக ஆங்கிலத்தில் ஒரு மானுடவியல் ஆய்வேடு உருவாகியது; முனைவர் பட்டமும் பெற்றேன். அந்த ஆய்வின் பல அம்சங்களைத் தமிழிலும் ஆங்கிலத்திலும் கட்டுரைகளாக எழுதி வருகிறேன். இன்னும் என் ஆய்வேடு தமிழிலோ ஆங்கிலத்திலோ நூல் வடிவம் பெறவில்லை. ஆனால் நான் தமிழ் சினிமா குறித்து இதுவரை எழுதிய, இனிமேல் எழுதப்போகும் எதையும்விடப் பெருமாள்முருகனின் 'நிழல் முற்றம்' நாவலும் 'நிழல்முற்றத்து நினைவுகள்' என்ற இந்த நூலும் முக்கியமானவை என்று நினைக்கிறேன். இவற்றில் வெளிப்படும் உலகமும் மானுட உறவுகளும் அந்த அசாதாரண முக்கியத்துவத்தை இந்த நூல்களுக்கு வழங்குகின்றன.

பெருமாள்முருகன் கோட்பாட்டக்கம் செய்யவில்லை; எதையும் நிறுவவில்லை. அவர் நினைவுகளின் அடிப்படையில் அனுபவித்ததையும் உணர்ந்ததையும் கூறியிருக்கிறார். நான் கோட்பாட்டு ரீதியாகச் சென்றடையப் பாடுபடும் சில நுட்பமான வாழ்வின் பரிமாணங்கள் அவர் கூற்றுக்களில் ஒலிப்பதுதான் என் நெகிழ்ச்சிக்கும் மகிழ்ச்சிக்கும் காரணம். இருபதாம் நூற்றாண்டுத் தமிழகத்தின் வெகுஜன அனுபவங்களில் முக்கியமானவை வறுமையும் சாதிப் பாகுபாடும். இவற்றில் சிக்கியிருந்த மக்களிடம் மிகுந்த பரிவுடன் ஊடாடிய கலைச்சாதனமாகத் தமிழ் வெகுஜன சினிமா இருந்தது என்பதுதான் அதன் கலை மாண்பு. அத்தகைய பரிவு கொண்ட தமிழ் வெகுஜன சினிமா வேறெங்கிருந்தும் உருவாகவில்லை. எந்த மானுட மாண்பு வறுமையையும் சாதிப் பாகுபாட்டையும் கடந்து உறவுகளைச் சாத்தியமாக்கியதோ அந்தக் கலாச்சார ஆற்றலில் இருந்துதான் அது தன் செயல்தளத்தை உருவாக்கிக் கொண்டது.

புரட்சி என்பதை வெறும் கோட்பாடாக அல்லது சமூக இயந்திரக்கட்டுமானப் (social engineering) பிரச்சினையாகப் பார்க்கும் யாருக்கும் வெகுஜனப் பரப்பின் பிரம்மாண்டமும் அதன் சிக்கல் மிகுந்த உள்ளடுக்குகளும் காயத்திற்கு இடப்பட்ட களிம்பு போலச் சமூகப் பரப்பில் பரவிய தமிழ்த் திரைப்படக் கலையின் வெளிப்பாடுகளும் புரிவதற்கு எந்த வாய்ப்பும் இல்லை. நகர்ப்புற, மத்தியதர, மேல் மத்தியதர மற்றும் உயர்ஜாதி வாழ்க்கை வாழ்ந்த யாருக்கும் இந்தச் சமூகப் பரப்பு என்னவென்றேகூடப் புரிந்திருக்க முடியாது. கலை என்பதைப் பள்ளி, கல்லூரிப் புத்தகங்களிலிருந்து புரிந்துகொண்ட பிறகு மேல்நாட்டுப் படங்களைப் போலத் தமிழ்ப் படங்கள் இல்லை, தாங்கள் விரும்பும் கலை அனுபவத்தைத் தமிழ்ப் படம் தரவில்லை என்பதற்காகத் தமிழ் சினிமாவை இகழும் மனிதர்கள் இன்றும் தோன்றியவண்ணம் இருக்கிறார்கள். விமர்சனப் பூர்வமாக அணுகுவது வேறு; நிராகரிப்பது வேறு. அன்றைய

வெங்கட் சாமிநாதனிலிருந்து இன்றைய பிரேம் வரை நிராகரிப்பின் தருணங்களே தமிழ்ச் சிற்றிதழ்ச் சூழலில் அதிகம். அத்தகைய மனப்பான்மை கொண்ட ஒருவனாகத்தான் நானும் வளர்ந்தேன். மக்களைப் பற்றிய அக்கறையே என்னை, என் சுயத்தைக் கலைத்துப் பல திசைகளில் நகரும் சாத்தியத்தை உருவாக்கியது. பெருமாள்முருகனுக்கோ அது வாழ்வில் இயல்பாகவே வாய்த்தது. அவருடைய கல்வி அவருடைய வளர்ப்புச் சூழலிடமிருந்து உளவியல்ரீதியாக அன்னியப்படுத்தாமல் பார்த்துக்கொள்ள அவருக்குச் சாத்தியப்பட்ட தருணத்தில் அவர் எழுத்தாளனாக உருவானார் என்று நினைக்கிறேன். அதனால்தான் அவரால் நிழல்முற்றத்தின் முக்கியத்துவத்தை உணர முடிகிறது.

கிராமம் என்பது பொருளாதார அடையாளமோ கோட்பாட்டு அடையாளமோ கிடையாது. தொண்ணூறு சதவீத மக்களது வாழ்வின் களமாக இருந்தது அது. எண்ணத்திலடங்காத பன்முக வாழ்முறைகள் கொண்ட சமூக அடுக்குகளைக் கொண்டது. இன்றைய உலகமயப் பொருளாதார வளர்ச்சியில் காணாமல் போகவேண்டிய பழமையின் எச்சமாகக் கிராமத்தைக் கருதுபவர்கள் அந்தக் கிராமங்களில் உருவானதுதான் இந்த மொத்தச் சமூகமும் என்பதை மறந்து விடுகிறார்கள். கிராமங்கள் என்பவை விரும்பத்தக்க, விரும்பத்தகாத பல்வேறு அம்சங்களைக் கொண்டிருந்தன. ஆனால் அவை சாதாரணமாகச் சமூக வரலாற்றில் துடைத்தெறியப்படக் கூடிய கரும்புள்ளிகள் அல்ல. மானுட உறவுகளின் அடிப்படைகளை உருவாக்கிய இடங்கள். இதைப் புரிந்துகொள்வது தமிழ்த் திரைப்படத்தைப் புரிந்துகொள்வதின் முதல் படி எனலாம். ‘படகோட்டி’ போஸ்டர் ஒட்டச் சென்ற அனுபவத்தினை பெருமாள்முருகன் கூறும்போது இந்த உண்மையின் வீர்யம் உறைக்கிறது.

தினசரி, வாராந்திரப் பத்திரிகைகள், வானொலி என்று ஊடக வலைப்பின்னல் மெல்ல மெல்லக் கிராமங்களில் பரவியது; ஆனால் இவை எவற்றிற்கும் இல்லாத ஆற்றல் திரைப்படம் என்று கதையாடலுக்கு இருந்தது. தொண்ணூறுகளின் பிற்பகுதியில் உருவான சாட்டிலைட் டிவி சானல்கள், அவற்றில் நிகழும் தொடர்களின் மூலம் திரைப்படத்திற்கு இணையான ஒரு ஊடக நிகழ்வாக மாறுவது சாத்தியமானாலும் அவையும் திரைப்படம் சார்ந்தே இருப்பது வெளிப்படை. இன்று கிராமங்களில் சினிமா என்பது தொலைக்காட்சிப்பெட்டியில் பார்க்கும் ஒன்றாக இருக்கிறது. ஆனாலும் அதன் சமூகப் பயன்பாடு அன்று உள்ளது போலவே இன்றும் தொடரத்தான் செய்கிறது. தமிழ் சினிமாவின் படைப்பாற்றலை மீண்டும் மீண்டும் கிராமம் அறிந்த மனிதர்களே புதுப்பிக்கின்றனர். இது வெறும் கற்பனாவாதக் கூற்று இல்லை. தவிர்க்க முடியாத சமூக

இயக்கம். வெகுஜன மனநிலை என்பது புரட்சியைக் கர்ஜிப்பதல்ல; வாழ்வின் பன்மையை மாற்றங்களுக்கிடையே நைச்சியமாகப் பேணுவது. பெருமாள்முருகனின் கோட்டோவியங்கள் இதை மிக அழகாக உணர்த்துகின்றன. அதன் பொருட்டே இந்த நூல் சிறந்த இனவரைவியல் ஆவணமாக இருக்கிறது. இந்த இடத்தில் இன வரைவியல் என்றால் என்ன என்பதைச் சுருக்கமாகக் கூறவேண்டும்.

இனவரைவியல் என்பது மானுடவியலின் முக்கிய ஆய்வு முறை. ஆனால் அது ஏதோ பழங்குடியினர், இனக்குழுவினர் ஆகியவர்களைப் பற்றி எழுதுவது என்பதாகவே தமிழகத்தில் பரவலாகப் புரிந்து கொள்ளப்பட்டிருக்கிறது. ஒருமுறை சென்னைப் புத்தகக் கண்காட்சியில் நான் மானுடவியலில் ஆராய்ச்சி செய்வதாகக் கூறியபோது ஒரு பதிப்பக நண்பர் நரிக்குறவர்கள் பற்றிய நூலை எடுத்துக் கொடுத்து "இதைப் படியுங்கள்; உபயோகமாக இருக்கும்" என்றார். அவரிடம் இன்றைய மானுடவியலின் களங்களைப் பற்றிச் சொல்லக் கூச்சமாக இருந்தது. பல பேராசிரிய நண்பர்கள்கூட மானுடவியல் என்றால் மூக்கின் நீளத்தை அளந்து பார்ப்பதா என்றுதான் கேட்டார்கள். மானுடவியல் என்பதே வெள்ளைக்காரர்கள் பிறரை அறிவதற்கான அறிவுத்துறை என்ற எண்ணத்தால் சுதந்திர இந்தியாவில் சமூகவியல் துறைகள் உருவான அளவு மானுடவியல் துறைகள் உருவாகவில்லை. சமகால மானுடவியலில் மேற்குலகில் நிகழ்ந்துள்ள பாய்ச்சல்கள் உள்வாங்கப் படவில்லை. இன்றைக்கு ஒரு கார்ப்பரேட் நிறுவனத்தின் அதிகாரிகள் எப்படி வேலை செய்கிறார்கள் என்பதை உடனிருந்து கவனித்து எழுதுவது இனவரைவியல் என்று அழைக்கப்படுகிறது.

'இனம்' என்பது இங்கே 'பலர் ஊடாடும் களம்' என்ற பொருளிலேயே பயன்படுகிறது. ஆங்கிலத்தில் *ethnography* என்று இது அழைக்கப்படுகிறது. கிரேக்க மொழியில் எத்னோஸ் என்ற வேர்ச்சொல்லுக்குச் 'சேர்ந்து செயல்படும் மனிதர்கள் அல்லது மிருகங்கள்' என்பது முக்கியப் பொருளாகும். எனவே பழங்குடியினர் அல்லது நரிக்குறவர்கள் போன்ற இனக்குழுவினரைப் பற்றி எழுதுவது மட்டுமே இனவரைவியல் கிடையாது. தமிழக வரலாற்றின் ஒரு குறிப்பிட்ட காலகட்டத்தில் ஒரு சினிமாக் கொட்டகை, அதில் பணிபுரிபவர்கள், படம் பார்ப்பவர்கள், செயல்முறைகள் ஆகியவற்றை விவரிக்கும் இந்த நூல் ஒரு அற்புதமான இனவரைவியல் ஆவணம். இதைப் போன்ற ஆவணங்கள் தமிழில் பெருகி வளர வேண்டும். ஒவ்வொருவரும் அவர்கள் நன்கறிந்த வாழ்வு, பணி இடச் சூழல்களைப் பற்றி விரிவாகப் பதிவு செய்ய வேண்டும். எதிர்காலத்தில் நம் சமூகம் அது கடந்து வந்த காலங்களைப் புரிந்துகொள்ள இத்தகைய பதிவுகள் இன்றியமையாதவை.

சுயவரலாற்றுத்தன்மை கொண்ட எழுத்தில் சுயத்தைக் குறைத்து அதை வரலாற்றில் வைத்துப் பேசுவது எப்படி என்பதற்கும் பெருமாள்முருகனின் இந்த நூல் முன் உதாரணமாகும். இயல்பிலேயே அவர் உறவுகளை அடிப்படையாகக் கொண்டு பார்க்கும் பார்வையைப் பெற்றிருப்பதால் சுயமையின்மை சுலபமாக அவருக்குக் கைவந்திருக்கிறது. இந்த நூல் முழுவதும் அவர் இருக்கிறார். ஆனால் அவர் கவனப்படுத்திய எண்ணற்ற விஷயங்களில் கலந்து பரவியிருக்கிறார் என்பதுடன் அவற்றால் உருவாக்கப்பட்ட சுயத்தைக் கொண்டவராக இருக்கிறார். சுய வரலாற்று எழுத்துக்களை மேற்கொள்ளும் யாருக்கும் பெருமாள் முருகனிடமிருந்து கற்றுக்கொள்ள நிறைய இருக்கிறது.

தமிழ் சினிமாவை நேசிக்கும் ஆய்வாளன் என்ற முறையில் இந்த நூலுக்காக அவருக்கு நன்றி தெரிவிப்பதுடன் இந்த முன்னுரையை எழுதும் சந்தர்ப்பத்தை அளித்ததற்கும் நன்றி கூற விரும்புகிறேன்.

புது தில்லி **ராஜன்குறை**

31–10–12

1

வணக்கம்

புதிதாகத் தொடங்க உள்ள திரையரங்கம் ஒன்றில் சோடாக்கடை வைத்து நடத்த ஏழாயிரம் ரூபாயை என் தந்தை முன்பணமாகக் கொடுத்தபோது எல்லாரும் அதிசயமாகப் பார்த்தார்கள். இது நடந்தது 1978ஆம் ஆண்டு. அப்போது ஏழாயிரம் ரூபாய் என்பது பெரிய தொகை. ஆயிரம் ரூபாயை ஒருசேரப் பார்த்துவிட்டாலே பெரிய விஷயம். ஆனால் அப்போது நாங்கள் இருபத்தையாயிரம் ரூபாயை ஒன்றாகப் பார்க்கும் வாய்ப்பைப் பெற்றிருந்தோம். அது நாங்கள் வேரோடு இடம்பெயர்ந்து செல்லக் கொடுக்கப்பட்ட தொகை.

என் தாத்தாவுக்குப் பதினொரு ஏக்கர் நிலமிருந்தது. அவருக்கு மூன்று மகன்கள். மூவருக்கும் மூன்று மூன்று ஏக்கர் வீதம் பங்கிட்டுக் கொடுத்துவிட்டு அவர் இரண்டு ஏக்கர் நிலத்தில் வேளாண்மை செய்துகொண்டிருந்தார். என் தந்தை மூத்த மகன். ஓரளவு நீர் பாயக்கூடிய ஓரேக்கர் நிலமும் மேட்டாங்காடாக இரண்டேக்கர் நிலமும் எங்களுக்கு வந்தன. அவற்றில் ஆண்டு முழுக்கப் பாடுபட்டாலும் வாரம் ஒருநாளைக்குக்கூட நெல்லஞ் சோறு சாப்பிட முடியாது. அதனால் என் தந்தை துணைத்தொழில் ஒன்றைச் செய்துகொண்டிருந்தார். அதுதான் சோடாக்கடை.

அவர் தன் கடையைப் பல்வேறு ஊர்களுக்கு மாற்றிக்கொண்டே இருப்பார். ஆண்டுக்கு ஒரு முறையாவது எந்த ஊரும் ஒத்துவரவில்லை என்று சொல்லி மாடு கட்ட நாங்கள் போட்டிருந்த ஓலைக்கொட்டகையில் சோடா மிஷினைக் கொண்டு

வந்து பூட்டிச் சோடா தயாரித்து வீட்டிலிருந்தே கடைகளுக்குக் கொண்டு செல்வார். பெட்டிக்கடை, மளிகைக்கடை என்று எப்போதும் பத்துக்கடைகள் அவர் கைவசம் இருக்கும். இரண்டு மூன்று நாட்களுக்கு ஒருமுறை சோடாப் பாட்டில்கள் அடுக்கிய பெட்டிகளோடு 'லைனுக்குப்' போவார். கரட்டூர் செவ்வாய்ச் சந்தை, அணியனூர் சனிச் சந்தை ஆகிய இரண்டும் அவர் சோடா விற்கும் முக்கியத் தலங்கள். கரட்டூர் தேர்த்திருவிழா, புரட்டாசி சனிக்கிழமைகளில் பெருமாள் மலை என்று சில கோயில்களுக்கும் சோடா கொண்டு செல்வார். பெரிய கேரியர் வைத்த சைக்கிள். கேரியருக்குக் கீழே இருபக்கமும் கொக்கி வைக்கப்பட்டிருக்கும். முன்னால் ஹேண்டில்பாரிலும் கைப்பிடிக்குக் கீழே இரண்டு இரும்பு கிளிப்புகள் இருக்கும். கேரியரில் மரப்பெட்டி. அதற்கு மேலாகக் கீழும் மேலும் அடுக்கினால் நான்கு டஜன் பிடிக்கும் கம்பிப்பெட்டி. கொக்கிகளிலும் ஹேண்டில்பாரிலும் ஒருடஜன் அரைடஜன் கம்பிப்பெட்டிகள் எனப் பத்து டஜன் பாட்டில்களை வைத்துக்கொண்டு சைக்கிள் ஓட்டிப் போவார்.

ஒவ்வொரு சாலையிலும் சில பிரபலமான மேடுகள் உண்டு. அங்கெல்லாம் தள்ளிக்கொண்டுதான் போக வேண்டும். ஆரையூர் சாலையில் இருந்த மண்ணார் மேடு, பேட்டையூர் மண்கரட்டு மேடு ஆகியவற்றில் பின்னிருந்து தள்ள ஓர் ஆள் கிடைத்தால்தான் வசதி. அன்றைய காலத்தில் சாலைகளில் போக்குவரத்து வெகுசொற்பம். ஆகவே யாராவது ஆள் வரும்வரை காத்திருந்து போக வேண்டும். ராத்திரிகளில் போதையோடும் காலி பாட்டில்களோடும் சைக்கிளில் வருவார். பாட்டில் சத்தம் கேட்கக் காதைத் தீட்டிக் கொண்டு அம்மா விழித்திருப்பார். எங்கள் வீட்டிற்குத் திரும்பும் மண்சாலைக்குச் சைக்கிள் வந்ததும் லேசாகப் பாட்டில் சத்தம் வரும். உடனே என் அம்மா எழுந்து ஓடுவார். தள்ளாடும் அவரைத் திட்டிக்கொண்டே சைக்கிளை வீட்டுக்குக் கொண்டு வந்து சேர்க்க உதவுவார் அம்மா. ஒருநாளும் சைக்கிளைப் போட்டு அவர் விழுந்ததில்லை. போதையில் சைக்கிள் ஓட்டுவது அவருக்கு அப்படிப் பழக்கமாகி இருந்தது. பெருங்கஷ்டம் என அவர் புலம்பியதும் இல்லை. அது அன்றாடம் அவருக்கு இயல்பான வாழ்க்கை. அவ்வளவுதான். எங்கள் குடும்பம் சாப்பாட்டுப் பிரச்சினை இல்லாமல் இருக்க இந்தத் துணைத்தொழில் முக்கியமான காரணம். அதுவே முதன்மைத் தொழிலாக மாறும் சூழல் ஒன்றை அரசு உருவாக்கியது.

தமிழ்நாடு வீட்டுவசதி வாரியக் குடியிருப்புகள் கட்டுவதற்காகக் கிட்டத்தட்ட நூறு ஏக்கர் நிலங்களை அரசு கையகப்படுத்தியது. குடியிருக்கும் வீடுகளைத் தக்க வைத்துக்கொள்ளவோ வசிப்பதற்கு மட்டுமாவது கொஞ்சம் நிலத்தை ஒதுக்கச் சொல்லி வாதாடவோ

யாருக்கும் தெரியவில்லை. அரசு கொடுத்த பணத்தைப் பெற்றுக்கொண்டு சொந்த ஊரிலேயே அகதிகளாக அலைய வேண்டி வந்தது. ஆனால் நிலத்தைக் கையகப்படுத்தியதற்கு ஈடாக அரசு கொடுத்த தொகை அப்போதைய பண மதிப்பில் கணிசமானது என்று சொல்ல வேண்டும். என் தாத்தாவின் பெயரில் இருந்த பதினொரு ஏக்கருக்கும் சேர்த்து ஒரு லட்சம் கிடைத்தது. அதில் எங்கள் பங்காக இருபத்தையாயிரம் ரூபாய் வந்தது. அவ்வளவு தொகையை ஒன்றாக யாரும் பார்த்ததில்லை. ஆகவே பிரமிப்பாக இருந்தது.

ஆனால் என் தந்தை அதிலிருந்து ஏழாயிரம் ரூபாயை எடுத்துத் திரையரங்கு ஒன்றிற்கு முன்பணம் தந்துவிட்டார். அவரது செயலைச் சரி என்று ஏற்றுக் கொண்டவர் எவருமில்லை. பணம் சீக்கிரம் காலியாகிவிடும் என்று உறவினர்கள் மகிழ்ந்தார்கள். ஊரில் பலரும் 'இப்படியும் ஒரு மசையன் இருப்பானா' என்று வியந்தார்கள். (மசையன் – விவரமில்லாதவன்) எல்லாரும் அவருக்கு ஏராளமான அறிவுரையைக் கொடுத்தார்கள். என் அம்மாவுக்கு மிகவும் பயம். நிலமும் போய்ப் பணமும் போய்விட்டால் எப்படிப் பிழைப்பது? ஆனால் என் தந்தை திரையரங்கில் கடை நடத்துவதில் மிகவும் பிடிவாதமாக இருந்தார். அத்தனை பேருடைய எதிர்ப்புக்களையும் மீறி அவர் முன்பணம் கொடுக்கக் காரணம் இருந்தது. அது அவருடைய அனுபவம்.

1974 அல்லது 1975ஆம் ஆண்டாக இருக்கலாம். அப்போது நான் நான்காம் வகுப்போ ஐந்தாம் வகுப்போ படித்துக் கொண்டிருந்தேன். கரட்டூரில் நாடகக் கொட்டகை ஒன்றில் மூன்று மாதங்கள் சோடாக்கடை போட்டு விற்பனை செய்தார் அவர். கரட்டூரில் செவ்வாய்ச் சந்தை மிகவும் பிரபலம். சந்தைக்கு எதிரில் அப்போது சுடுகாடு இருந்தது. இப்போது சுடுகாட்டின் மேல் தொலைபேசி நிலையம் அமைந்துள்ளது. சுடுகாட்டை ஒட்டி இருந்த தனியார் நிலமொன்றில் தான் அந்த நாடகக் கொட்டகை போடப்பட்டிருந்தது. நாள் ஒன்றுக்கு இருபது ரூபாய் வாடகை என்று பேசி அதனுள்ளே கடை வைத்தார்.

அங்கு நாடகம் நடத்திய குழு பற்றிய விவரம் எதுவும் எனக்குத் தெரியவில்லை. ஒருமாதம் மட்டும் நடத்துவதாகத் தொடங்கப்பட்டு ரசிகர்களின் ஏகோபித்த ஆதரவு காரணமாக மூன்று மாதங்கள் அங்கு நாடகம் நடந்தது. புராண நாடகங்கள், சமூக நாடகங்கள், நாட்டுப்புறக் கதைகள் எனப் பலவிதமான நாடகங்கள் நடக்கும். ஒரே குழுதான். மிகவும் பிரபலமான நாடகங்களை ஒரு வாரம் அளவிற்கும் சாதாரண நாடகங்களை ஓரிரு நாட்களுக்கும் என நடத்துவார்கள். நாடகம் பற்றிய

அறிவிப்புகளைக் குதிரை வண்டிகளில் ஒலிபெருக்கி மூலமும் துண்டறிக்கைகள் மூலமும் பரப்புவார்கள். தினமும் மாலை நேரத்தில் ஏழு மணி அளவில் நாடகம் தொடங்கும். எல்லாம் முடியப் பத்து மணி ஆகும். என் நினைவுப்படி மிகப் பிரபலமாகவும் அதிக நாட்களும் நடந்த நாடகங்கள் இரண்டு. நல்லதங்காள், அரிச்சந்திரன் கதை ஆகியவை. இவற்றைப் பார்க்கச் சுற்றுவட்டாரக் கிராமங்களில் இருந்து மக்கள் கூட்டம் வந்து குவியும்.

கிராமங்களில் மிக முக்கியமான நிகழ்த்துகலையாகக் கூத்து இருந்தபோதும் அதன் நுட்பங்கள் தெரிந்து ரசிப்போர் குறைவு. கோமாளியின் நகைச்சுவைப் பகுதிகளை ரசிக்கும் கூட்டமே மிகுதியாக இருக்கும். கூத்துப் பாடல்கள் பலருக்குப் புரியாது. கதையைப் புரிந்துகொள்வோரும் அளவான பேர்களே. கூத்துப் பார்த்தல் என்பது தொடர் நிகழ்வு. பார்த்துக்கொண்டேயிருந்தால் ஒரு கட்டத்தில் அதன் நுட்பங்கள் புரிபடும். அந்த அளவு மெனக்கெடுவோர் சிலரே. அப்புறம் கூத்தை முழுமையாகப் பார்க்க இரவு முழுவதும் விழித்திருக்க வேண்டும். என்ன கூத்து என்பது தொடங்க ஒருமணி நேரத்திற்கு முன்னரே பெரும்பாலும் முடிவு செய்யப்படும். ஆகவே மாறிக்கொண்டிருந்த மக்கள் வாழ்க்கையில் திரைப்படம் வாழ்க்கைக்குப் பொருத்தமான கலையாக இருந்தது. ஆனால் பிம்பங்களைவிட நேரில் பாத்திரங்களைப் பார்க்கும் உணர்வின் காரணமாக நாடகத்திற்கும் மதிப்பு இருந்தது. மேலும் அப்போதைய நாடகங்களும் பெருமளவு திரைப்படங்களின் சாயலைப் பின்பற்றின. மூன்று மணி நேரம். அளவான பாடல்கள். சிலசமயம் திரைப்பாடல்களையே பயன்படுத்துவதும் உண்டு. தெளிவான கதையமைப்பு. என்றைக்கு என்ன நாடகம் என்பதைப் பற்றி முன்கூட்டி அறிவிப்பு. இவையெல்லாம் மக்களுக்கு வசதியாக இருந்தன. அப்போது பத்துக் கிலோ மீட்டர் தூரம் நடந்து செல்வது என்பது பெரிய விஷயமல்ல.

கரட்டூரில் செவ்வாய்க் கிழமை சந்தை. ஆட்டுச் சந்தை பெரிய அளவில் நடைபெறும். தோல் சந்தையும் பெரியது. ஆட்டு வியாபாரிகளும் தோல் வியாபாரிகளும் மக்களும் திங்கட்கிழமை மாலையிலிருந்தே சந்தைக்கு வரத் தொடங்கிவிடுவார்கள். சந்தையில் விற்கக் காய்கறிகள், தவசங்கள் ஆகியவற்றை ஏற்றிவரும் பார வண்டிகளும் நிறைய உண்டு. திங்கள் இரவில் கணிசமான பேர் சந்தையில் தங்கியிருப்பார்கள். செவ்வாய் பகலில் சந்தை முடிந்துவிட்டாலும் கணக்கு வழக்கு, கொடுக்கல் வாங்கல் என ஒரு கூட்டம் செவ்வாய் இரவிலும் அங்கே தங்கியிருக்கும். ஆகவேதான் சந்தைக்கு அருகில் நாடகக் கொட்டகை போடப்பட்டிருந்தது. அந்த இரண்டு இரவுகளிலும் சந்தைக்கூட்டம் நாடகக்

கொட்டகையை நிரப்பிவிடும். திங்கட்கிழமை இரவில் மட்டும் இரண்டு காட்சிகள் நாடகம் உண்டு. வெள்ளி, சனி, ஞாயிறு ஆகிய நாட்களில் நகரவாசிகளின் கூட்டம் வரும். புதன், வியாழன் ஆகிய நாட்களில் கிராமத்து மக்களை வரவைக்க வேண்டும். இந்த வகையில் பார்வையாளர்களுக்கு ஏற்ற நாடகங்களை அக்குழு தேர்வு செய்து நடத்தும். வெள்ளி, சனி, ஞாயிறுகளில் சமூக நாடகங்கள் நடைபெறும். அவை பெரும்பாலும் அந்தக் குழுவே உருவாக்கிக் கொண்ட கதைகளாக இருக்கும். பிற நாட்களில் புராணக் கதைகளும் நாட்டார் கதைகளும் நடக்கும்.

ஐந்நூறு பேர் உட்காரக் கூடிய அளவுக்கான அரங்கம். பின்பகுதியில் மட்டும் நாற்காலிகள் போட்டிருப்பார்கள். மற்ற பகுதி முழுக்க மணல் கொட்டிய தரைப்பகுதி. நாற்காலிப் பகுதிக்கு டிக்கெட் விலை சற்றே கூடுதல். வரும் கூட்டத்திற்கு ஏற்ப நாற்காலிகளின் எண்ணிக்கையைக் கூட்டவும் செய்யலாம். குறைக்கவும் செய்யலாம். எல்லாம் பார்வையாளர்களைப் பொருத்ததே. அந்த நாடகக் குழுவினரின் ஒப்பனை மிகச் சிறப்பாக இருக்கும். மக்களுக்குப் பிடித்த பாடல்களைப் பாடுவார்கள். எல்லா நாடகத்திலும் உருக்கமான காட்சிகளுக்கு மிகுந்த முக்கியத்துவம் இருக்கும். நினைத்து நினைத்துப் பார்வையாளர்கள் அழும்படி செய்துவிடுவார்கள்.

அந்த நாடகக் கொட்டகைக்குப் போக மாலையில் நான்கு மணி அளவுக்கே என் தந்தை தயாராகிவிடுவார். என் அண்ணன் அப்போது உயர்நிலைப் பள்ளியில் படித்துக் கொண்டிருந்தான். அவனுக்குத் தனிச் சைக்கிள் இருந்தது. ஆகவே பள்ளி விட்டதும் நேராக நாடகக் கொட்டகைக்கு வந்துவிடுவான். அவனுடைய உழைப்பு என் அப்பனுக்கு மிகவும் தேவைப்பட்டது. சோடாத் தயாரிப்பின் எல்லா நுட்பங்களும் அப்போது அவனுக்குத் தெரியும். பெரும்பாலான நாட்களில் என்னையும் கூட்டிப்போவார். என்னை விட்டுவிட்டுப் போய்விடுவாரோ என்பதற்காக நான் அவசர அவசரமாகப் பள்ளியிலிருந்து ஓடிவருவேன். நான் வீட்டுக்கு வரும் வழியைக் கடந்துதான் அவர் போக வேண்டும். வழியிலேயே அவரைக் கண்டுவிட்டால் புத்தகப் பையைப் பையன்கள் யாரிடமாவது தூக்கிக் கொடுத்துவிட்டு அப்படியே கிளம்பிவிடுவேன். என்னைத் தவிர்த்து அவர் செல்ல முயன்றால் சாலையிலேயே விழுந்து புரண்டு கத்தத் தொடங்குவேன். அந்த வயதில் எனக்குப் பெருங்கோபம் வரும். என்னைச் சமாதானப்படுத்துவது அவ்வளவு சாமான்யமல்ல. சில நாட்கள் ஒன்றும் சாப்பிடாமலே பட்டினியாகக் கிடப்பேன். எங்காவது ஓடி ஒளிந்துகொண்டு எல்லாரையும் தேடி அலைய வைப்பேன். நாடகக் கொட்டகை வேலை இருக்கும் இந்தச் சமயத்தில்

என்னைச் சமாதானப்படுத்திக் கொண்டிருக்க மனமில்லாமல் அழைத்துப் போய்விடுவார்.

ஏதாவது வேலையாகப் பகலிலேயே போனார் என்றால் இரவு நாடகம் முடிந்துதான் திரும்புவார். அந்த நாட்களில் அவரிடம் பேச மாட்டேன். என் அண்ணன் மேல் அளவற்ற பொறாமையோடு இருந்தேன். அவனுக்கு அழைப்பு என்பதே இல்லை. எல்லா நாளும் அவன் கட்டாயம் இருந்தே ஆகவேண்டும். அவனுக்குச் சோடா தயாரிப்பு வேலை. சில நாள் மாலையில் விளையாட்டு இடைவேளையின் போதே பள்ளியிலிருந்து ஓடிவந்துவிடுவேன். நான் வரும் முன்னால் என் தந்தை போய்விட்ட ஒருநாளில் அம்மாவிடம் சண்டை போட்டுக்கொண்டு ஐந்து கல் தொலைவு நடந்தே நாடகக் கொட்டகைக்குச் சென்றேன். அப்போது சாலையில் ஆள் நடமாட்டம் இராது என்பதாலும் புளிய மரங்கள் அடர்ந்து சாலையை இருளாக்கி நிற்கும் என்பதாலும் ஏற்படும் பயம் தவிர வேறொன்றுமில்லை. மிகவும் இருளான இடங்களிலும் பேய்கள் இருக்கும் என்று குறித்திருந்த சில இடங்களிலும் வேகமாக ஓடினேன். மற்றபடி எனக்குப் பெரிய சிரமமில்லை. ஆனால் என் தந்தை பயந்து போய் அதற்கப்புறம் என்னை விடாமல் கூட்டிப்போனார்.

என்னால் அவருக்கு ஒரு நன்மையும் கிடைத்தது. நாடகம் பார்க்க வேண்டும் என்பதுதான் என் நோக்கம். ஆனால் அவரைப் பொருத்தவரையில் கொட்டகைக்குள் சோடாகலர் விற்க ஓர் ஆள் இருக்கிறான் என்பதுதான். கூட்டம் அளவாக இருக்கும் நாளில் விற்பனையில் பிரச்சினை ஒன்றும் வராது. பெரும்பாலானோர் இடைவேளையில் வெளியே வந்து வேண்டுவதை வாங்கிக் கொண்டு போவார்கள். கூட்டம் அதிகமாக இருக்கும் நாட்களில் பெரும்பாலான கூட்டம் வெளியே வராது. தரைப்பகுதி என்பதால் எழுந்து வந்துவிட்டால் மறுபடியும் அந்த இடத்தைப் பிடிக்க முடியாது என்பதாலும் நல்ல இடம் பறி போய்விடும் என்பதாலும் உட்கார்ந்த இடத்தை விட்டு எழமாட்டார்கள். கூட வரும் ஆட்களைப் பார்த்துக்கொள்ளச் சொல்லிவிட்டு வந்தாலும் யாராவது கொஞ்சம் கொஞ்சமாக நகர்ந்து அந்த இடத்தை ஆக்கிரமிப்பார்கள். வீணாகச் சண்டை வரும். அது அடிதடி அளவுக்குப் போவதும் உண்டு. அதைத் தடுக்க நாடகக் கொட்டகை ஆட்கள் வரவேண்டியிருக்கும். ஆகவே பார்வையாளர்கள் இருக்கும் இடத்திற்கு என்ன வருகிறதோ அதை வாங்கித் திருப்திப்படுவார்கள். நாடகத்திற்குக் கூட்டம் மிகுதியாக வரும் நாட்களில் வெளிவிற்பனையைவிட உள் விற்பனை அதிகமாக நடக்கும்.

என் அப்பனும் அண்ணனும் தயாரிப்பையும் வெளி விற்பனையையும் பார்த்துக் கொள்வார்கள். உள்ளே விற்பனை செய்ய சில பையன்கள் இருப்பார்கள். அவர்களை நம்ப முடியாது. சில நாட்கள் வருவார்கள். வராமலும் இருப்பார்கள். கூட்டம் அதிகம் இருந்து ஆள் வேண்டும் என்று நினைக்கும் நாளில் ஆள் கிடைக்காவிட்டால் அப்பன் மிகவும் பதற்றமாவார். வெளிவிற்பனையை அவர் ஒருவரே சமாளித்துக்கொண்டு என் அண்ணனையும் உள்ளே விற்க அனுப்பிவிடுவார். தேடாமலே ஓர் ஆள் இருக்கிறான் என்பதால் என்னை அழைத்துப் போவது அவருக்கு நன்மைதான். அப்போது சோடா அல்லது கலரின் விலை இருபத்தைந்து பைசா. உள்ளே விற்பவருக்கு ஐந்து பைசா. கடைக்காரருக்கு இருபது பைசா. நான் விற்கும் ஒவ்வொன்றுக்கும் ஐந்து பைசா மிச்சமாகும் என்பதும் அவர் கணக்கு. அந்தச் சமயத்தில் எனக்குத் தினமும் நாலணாக் கொடுப்பார். பள்ளியில் நான் பணக்காரன்.

அரைடஜன் கம்பிப்பெட்டியில் சோடாகலரை வைத்துத் தூக்கிக்கொண்டு உள்ளே போய் உட்கார்ந்துகொள்வேன். இடைவேளை விட்டதும் 'சோடா கலரே' என்று கத்தியபடி உள்ளே சுற்ற வேண்டியதுதான். என்னால் அரைடஜன் பெட்டியைத்தான் தூக்க முடியும். கொஞ்சம் பெரிய பையன்கள் ஒரு டஜன் பெட்டியைத் தூக்கிக்கொண்டு போவார்கள். என்னால் விரைவாகவும் விற்க முடியாது. ஓரிடத்தில் கொடுத்தால் அவர்கள் குடித்து முடித்துக் காசைக் கொடுக்கும் வரைக்கும் அங்கேயே நிற்பேன். வாங்கிக்கொண்டுதான் வேறிடம் போவேன். ஆனால் பெரிய பையன்கள் அங்கங்கே கொடுத்தபடி செல்வார்கள். நினைவு வைத்திருந்து திரும்ப வந்து வாங்கிக்கொள்வார்கள். அவர்களுக்கும் தவறும். ஆனால் என்னால் ஓரிடத்தைக்கூட அப்படி நினைவு வைத்திருக்க முடியாது. என் விற்பனை குறைவுதான் என்றாலும் ஒப்புக்கேனும் ஓர் ஆள் இருக்கிறான் என்பது அப்பனின் எண்ணம். என் அண்ணனால் பெரும்பாலும் நாடகம் பார்க்கவே முடியாது. அவனுக்குக் கடையிலேயே வேலை இருக்கும். நான் பார்த்துவிடுவேன். அதனால் எனக்கு மிகவும் சந்தோசம்.

அந்த மூன்று மாதத்தில் தினமும் கொட்டகைக்காரர்களுக்கு இருபது ரூபாய் வாடகை கொடுத்தது போக உழைப்புக்கேற்ற வருமானம் கிடைத்த காரணத்தால் அந்த அனுபவத்தைக் கருத்தில் கொண்டுதான் திரையரங்கில் கடை நடத்த ஏழாயிரம் ரூபாயை முன்பணமாக என் அப்பன் கொடுத்தார். அங்கே நடக்கும் விற்பனை பற்றிய தெளிவு அவருக்கு இருந்த காரணத்தால் அறிவுரை சொல்லிய ஆட்களை எல்லாம்

புறங்கையால் ஒதுக்கினார். என் அம்மாவின் பயத்திற்கு நாடகக் கொட்டகையில் வருமானம் வந்த நாட்களை நினைவுபடுத்திச் சமாதானம் சொன்னார். எங்களிடம் இருந்த மூன்று ஏக்கர் நிலம் கைவிட்டுப் போனபின் எதை நம்பிப் பிழைப்பது? வழக்கமான முறையில் சோடாக்கடை நடத்தினால் மூன்று வேளை சாப்பிட முடியாது. அதை முதன்மைத் தொழிலாக்க வேண்டும் என்றால் துணிந்து இறங்க வேண்டும் என்பது அவர் முடிவு.

2

தரை டிக்கெட்

அப்போது கரட்டூரில் நான்கு திரையரங்கங்கள் இருந்தன. மக்கள் வழக்கில் 'கொட்டாய்.' கீற்று வேய்ந்த திரையரங்கம் என்றால் 'டெண்ட் கொட்டாய்.' திரையரங்குகளில் 'டாக்கீஸ்' என்று எழுதியிருப்பார்கள். முருகா டூரிங் டாக்கீஸ், கூவலடியான் டூரிங் டாக்கீஸ் ஆகிய இரண்டும் கீற்று வேய்ந்த கொட்டாய்கள். மீனாள் டாக்கீஸ், தேனாம்பிகை டாக்கீஸ் ஆகியவை செங்கல் கட்டிடமும் சிமிட்டி அட்டைக்கூரையும் கொண்ட வெறும் 'கொட்டாய்கள்.' முருகா கொட்டாய்தான் மக்களிடையே வெகுபிரபலம். கரட்டூரிலிருந்து ஒடையூர் செல்லும் சாலையில் அது இருந்தது. பிரபலமாக இருக்க முக்கியமான காரணம் எம்ஜிஆர் படங்கள் அதில் தான் வெளியிடப்படும் என்பது. புதிய படங்களாக இருந்தாலும் அதில்தான் ரிலீஸ் ஆகும். பழைய எம்ஜிஆர் படங்களையும் அதில்தான் போடுவார்கள்.

என் சிறுவயதில் எத்தனையோ படங்களை அக்கொட்டாயில் பார்த்திருக்கிறேன். என் அப்பன் எம்ஜிஆரின் தீவிர ரசிகராக இருந்ததால் எந்தப் படம் என்றாலும் கூட்டிப்போய்விடுவார். என் பெரியப்பன் ஒருவர் இருந்தார். அவர் எப்போதும் இரண்டாம் ஆட்டத்திற்குத்தான் போவார். என்னையும் என் அண்ணனையும் துணைக்கழைத்துக் கொள்வார். எங்கள் ஊரிலிருந்து நடந்தே போவோம். இரவுச் சாப்பாட்டை முடித்துக்கொண்டு நடந்தால் சரியாக இருக்கும். நடந்து செல்லும் அந்தச் சாலைவழி கிளர்ச்சி தரும். ஆளற்ற இரவில் புளியமரங்கள்

அடர்ந்த சாலையில் நடந்து செல்லும் காட்சி எனக்குள் இன்னும் உயிர்ப்போடு இருக்கிறது. 'கூளமாதாரி' நாவலில் அந்தச் சாலை பற்றிய சிறு சித்திரம் ஒன்றைக் எழுதியிருக்கிறேன்.

'சாலையின் மையத்தில் நிலா வெளிச்சம் விழுந்து கிடக்கும். இருபக்கத்துப் புளியமர நிழல்கள் அடர்ந்து சாலையின் பாதிவரை ஆக்கிரமித்துக் கொள்ளும். அதிலே நடந்து போகப் போகச் சாலை நீண்டு கொண்டேயிருந்தால் நன்றாக இருக்குமென்று தோன்றும். சாலை எங்கே முடிகிறதோ அது வரையிலும் நடந்துகொண்டே இருக்கலாம். சாலைக்கு முடிவே இல்லை என்று கூளையன் நினைத்துக்கொள்வான். சாலையின் நடுவே கைகளை விரித்துக்கொண்டு 'கூகூ' என்றோ 'ஆ' என்றோ கத்துவான். நெடும்பன் கத்தினால் புளியமரப் பறவைகள் எல்லாம் பயந்து விழித்துக்கொள்ளும்.'

பெரியப்பனைப் பொருத்தவரை எந்தப் படம் என்பது பிரச்சினை இல்லை. எதுவாக இருந்தாலும் பார்ப்பார். எந்த நடிகர் மேலும் அலாதிப் பிரியம் பாராட்ட மாட்டார். அவருக்குக் கதைகள் முக்கியம். ரொம்பப் பழைய படங்களாக இருந்தால் மிகவும் விரும்புவார். மணாளனே மங்கையின் பாக்கியம், கணவனே கண் கண்ட தெய்வம் முதலிய படங்களைப் போல மிக நீளமானதும் பழைய மதிப்பீடுகளை முன்வைப்பதுமான படங்கள் அவரது ஆதர்சம். புதிய படங்களையும் பார்ப்பார். அவருடைய தாக்கம் என்னிடமும் அதிகம்.

எம்ஜிஆர் படங்களை அப்பனோடு ஒருமுறையும் பெரியப்பனோடு ஒருமுறையும் என இருமுறை பார்க்கும் வாய்ப்புக் கிடைக்கும். என் அப்பன் சைக்கிள் ஓட்டுபவர் என்பதால் முதல் ஆட்டத்திற்கே எப்போதும் போவார். பெரியப்பன் நிதானமாக நடந்து செல்ல இரண்டாம் ஆட்டத்தையே தேர்ந்தெடுப்பார். எம்ஜிஆர் படங்களை அதிகம் பார்த்திருந்தாலும் ரசிகத்தனம் என்னிடம் படியவில்லை. எப்போதாவது என் அம்மா உள்ளிட்ட பெண்கள் கூட்டம் படம் பார்க்கப் போவார்கள். அவர்களுடனும் நான் செல்வேன். என் பெரியம்மா வீடு நகரில் 'பெரிய காலனி' என அன்று அடையாளப் படுத்தப்பட்ட இஹெச்சி காலனியில் இருந்தது. விடுமுறை நாட்களில் அங்கே செல்வேன். அவர்களுக்கு சிவாஜி படத்தின்மேல் வெகு பிரியம். ஆகவே சிவாஜி படங்கள் சிலவற்றையும் பார்த்திருக்கிறேன்.

முருகா கொட்டாயில் 'ஆட்டுக்கார அலமேலு' படம் போட்டு மாதக் கணக்கில் ஓடியது. சுற்று வட்டாரத்தில் அந்தப் படத்தைப் பார்க்காத ஓர் ஆளும் இல்லை. கிழடு

கட்டைகள்கூட மாட்டு வண்டி ஏறிக்கொண்டு போய்ப் பார்த்துப் போனார்கள். தேவர் பிலிம்ஸ் தயாரிப்பில் அவ்வளவு நாட்கள் ஓடிய படம் அதுவாகத்தான் இருக்கும் என நினைக்கிறேன். தங்கள் வாழ்வோடு இணைந்திருந்த ஆடு நிறைய சாகசங்கள் செய்தது என்பதோடு ஓர் அபலைப் பெண்ணின் கதையாகவும் அது இருந்தது. ஸ்ரீபிரியாவுக்கு மக்கள் செல்வாக்கு ஏற்பட அந்தப் படம் காரணம். சிவக்குமார் கதாநாயகன். ஆனால் விஜயசாந்தி படத்தில் ராம்கி போல சிவக்குமார் இருப்பார். அது போல மிகப் பிரபலமான படங்கள் எல்லாம் எப்படியோ முருகா கொட்டாய்க்கே வந்தன. ஷோலே, தரம்வீர் போன்ற இந்திப் படங்களையும் செம்மீன் என்னும் மலையாளப் படத்தையும் அதில் போட்டார்கள். அவற்றிற்கும் நல்ல கூட்டம். எனினும் எம்ஜிஆர் படங்களுக்கு என்றே முருகா பேர் வாங்கியிருந்தது.

அத்திரையரங்கம் கீற்று வேயப்பட்ட சாதாரணக் கொட்டகை. ஒட்டடைகளும் வவ்வால்களும் அடைந்து கிடக்கும். முழங்கால் உயரம் கொண்ட மண் சுவர்கள். ஆனால் விரிந்த பரப்பைக் கொண்டிருந்தது. அரங்கின் உள்பக்கம் ஆண், பெண் என இருபகுதியாகப் பிரிக்கப்பட்டிருந்தது. இரண்டிற்கு இடையிலும் கை வைத்து எம்பித் தாண்டுமளவுக்கான உயரச் சுவர்தான். ஒரு பிரிவினர் இன்னொரு பிரிவுக்குள் போய் உட்காரக் கூடாதே தவிர கொடுக்கல் வாங்கலுக்குப் போய்வரத் தடை ஒன்றுமில்லை. ஜோடியாகச் செல்பவர்கள் சுவரை ஒட்டி இருபக்கத்திலுமாக உட்கார்ந்து கொண்டால் பேச வசதியாக இருக்கும். மற்றபடி ஜோடியாக உட்கார வேண்டும் என்றால் ச்சேர் டிக்கெட் வாங்கிப் போனால்தான்.

திரைக்கு அருகில் உள்ள பகுதி தரை. மணல் கொட்டி யிருப்பார்கள். முன்னால் இருப்பவர் தலை மறைக்கிறது என்றால் மணலைக் குவியலாக்கி மேட்டின் மேல் உட்கார்ந்து பார்க்கலாம். என்ன, வெற்றிலை எச்சில், சளி எல்லாவற்றையும் மணலைப் பறித்து உள்ளே துப்பி வைத்திருப்பார்கள். அப்படி எதுவும் இல்லாத இடமாகக் கிடைத்தால் அதிர்ஷ்டம். நாங்கள் எப்போதும் பழைய துண்டு, வேட்டி என்று எதையாவது எடுத்துக்கொண்டு போய் விரித்துப் போட்டு உட்கார்ந்து கொள்வோம். பலரும் அப்படி எதையாவது கொண்டு வருவார்கள். கூட்டமில்லாத நாட்களில் மணல் மேல் கால் நீட்டிப் படுத்துக்கொண்டு படமும் பார்க்கலாம். தூங்கவும் செய்யலாம். அப்போதைய ஆட்களில் பலர் வெற்றிலை புகையிலை போடுபவர்களாக இருந்தனர். சுருட்டுப் பிடிப்பவர்களும் பீடி புகைப்பவர்களும் அதிகம். படம் ஓடும்போதே புகைக்கலாம். தடையெல்லாம்

ஒன்றுமில்லை. அதனால் எச்சிலும் புகையும் சூழ உட்கார்ந்து படம் பார்ப்போம். எச்சில் துப்புதல் தொடர்பாகச் சில சமயம் சண்டை வரும். வார்த்தை தடித்துக் கைகலப்பும் நடக்கும்.

என் பெரியப்பன் எந்த வம்புதும்புக்கும் போகாத ஆள். எதிலும் ஈடுபடாமல் எல்லாவற்றையும் கவனித்துக்கொண்டிருப்பார். என் அப்பன் அதற்கு நேர்மாறானவர். சின்னப் பிரச்சினை என்றாலும் வேகமாகக் கிளம்பிவிடுவார். அவர் சோடாக்காரர் என்பதால் பல ஊர் ஆட்களும் அவருக்குப் பழக்கம். அதைக் கொண்டு எந்தப் பிரச்சினையையும் சமாளித்துவிடுவார். என்றாலும் அவரோடு படம் பார்க்கப் போனால் பயந்துகொண்டே இருப்போம். எம்ஜிஆர் படம் வெளியானால் முதல் நாளே பார்த்துவிடத் துடிப்பார். கூட்டத்தில் முட்டிமோதியும் டிக்கெட் வாங்க முடியாமல் காத்திருந்து இரண்டாம் ஆட்டம் பார்த்துவிட்டுத் திரும்பிய நாட்களும் உண்டு.

தினமும் மூன்று காட்சிகள் நடைபெறும். பகல் காட்சியை ‘மத்தியான ஆட்டம்’ என்பார்கள். மத்தியான ஆட்டத்திற்குப் போன சந்தர்ப்பங்கள் மிக அரிது. ஏதாவது வேலையாக என் பெரியம்மா வீட்டிற்குச் சைக்கிளில் அண்ணனோடு போகும் ஓரிரு சந்தர்ப்பங்களில் வீட்டிற்குத் தெரியாமல் போனதுண்டு. கொட்டாயின் உள்ளே போகும் வழி திறந்தே கிடக்கும். மத்தியான ஆட்டத்தின் போது சாக்குப் படுதா தொங்கவிட்டிருப்பார்கள். யாராவது வெளியே போனால் உள்ளே வெளிச்சம் சட்டெனப் புகுந்து நிரம்பும். சற்றே காற்றடித்தால் படுதா தூக்கிக்கொள்ளும். படுதா பறக்காமல் இருக்கப் பெரிய கல்லை வைத்துச் சமாளிப்பார்கள்.

செவ்வாய்க் கிழமை சந்தை. தறி ஓட்டுபவர்களுக்கு அன்றைக்குத்தான் கூலி. அப்போது விசைத்தறிப் பட்டறைகள் பரவலாக உருவாகியிருந்தன. ஆகவே கணிசமான பேர் தறிப் பட்டறையில் தறி ஓட்டுதல், தார்ப் போடுதல், பாவு பிணைத்தல் முதலிய வேலைகளைச் செய்தனர். செவ்வாய் காலையில் எல்லாருக்கும் கூலி கிடைக்கும். அன்றைக்குப் பகல் பட்டறை விடுமுறை. உழவு வேலை செய்வோருக்கும் திங்கள் மாலையோ செவ்வாய் காலையோதான் கூலி கிடைக்கும். பொதுவாகவே சந்தை நாளில் கூலி கொடுக்கும் வழக்கம் இருந்தது. கடன் வாங்கியோர் திருப்பிக் கொடுப்பதற்குக் கெடு செவ்வாய் என்பார்கள். வீட்டில் பிள்ளைகள் எதுவும் கேட்டால் செவ்வாய் தவணை சொல்வார்கள். மக்களின் தேவைகள் அனைத்துக்குமான இடமாகச் சந்தையும் மிகவும் முக்கியமான நாளாகச் சந்தை கூடும் செவ்வாய்க்கிழமையும் விளங்கின.

ஆகவே 'தினசரி மூன்று காட்சிகள்' என்றிருக்கும் திரைப்படச் சுவரொட்டி மேல் 'செவ்வாய் காலைக் காட்சி உண்டு' எனக் கோவண வடிவ ஒட்டுச் சுவரொட்டியும் இருக்கும்.

தனியாளாகத் திரைப்படம் பார்க்க வருவோர் தரைப்பகுதியில் இருக்க மாட்டார்கள். எப்போதும் நான்கைந்து பேர் கொண்ட குழு ஒருசேர உட்கார்ந்திருக்கும். அரட்டைகளும் ஆரவாரமும் களைகட்டும். மிகச் சிறுவயதில் அங்கே என் காதில் விழுந்த பேச்சுக்கள் வழியாக எனக்கு அறிமுகமான விஷயங்கள் ஏராளம். பேசியவர்கள் முகம் மறந்து போனாலும் இன்றளவும் சில பேச்சுக்கள் அப்படியே நினைவில் இருக்கின்றன. தறித்தொழில் அங்கே முக்கியமானது என்பதால் அதில் வேலை செய்யும் இளைஞர் கூட்டம் எப்போதும் இருக்கும். அவர்கள் பேசிக்கொண்ட காதல், பாலியல் கதைகளுக்கு அவர்கள் அறியாத வாசகன் நான்.

'கூளமாதாரி' நாவலில் கூளையனும் செல்வனும் 'நாடோடி மன்னன்' படம் பார்க்க இந்தக் முருகா கொட்டாய்க்குத்தான் போகிறார்கள். கோவணத்தின் மேல் துண்டைக் கட்டிக்கொண்டு கூளையன் இரண்டாம் ஆட்டத்திற்குப் போகிறான். 'தரை டிக்கெட் வாங்கி மண்ணைக் குவித்து வைத்து உட்கார்ந்து கொண்டால் துண்டுகூட வேண்டியதில்லை. கோவணமே போதும்' என்று எழுதியிருக்கிறேன். உண்மையில் தரை டிக்கெட் என்பது ஒரு சுதந்திர வெளியாகவே எனக்குத் தோன்றுகின்றது. மக்கள் ஓடி விளையாடவும் கட்டிப் புரளவும் அது இடம் கொடுக்கும். வசதியாகப் படுத்துத் தூங்கக் குளுமையான மடி அது. படம் போடும் முன்னும் இடைவேளை நேரங்களிலும் தரைப்பகுதிக் காட்சிகள் கொண்டாட்டமாக இருக்கும். மண் தரும் இன்பம் அது.

தரைக்குப் பின்னால் இருப்பது பெஞ்சு. அதை 'மொட்டை பெஞ்சு' என்பார்கள். அதற்குப் பின்னால் இருக்கும் பகுதி 'பேக் பெஞ்சு.' மொட்டை பெஞ்சுக்கும் பேக் பெஞ்சுக்கும் உள்ள வேறுபாடு பேக்பெஞ்சில் சாய்ந்து கொள்ளும் வசதி இருப்பதுதான். பேக் பெஞ்சுக்குப் பின்னால் ச்சேர். அதை அடுத்து ஆபரேட்டர் அறை. தரை டிக்கெட் அப்போது ஐம்பது பைசா. பெரும்பாலும் தரை டிக்கெட் தான் நான். என் அப்பனோடு வரும் நாட்களில் தரை டிக்கெட் இல்லை என்றால் பெஞ்சு. ஒருசில படங்களை அவரோடு ச்சேரில் உட்கார்ந்தும் பார்த்திருக்கிறேன். பெரியப்பன் அப்படியல்ல. தரை டிக்கெட் கிடைக்கவில்லை என்றால் திரும்பிப் போய்விடலாம் என்று சொல்லிவிடுவார். காசு மட்டும் காரணமல்ல. தரையில் உட்காரும்

வசதி வேறெதிலும் இல்லை என்பார். டிக்கெட் கிடைக்காது என்று தெரிந்தால் சீக்கிரம் கிளம்பிப் போய்த் தரை டிக்கெட் கொடுக்கும் இடத்தின் முன்னால் உட்கார்ந்துவிடுவோம்.

முருகா, மீனாள், தேனாம்பிகை ஆகிய மூன்றும் மிகவும் பழையவை. எப்போது தொடங்கப்பட்டவை என்று எனக்குத் தெரியாது. ஆனால் கூவலடியான் கொட்டாய் தொடங்கியது *1972* அல்லது *1973* ஆக இருக்கலாம். முருகா கொட்டாயின் உரிமையாளர்தான் கூவலடியானையும் தொடங்கினார். முருகா இருந்தது நகரத்தின் விளிம்பில். ஓடையூர் சாலையில் இருந்த பல கிராம மக்கள் வந்துபோக வசதி எனக் முருகா கொட்டாயையே நாடினார்கள். அதைப் போலவே கரட்டூரிலிருந்து மலையூர் செல்லும் சாலையில் உள்ள கிராமத்து மக்களை ஈர்க்கும் நோக்கத்தில் கூவலடியான் தொடங்கப்பட்டது.

அது தொடங்கப்பட்டதும் இரண்டுக்கும் ஒரே உரிமையாளர் என்பதும் ஒரு புதிய முறை உருவாகக் காரணமாயின. அதுவும் எம்ஜிஆர் நடித்த 'உரிமைக் குரல்' படத்திற்குத்தான் அந்தமுறை முதன்முதலாக அறிமுகம் ஆயிற்று. முருகா, கூவலடியான் ஆகிய இரண்டு கொட்டாயிலும் 'உரிமைக் குரல்' ஒரே நாளில் ரிலீசானது. அதுவரைக்கும் ஒருபடம் ஒரு கொட்டாயில் தான் வெளியிடப்படும். ஊருக்கு ஒரு படப்பெட்டிதான் வரும். அப்படி இருக்க இந்தப் படத்தை எப்படி இரண்டு கொட்டாயிலும் ஓட்ட முடியும்?

வழக்கமாக மாலை ஏழு மணிக்குக் முருகாவில் முதல் ஆட்டம் படம் போடுவார்கள். அதை மாற்றி இந்தப் படத்திற்கு மட்டும் ஆறு மணி என்று ஆக்கிவிட்டார்கள். அப்போதெல்லாம் படத்தை நான்கு பாகமாக ஓட்டுவார்கள். ஒருபாகம் முடிந்து பிலிம்ரோல் மாற்றுவார்கள். அப்போது சிறுஇடைவேளை கிடைக்கும். முடிந்த பாகத்தின் படச்சுருளை எடுத்துச் செல்ல ஓர் ஆளும் ஆட்டோவும் தயாராக இருப்பார்கள். அந்தப் படச்சுருள் கூவலடியான் கொட்டாய்க்குப் போய்ச் சேர்ந்ததும் அங்கே படம் தொடங்கும். முதல் ஆட்டம் ஏழு அல்லது ஏழேகால் மணி வாக்கில் கூவலடியானில் போடுவார்கள். அங்கே முதல் பாகம் முடிவதற்குள் முருகாவில் இரண்டாம் பாகம் முடிந்து மெயின் இடைவேளை வந்துவிடும். இரண்டாம் பாகம் கூவலடியானுக்குப் போய்ச் சேர்கையில் முதல் பாகம் முடியும் நிலையில் இருக்கும். எங்கேயாவது கொஞ்சம் நேரம் ஆகிவிட்டால் படம் இடையிலேயே நின்றுவிடும். முருகாவுக்குத்தான் முதன்மை என்பதால் அதற்கு எந்தப் பாதிப்பும் இருக்காது. கூவலடியானுக்குப் பாதிப்பு வரும்.

பாதி தூரத்தில் ஆட்டோ பழுதாகி நின்றுவிட்டால் போச்சு. உடனே தகவல் சொல்ல அப்போது செல்பேசி இல்லை. தொலைபேசியும் சில பணக்கார வீடுகளில் மட்டும்தான். நடுவழியில் ஆட்டோ நின்றுவிட்டால் தகவல் சொல்லப் பொதுத் தொலைபேசிகள் கிடையாது. நகரம் தாண்டியதும் ஆளற்ற சாலை. அப்படியான சமயங்களில் வழிப்போக்கர்களிடம் சைக்கிள் வாங்கிக் கொண்டு கூவலடியானுக்குப் படச்சுருளைக் கொண்டு சேர்த்த சம்பவம் உண்டு. ஒருபாகம் முடிந்து அடுத்த பாகப் படச்சுருள் வராமல் கூவலடியானில் பார்வையாளர்கள் வெகுநேரம் காத்திருந்ததும் நடந்தது. கூவலடியானிலிருந்து சைக்கிளில் ஆள் வந்து வழியில் நின்றிருந்த ஆட்டோவிலிருந்து படச்சுருளை வாங்கிக்கொண்டு போய்ப் படம் போடும்வரை பார்வையாளர்கள் பொறுமை காத்திருந்தார்கள்.

அன்றைய மக்கள் வாழ்க்கையில் இத்தனை அவசரம் கிடையாது. காத்திருப்பதற்குச் சலிக்க மாட்டார்கள். அந்தச் சமயங்களில் அவர்களுக்குப் பேச ஏராளமான விஷயங்கள் இருக்கும். பேச்சு வழியாகவே விஷயங்கள் பரவிய காலம். கூவலடியானில் இப்படிப் பிரச்சினை ஏற்பட்டது என்று அடுத்த நாள் எல்லா ஊர்களிலும் பேச்சாக இருக்கும். படத்திற்குக் கூட்டம் குறைய ஆரம்பித்து விட்டால் கூவலடியானில் வேறுபடம் போட்டுவிடுவார்கள். 'உரிமைக்குரல்' இரண்டு கொட்டாயிலும் இந்த முறையில் ரொம்பநாள் ஓடியது. அதற்குப் பின் பல படங்களுக்கு இந்த முறை பின்பற்றப்பட்டது. ஊருக்கு உழைப்பவன், உழைக்கும் கரங்கள், நினைத்ததை முடிப்பவன், பல்லாண்டு வாழ்க முதலிய எம்ஜிஆர் படங்கள் இந்த முறையில் நன்றாக ஓடின. அதைத் தவிர ஆட்டுக்கார அலமேலு படம் மட்டும்தான் இரண்டு கொட்டாய்களிலும் ஓடியது என நினைவு.

இந்த முறையைக் கண்டு மீனாள், தேனாம்பிகைக் கொட்டாய் உரிமையாளர்கள் தங்களுக்குள் கூட்டணி போட்டுப் பார்த்தார்கள். ஆனால் அது பெரிய வெற்றி பெறவில்லை. இத்தனைக்கும் இரண்டும் நகரின் நடுவிலே இருந்தன. ஒருபாகம் முடிந்ததும் நடந்தேகூடக் கொண்டு போய்க் கொடுத்துவிடலாம். எம்ஜிஆர் படங்களைத் தவிரப் பிற படங்களைப் பொறுமையாகப் பார்த்துக்கொள்ளலாம் என்பது மக்கள் எண்ணமாக இருந்ததால் மீனாள், தேனாம்பிகை கூட்டுத் திட்டம் வெற்றி பெறவில்லை.

என் அப்பன் சோடாக்கடை நடத்த முன்பணம் கொடுத்த 'விமலா தியேட்டர்' கரட்டூர் வரலாற்றில் ஐந்தாம் திரையரங்கம் என நினைக்கிறேன். தியேட்டர் என்னும் பெயர் இதற்குத்தான் முதலில் வைக்கப்பட்டது. மற்றவை எல்லாம்

டாக்கீஸ் என்றிருக்கத் ‘தியேட்டர்’ எனப் பெயர் வைத்ததே புதிய அறிமுகமாக இருந்தது. தியேட்டர் வேலை அத்தனை சீக்கிரம் முடியவில்லை. அதுவும் அல்லாமல் இன்னொரு சிக்கலும் இருந்தது. விமலாவை முருகாவுக்குப் போட்டியான திரையரங்கம் என்றே எல்லாரும் கருதினார்கள். அதற்குக் காரணம் முருகா இருந்த அதே சாலையில் விமலாவும் அமைந்ததுதான். அத்தோடு முருகா கொட்டாய்க்காரர் விமலாவைத் தொடங்க விடாமல் நீதிமன்றத்தில் தடை வாங்கிவிட்டார் என்றும் பேச்சு இருந்தது. இரண்டு திரையரங்குகளுக்கு இடையே ஒரு கல் அல்லது இரு கல் தொலைவு இருக்க வேண்டும் என்று ஏதோ விதி இருந்ததாக நினைவு. அவ்விதியைக் காரணம் காட்டி முருகா உரிமையாளர் தடை வாங்கினாராம். ஆகவே முருகா திறக்கப்படுமா என்று எல்லாருக்கும் சந்தேகம் வந்துவிட்டது.

முருகா உரிமையாளரைப் பற்றி மக்களுக்குப் பெரும் நம்பிக்கை. ‘எம்ஜிஆர் படத்த ஆருக்கும் உடாத போடற கில்லாடி அவன். போட்டியா இன்னொரு கொட்டாய் வர்றத உடுவானா?’ என்றார்கள். முன்பணம் கொடுத்து ஓராண்டாகியும் தியேட்டர் தொடங்கப்படவில்லை. என் அப்பன் கொடுத்த முன்பணம் அவ்வளவுதான் என்றும் இனி வட்டிகூட வாங்க முடியாது என்றும் எல்லாரும் சொல்லும்போது என் அம்மாவுக்கு எதிர்காலம் இருளாகத் தோன்றும். அப்பனைத் திட்டித் தீர்ப்பார். அழுது புலம்புவார். அப்பன் அசர மாட்டார். அவருக்குச் சலனமேயில்லை. கொஞ்சம் தாமதமாகும், அவ்வளவுதான் என்பார். அவ்வப்போது விமலா உரிமையாளரைப் போய்ப் பார்த்துவிட்டு வந்து நம்பிக்கை வார்த்தைகளை அப்பன் சொல்வார். ‘இத்தன பணத்தப் போட்டுக் கொட்டாயி கட்டிட்டு ஓட்டாத மூடிட்டுப் போறதுக்கு அவன் என்ன கேனயனா?’ என்பார்.

3

டாக்கீஸ்

முருகா டூரிங் டாக்கீசுக்கும் விமலா தியேட்டருக்குமான போட்டி விமலா தொடங்கும் முன்னரே பல தளங்களில் நடைபெற்றது. தியேட்டர் கட்டிட வேலை பெருமளவு நடந்து முடிந்த சூழலில் அதை முற்றிலுமாக முடக்கிவிட முடியாது என்பது முருகா டாக்கீஸ்காரருக்குத் தெரிந்துதான் இருக்கும். ஒன்றைத் தடுக்க முடியாது என்பது உறுதியாகிவிட்ட நிலையில், முடிந்த அளவு அதைத் தள்ளிப்போடச் செய்து அந்தக் கால இடைவெளியில் தமது நலன் சார்ந்த லாபங்களைப் பெற்றுக்கொள்ள முயல்வது என்னும் தந்திரம் நம் சமூகத்தில் எல்லா மட்டங்களிலும் நிலவிவரும் ஒன்றுதான். முருகா டாக்கீஸ்காரரும் அந்தத் தந்திரத்தைத்தான் பின்பற்றினார்.

விமலா தியேட்டருக்குச் செல்லும் வழி பற்றிய பிரச்சினை ஒன்றும் கிளப்பட்டது. கரட்டூரிலிருந்து ஓடையூர் செல்லும் முதன்மைச் சாலையிலிருந்து ஒரு பர்லாங் தொலைவிலும் கரட்டூரிலிருந்து ஓடையூர் செல்வதற்கான மற்றொரு வழியாகிய தூனங்கூர் சாலையை ஒட்டியும் விமலா அமைந்திருந்தது. தியேட்டர் தன் பின்பக்கத்தைத் தூனங்கூர் சாலைக்குக் காட்டிக்கொண்டிருந்தது. அங்கிருந்து தியேட்டருக்கும் வரும் பக்கப்பாதை இருபதடிதான் இருக்கும். அதே போல முதன்மைச் சாலையிலிருந்து வரும் பாதை முப்பதடி அகலம் இருக்கும். சந்தையிலிருந்து தியேட்டருக்கு வரும் குறுகிய வழி ஒன்றும் இருந்தது. தியேட்டரின் முன்பகுதியிலிருந்து சூரனூர் என்னும் அந்த

ஊரின் குடியிருப்புப் பகுதிக்குள் செல்லும் மண் பாதையும் முப்பதடி அளவுதான். எல்லாப் பக்கமும் வழிகள் இருந்தும் ஒரு வழியையும் தேர்வு செய்ய முடியாத இக்கட்டான நிலை.

தியேட்டரின் கொள்ளளவு ஆயிரம் பார்வையாளருக்கு மேலிருக்கும். படம் தொடங்கும் போதாவது ஓரிருவர், சிறுகூட்டம் என வருவர். பெரிய நெரிசல் ஏற்படாது. படம் விட்டவுடன் திமுதிமுவென்று வெளியேறும் கூட்டம் சென்றால் இருபதடி, முப்பதடிப் பாதைகள் நெரிசலில் திணறும். தியேட்டருக்குச் செல்லும் வழி அறுபதடி அகலம் கொண்டதாக இருக்க வேண்டும் என்பது அரசு விதிகளில் ஒன்று என்பதாக எனக்கு நினைவு. விமலாவுக்குச் செல்லும் ஒருவழியும் அப்படியில்லை என்பதைச் சுட்டித் தடை வாங்கப்பட்டது. அந்தத் தடை எப்படி நீக்கப்பட்டது எனத் தெரியவில்லை. ஆனால் என் அப்பன் அப்போது சொல்லிக்கொண்டிருந்த சொற்கள் என் நினைவில் இருக்கின்றன.

“நாலாப்பொறமும் தடமிருக்குது. வர்ற கூட்டம் ஒரே தடத்திலயா வரும் போவும்? கல்லெடுத்து இட்டாக் காக்காக் கூட்டம் திக்காலுக்கு ஒன்னாத்தான ஓடும்? அது மாதிரிதான் இங்கயும். கொட்டாயி வாசல்ல எறங்குனதும் ஒவ்வொரு காலும் ஒவ்வொரு பக்கம் பிரிஞ்சிரும். அப்பறம் எங்க கூட்டம் பிதுங்கறது?”

எல்லாப் பக்கமும் வழிகள் இருக்கின்றன என்பதைக் காரணமாகக் காட்டித்தான் அனுமதி வாங்கியிருக்கக்கூடும். அனைத்துப் பிரச்சினைகளையும் சரிசெய்யப் பணபலமும் பயன்பட்டிருக்கலாம். பணத்திற்கேற்பத்தான் சட்டம், விதிகள் என்பது நம் சமூகத்தின் நியதி. ஆகவே இந்தப் பிரச்சினைகளைச் சமாளிக்கப் பணமே பிரதானமாக உதவியிருக்கும் என நினைக்கிறேன்.

இரண்டு திரையரங்கப் பிரச்சினை என்பது தொழில் போட்டிதான் எனினும் அதன் பின்னணியில் சாதியும் இயங்கியது. முருகா டாக்கீஸ் உரிமையாளர் குடியானவர். விமலா தியேட்டர் உரிமையாளர் நெசவாளர். கரட்டூரைப் பொருத்தவரை இவ்விரண்டு சாதியினர்தான் எண்ணிக்கையில் மிகுதி. ஆதிக்க சாதிகளும்கூட. கரட்டூர் தொகுதியில் போட்டியிடுபவர்கள் பெரும்பான்மையும் குடியானவர் அல்லது நெசவாளர் சாதியைச் சேர்ந்தவர்களாகவே இருப்பர். எல்லாக் கட்சி வேட்பாளர்களும் அப்படித்தான். இந்தச் சூத்திரத்திலிருந்து விலகிய சந்தர்ப்பங்கள் அபூர்வம்.

அப்போது குடியானவர்கள் நிலவுடைமையாளர்களாகவே பெரும்பாலும் இருந்தனர். வேளாண்மை பெரும் பயன்தரக் கூடிய தொழிலாக அப்போதும் இல்லை. ஆகவே குடியானவர்களில் ஓரிருவர் பிற தொழில்களுக்கு மாறிக்கொண்டிருந்தனர். முருகா டாக்கீஸ் உரிமையாளர் குடியானவர் எனினும் கரட்டூர்ப் பகுதியைச் சொந்த ஊராகக் கொண்டவர் அல்ல. ஆரையூரில் இருந்து பதினைந்து கல் தொலைவில் உள்ள பாகூரைச் சேர்ந்தவர். பாகூரில் இன்றளவும் பெரும்புகழோடு விளங்கும் நாட்டார் தெய்வம் கூவலடி கொன்னப்பன். கூவல் என்னும் பெருங்கிணற்றை ஒட்டி இருப்பதால் 'கூவலடியான்' எனப் பெயராயிற்று. கூவலடியான் குலதெய்வம் ஆதலால் அப்பெயரைத் தாம் புதிதாகத் தொடங்கிய திரையரங்கிற்கு வைத்திருந்தார் முருகா டாக்கீஸ்காரர். ஓரிரு பஸ்களும் வைத்து அவர் ஓட்டிக் கொண்டிருந்ததாக ஞாபகம். வேளாண்மையை விட்டு வேறொரு தொழிலில் ஈடுபட்ட குடியானவர் சாதி முன்னோடி அவர்.

குடியானவர்களை விடத் தொழில்துறையில் விரைந்து ஈடுபட்டுப் பெரும் முன்னேற்றம் பெற்றிருந்தனர் நெசவாளர்கள். கைத்தறி நெசவில் வயிற்றுப்பாட்டை நடத்திக்கொண்டிருந்த அவர்களைக் கடைத்தேற்ற விசைத்தறியின் வரவு நிகழ்ந்தது. அது பலவிதமான வேலைவாய்ப்புகளைப் பலருக்கும் கொடுத்தது. கைத்தறியை விட்டு ஐந்து, பத்து என விசைத்தறிகளைப் போட்டவர்களுக்கு அத்தறிகளை இயக்க ஆட்கள் தேவைப் பட்டனர். ஒவ்வொரு வீட்டிலும் கைத்தறி போட்டுச் சுயமாக இயக்கிக் கொண்டிருந்த நெசவாளர் சாதியினர் தம் சாதியைச் சேர்ந்தவரிடம் கூலிக்குத் தறி ஓட்டுவதை இழிவாகக் கருதித் தயங்கினர். மேட்டுக்காட்டு வேளாண்மையில் தவித்துக்கொண்டிருந்த குடியானவர் சாதி இளைஞர்கள் விசைத்தறிக் கூலிகளாகப் பெயர்ந்தனர். ஆகவே நெசவாளர்களில் பலர் குட்டி முதலாளிகளாக விரைவில் உருவாகியிருந்தனர். தொழில் நுணுக்கம் பிடிபட்ட சிலர் விசைத்தறி சார்ந்த பிற தொழில்களிலும் துணி வணிகத்திலும் ஈடுபட்டு முன்னணி முதலாளிகள் ஆயினர். விசைத்தறி தொடர்பான இன்னொரு தொழில் சைசிங். இது ஆங்கிலச் சொல்லாகத்தான் இருக்க வேண்டும். ஆனால் என்ன பொருளால் எப்படி மாறி வந்தது எனத் தெரியவில்லை.

சைசிங் என்பது பெரிய தொழிற்கூடமாக இருக்கும். பருத்தியில் இருந்து தயாரிக்கப்படும் நூலை அப்படியே நேரடியாக நெசவுக்குத் தறியில் பயன்படுத்த முடியாது. கைத்தறி நெசவு

நடைபெற்ற ஊர்களில் எல்லாம் பாவடி என்றொரு பொதுவிடம் இருக்கும். பெரும் கற்களை நட்டு நிறுத்தி வைத்திருப்பார்கள். அங்கு தினமும் காலையில் நூல்களுக்குக் கஞ்சி போட்டுப் பதப்படுத்தும் காட்சி முப்பது ஆண்டுகளுக்கு முன்னால் சாதாரணம். கரட்டூர் நகராட்சிக்கு உட்பட்ட பல ஊர்களில் இன்றும் பாவடிகள் இருக்கின்றன. பயனில்லை என்றாலும் கற்கள் நிற்கின்றன. ஒரு பகுதியில் கற்களை அகற்றிவிட்டுத் தைப்பொங்கல் போட்டிகள் முதலியவை நடத்த அவ்விடத்தைப் பயன்படுத்துகின்றனர். கைத்தறியின் நசிவோடு பாவடியும் களையிழந்து போயிற்று.

விசைத்தறியின் பெருந்தேவைக்கு ஏற்ற அளவு நூல்களைப் பக்குவப்படுத்தப் பழைய பாவடிகள் போதுமானவையல்ல. நூல்களுக்குப் போடும் கஞ்சியும் வேகத்திற்கு ஏற்றதாக இல்லை. ஆகவேதான் சைசிங்குகள் தோன்றின. பெரும் பாய்லர்கள், வேதிப்பொருள்கள், மரவள்ளிக் கிழங்குப் பசைகள் முதலியவற்றைக் கொண்டு நூல்களைப் பக்குவப்படுத்தி விசைத்தறி நெசவுக்குப் பாவாக வழங்கும் வேலை சைசிங்குகளில் நடக்கும். விசைத்தறி வைத்திருப்போர் பலரும் சைசிங்குகளுக்கு வந்துதான் பாவு வாங்கிச் செல்ல வேண்டும். விசைத்தறி, சைசிங் ஆகியவற்றில் ஈடுபட்டுப் பெரிய அளவில் தொழில் நடத்திப் பொருளீட்டிய முதலாளிதான் விமலா தியேட்டரின் உரிமையாளராகிய தீரப்பன். அவரது இயற்பெயர் இன்றுவரை எனக்கு மட்டுமல்ல, கரட்டூர்க்கே தெரியாது. கரட்டூரிலிருந்து திரைத்துறை சார்ந்த பல தொழில்களில் ஈடுபட்டிருந்த நெசவாளர்கள் ஏற்கனவே இருந்தனர். தேனாம்பிகை, மீனாள் ஆகிய டாக்கீஸ்கள் நெசவாளர்கள் வசமிருந்தன. திரைப்பட விநியோகஸ்தர்களாகவும் சிலர் இருந்தனர். இந்தப் பின்னணியில்தான் தீரப்பனும் திரையரங்கத் தொழிலில் இறங்கினார் எனக் கருதுகிறேன்.

விசைத்தறி, சைசிங் ஆகியவற்றின் மூலம் பொருளீட்டியதோடு அவரது மகன்கள் ஐவரையும் அத்தொழில்களில் ஈடுபடுத்தித் தனித்தனியாக இயங்கும் அளவுக்கு ஏற்பாடுகளையும் செய்திருந்தார். அதற்குப் பின் அவருக்குச் செய்ய ஏதுமில்லை என்றாயிற்று. தனக்கென சொத்துக்களை ஒதுக்கிக்கொண்ட அவரால் சும்மா இருக்க முடியவில்லை. கஷ்டமில்லாமல் சம்பாதிக்கலாம் என்றுதான் திரையரங்குத் தொழிலைத் தேர்ந்தெடுத்திருந்தார். விமலா தியேட்டர் கட்டப்பட்ட அடிநிலம் வேறொருவருக்குச் சொந்தமானது. அடிநிலத்தைத் தவிர வேறேதும் சொத்தற்றவர் அவர். அவருக்கும் தீரப்பனுக்கும் ஒப்பந்தம் ஏற்பட்டது. கட்டிடச் செலவு எல்லாம் அப்பனைச்

சார்ந்தது. லாபத்தில் குறிப்பிட்ட சதவீதம் எனப் பேசியிருந்தார்கள். நிர்வாகம் முழுக்க அப்பனிடம் இருந்தது. மலையூருக்குப் போய்ப் படம் எடுத்து வருதல் உள்ளிட்ட சில வேலைகளை மட்டும் அந்த இன்னொருவர் செய்தார்.

தீரப்பனைச் சுற்று வட்டாரத்தில் எல்லாருக்கும் தெரிந்திருந்தது. அவருக்கும் ஏராளமான பேர்களைத் தெரியும். தறி ஓட்ட, தார்ப்போட, பாவு பிணைக்க, பாய்லர் எரிக்க, விறகுடைக்க, பாவு தயாரிக்க என அவரிடம் வேலை செய்தவர்கள் அனேகம். எல்லாருக்குமே அவர் ‘அப்பன்’தான். கூப்பிடுவதே ‘அப்பா’ என்றுதான். அவர் பெயருக்கு இருந்த அறிமுகமும்கூடத் தியேட்டர் வேலை முடியுமுன்னே அதைப் பற்றிய பேச்சு பரவலாகக் காரணமாயிற்று. அப்பனுக்குத் திரைப்படத்தைப் பற்றி ஒன்றும் தெரியாது. ஒரு படம்கூட அவர் பார்த்ததில்லை. அந்தத் தியேட்டரில் ஏழு ஆண்டுகள் நான் இருந்தேன். ஒருநாளும் அவர் உள்ளே போனதைப் பார்த்ததில்லை. திறந்திருந்த கதவு வழியாக எதேச்சையாக அவர் கண்களில் சில பிம்பங்கள் பட்டிருக்கலாம். வசனங்கள் அவர் காதில் விழுந்திருக்கலாம். அவற்றால் எந்தப் பாதிப்பும் அவருக்கில்லை.

‘படம் பாக்கலியாப்பா?’ என்றால் ‘அந்த ஊசயப் பாக்கறாங்களா?’ என்று சொல்வார். படங்களின் பெயர்கள் எதுவும் தெரியாது. நடிகர், நடிகைகளைப் பற்றியும் அறிய மாட்டார். எம்.ஜி.ஆர், சிவாஜி ஆகியோர் அரசியல் ஈடுபாடு கொண்டிருந்ததால் அவர்களைப் பற்றி ஏதோ சில விஷயங்களை அறிந்திருக்கக்கூடும். திரையரங்கம் நடத்துவதற்குத் திரைப்பட அறிவு ஏதும் தேவையாயிருக்கவில்லை.

முருகா டாக்கீஸ் உரிமையாளர் பொன்னன் குடியானவர். நான் சிறுவனாக இருந்ததாலும் அந்தத் திரையரங்கில் நான் பார்வையாளன் மட்டும்தான் என்பதாலும் அவரைப் பற்றி அதிகம் தெரியாது. நல்ல விவரமானவர் என்றும் மலையூருக்குப் போய் அவரே படம் பேசி எடுத்து வருவார் என்றும் கேள்விப்பட்டிருக்கிறேன். திரைப்படம் தொடர்பான பலரோடும் அவருக்குத் தொடர்பும் பல்லாண்டு அனுபவமும் இருந்த காரணத்தால்தான் விமலா தியேட்டரைத் தொடங்க விடாமல் ஓரிரு ஆண்டுகள் அலைக்கழிக்க முடிந்தது. முருகா, கூவலடியான் ஆகியவை இருந்த இடங்களும் அவருக்குச் சொந்தமானவையல்ல. அடிநிலத்திற்கு வாடகை கொடுத்துக் கொண்டிருந்தார். முருகா டாக்கீஸ் மீது வெகு அபிமானம் கொண்டிருந்தவர்கள் என் அப்பனிடம் காழ்ப்பை வெளிப்படுத்தினார்கள். ‘அப்பன

நம்பிப் போற. எல்லாத்தையும் உருவிக்கிட்டு உட்ருவாம் பாரு' என்றார்கள். 'ஆமா இவந்தான் உரிச்சுக் குடுக்கறான், அவன் குடுக்காத போயர்றானா? போங்கடா' என்று சொல்லிவிட்டார் என் அப்பன்.

முருகா உரிமையாளரின் எல்லாத் தடைகளையும் தகர்த்தெறிந்து விட்டு விமலா தியேட்டர் தொடங்க நாள் குறிக்கப்பட்டு விட்டது. என் அப்பன் மிகவும் உற்சாகமாக இருந்தார். முன்பணம் ஏழாயிரம் கொடுத்தபோதே வாடகையும் பேசியிருந்தார். திரையரங்குள் கடை நடத்தத் தினசரி வாடகை என்பதுதான் அப்போது நடைமுறையில் இருந்தது. சோடாக்கடை, பீடாக்கடை, டீக்கடை, சைக்கிள் ஸ்டேண்ட் ஆகிய நான்கும் இவ்விதம் வாடகைக்கு விடப்படும். பீடாக்கடையில் பீடி, சிகரெட், பிஸ்கட், மிட்டாய் முதலியவை விற்கப்படும். டீக்கடையில் டீ விற்பனை குறைவுதான். போண்டா, பஜ்ஜி, பக்கடா ஆகியவற்றின் விற்பனையே அதிகம். பீடாக்கடையை விட டீக்கடைக்கே வாடகை அதிகம். பார்வையாளர்களின் சைக்கிள்களை நிறுத்தத் தனியிடம் உண்டு. அப்போது சைக்கிள்கள்தான் மிகுதி. சுவேகா மாதிரியான வண்டிகள் ஒன்றிரண்டு வரும். அவற்றிற்குப் பணம் வசூலித்துப் பாதுகாப்பவருக்குத் தனி வாடகை.

சோடாக்கடைக்கு ஒருநாளுக்கு ரூபாய் ஐம்பது என என் அப்பன் வாடகை பேசியிருந்தார். திரையரங்க முதலாளிக்கு ஐம்பது ரூபாய் கொடுத்தது போக எவ்வளவு மிஞ்சும் என்று பலரும் கேட்பார்கள். சிலரிடம் வேண்டுமென்றே 'ஒரு நாளுக்கு நூறு ரூபாய்' என்றும் சொல்வார். 'அப்படிச் சொன்னாத்தான் மூடிக்கிட்டு இருப்பானுவ. இல்லீன்னா அப்பங்கிட்டப் போயி எதாச்சும் குசலம் மூட்டி வெச்சிருவானுவ' என்பார்.

திரையரங்கம் தொடங்குகிறது என்னும் மகிழ்ச்சி இருந்த போதும் அவருக்கு ஒரு வருத்தமும் சலிப்பும் உண்டாயின. அதற்குக் காரணம் திரையரங்குக்குள் சோடாக்கடைக்கு ஒதுக்கப்பட்ட இடம். இருபுறம் மட்டுமே சுவர் வைக்கப்பட்டிருந்தது. சோடாக்கடைக்கும் பீடாக்கடைக்கும் இடையிலான நடுவிடம் அடைக்கப்படவில்லை. முன்பக்கமும் முழுக்கத் திறந்திருந்தது. இன்று எம்.பிக்கள், எம்.எல்.ஏக்கள் தமக்கு ஒதுக்கப்படும் தொகுதி வளர்ச்சி நிதியில் கட்டித் தரும் பயணிகள் நிழற்குடை எப்படியிருக்கிறதோ அப்படித்தான் சோடாக்கடைக்கான இடமும் இருந்தது. வசதிப்படிக் கடைக்காரர்கள் பலகை அடித்துக்கொள்ளலாம் என்று சொல்லிவிட்டார்கள். அப்படிப் பலகை அடித்துக் கதவு போட ஆயிரம் ரூபாய் செலவாகும் என அப்பன் கணக்கிட்டார். சோடா மெஷின், தண்ணீர்த்

தொட்டிகள், பாட்டில்கள், சோடா அடுக்கும் மர கிரேடுகள், கம்பிப் பெட்டிகள் என எல்லாம் தயார் செய்ய வேண்டும். சோடா மெஷின் ஏற்கனவே இருந்ததே போதும் என்று முடிவு செய்தார். மற்றவை எல்லாம் தயார் செய்ய இன்னும் ஆயிரம் செலவாகும்.

ஆனால் அவர் வருத்தத்தை வெளிக்காட்டிக் கொள்ள வில்லை. ஒவ்வொன்றாகச் செய்யலாம் என்று முடிவு செய்தார். மற்ற திரையரங்குகளில் எல்லாம் முதலாளியே சுவர், கதவு வைத்துக் கடைகளைப் பாதுகாப்போடு கொடுத்திருக்க இந்தப் தீரப்பன், கஞ்சப்பிசினாரி இப்படிச் செய்து விட்டாரே என வீட்டில் புலம்புவார். அதற்கேற்ற மாதிரி திரையங்கம் தொடங்கும் நாள் அமாவாசை அன்று (1979ஆம் ஆண்டு ஏதோ ஒரு மாதம்) என முடிவாகியிருந்தது. அமாவாசை நாளன்று கரட்டூர் மலையில் எங்களுக்கு வியாபாரம். பத்துச் சோடாக்காரர்கள் கூட்டணி போட்டு மலையில் சோடா விற்க ஏலம் எடுத்திருந்தார்கள் . அதில் என் அப்பனும் ஒருவர். அந்த நாளில் மலையில் பெருங்கூட்டம் இருக்கும். சோடா, கலர் நல்ல வியாபாரமாகும். அதனால் என்ன செய்வது என்று குழம்பித் தவித்தார்.

அந்தச் சமயத்தில் பேட்டை மேட்டில் ஒரு சந்தில் ஓர் அறை பிடித்து மெஷின் வைத்திருந்தார். அங்கே தயாரித்து வெளியே கொண்டு போய் விற்பனை செய்ய வேண்டும். மலையா தியேட்டரா என்னும் குழப்பம் தெளிவாகி இரண்டுக்குமான ஓர் ஏற்பாட்டைச் செய்தார். மலையில் விற்பனையை என் அப்பனும் அண்ணனும் பார்த்துக் கொள்வது எனவும் தியேட்டரில் என்னை விட்டுவிடுவது எனவும் முடிவு. காலைக்காட்சி மட்டும் நான் பார்த்துக்கொண்டால் போதும். மேட்னி இடைவேளை நான்கு மணிக்கு மேலேதான் வரும். அப்போது அப்பனும் அண்ணனும் வந்துவிட முடியும்.

எனக்கு மிகவும் சந்தோசமாக இருந்தது. தியேட்டரின் முதல் நாள், முதல் காட்சியின்போது எனக்கு வாய்ப்பு. புதிய படம் ஒன்றை ரிலீஸ் செய்திருந்தார்கள். முத்துராமன் இரட்டை வேடத்தில் நடித்த ‘பேர் சொல்ல ஒரு பிள்ளை’ என்னும் படம் அது.

4

உள்பாட்டு

தியேட்டர் தொடக்கம் பற்றிய பிரச்சாரத்தை மிகப் பரவலாகச் செய்தார்கள். ஒலிபெருக்கியோடு சுற்றுப்புறக் கிராமங்களுக்குக் குதிரை வண்டிகள் சிலவும் ஒற்றை மாட்டு வண்டிகள் சிலவும் ஒரு வாரமாகச் சென்று செய்தியைப் பரப்பின. துண்டறிக்கைகள் விநியோகிக்கப்பட்டன. தியேட்டர் எப்போது தொடங்கும் என்னும் எதிர்பார்ப்பு ஏற்கனவே மக்களிடம் மிகுந்திருந்தது. பல இடங்களிலும் கோலாகல ஆரம்பம் என்னும் சுவரொட்டிகள் ஒட்டப்பட்டன. ஆகவே முதல் நாள் தியேட்டரில் பெருங்கூட்டம். யாரும் படம் பார்க்கும் நோக்கத்தோடு வரவில்லை. தியேட்டரைப் பார்க்கும் எண்ணம்தான். கரட்டூரில் அதுவரைக்கும் இல்லாத வகையில் பெரிதாகவும் நவீன வசதிகளோடும் கட்டப்பட்ட தியேட்டர். அதன் அமைப்பையும் அழகையும் பார்ப்பதுதான் எல்லாரின் ஆசையும்.

முருகா டாக்கீஸில் திறந்த வெளிக் கழிப்பறை தான். உள்ளரங்குக்கும் சுற்றுச் சுவராகிய பட்டிப் படல் வேலிக்கும் இடையே தேரோடும் அளவு வெட்டவெளி இருக்கும். இடைவேளை நேரத்தில் பெருங்கூட்டம் அங்கே உட்கார்ந்து சிறுநீர் கழித்துக் கொண்டிருக்கும். நாற்றமும் சிறுநீரை மிதித்துக் கொண்டு செல்லும் அருவருப்பு உணர்வும் யாருக்கும் இருந்ததாகத் தெரியவில்லை. அவசரமாக மலம் கழிக்க நேர்பவர்கள் உள்ளே படம் ஓடிக் கொண்டிருக்கும்போது எழுந்துபோய் படல் வேலி ஓரமாக உட்கார்ந்து இருந்துவிட்டு வருவார்கள்.

ஒருபக்கம் பெண்களுக்கு இன்னொரு பக்கம் ஆண்களுக்கு. கொட்டகையின் முன்பக்கம் கேபின் அறைக்கு இருபுறத்திலும் நான்கைந்து பானைகளில் தண்ணீர் ஊற்றி வைத்திருப்பார்கள். ஈய டம்ளர்கள் கிடக்கும். மொண்டு குடித்துக் கொள்ளலாம். சிலர் கால் கழுவவும் அந்த டம்ளரில் தான் மொண்டு கொண்டு போவார்கள். அப்போது தண்ணீர் நன்றாக இருந்திருக்கக் கூடும். அதனால் யாருக்கும் ஒன்றும் ஆகவில்லை. அந்தப் பானைகளில் மொண்டு குடிக்க யாரும் யோசித்ததாகவும் தெரியவில்லை.

மீனாள், தேனாம்பிகைக் கொட்டகைகளில் இப்படியல்ல. சிறுநீர் கழிக்கப் பெரிய அறை உண்டு. அதில் சுற்றிலும் உட்கார்ந்து சிறுநீர் கழிக்க வசதியாக மேடை போன்ற பகுதி இருக்கும். கழிப்பறை கிடையாது. இன்று பள்ளிகள் பலவற்றில் இப்படித்தான் மாணவர்களுக்கான கழிப்பிடங்கள் உள்ளன. தண்ணீருக்குச் சற்றே உயரமாகச் சிமிட்டித் தொட்டி இருக்கும். இயற்கை உபாதைக்கான இடமும் குடிநீரும்தான் மக்களின் அத்தியாவசியத் தேவை. நொறுக்குத் தீனிகளுக்குக் கடைகள் உண்டு. முருகா கொட்டாயில் அவித்த மொச்சைக் கொட்டையோ தட்டைப் பயிறோ விற்பதுண்டு. அதற்குப் பலர் அடிமை. முருகாவில் படம் பார்த்தோம் என்று சொல்வதோடு அங்கே மொச்சைக் கொட்டை வாங்கித் தின்றேன் என்றும் சொல்வர். டிக்கெட்டுக்கான காசோடு மொச்சைக் கொட்டைக் காசும் இருந்துவிட்டால் அங்கே படம் பார்ப்பது வெகு திருப்தியாக அமைந்துவிடும்.

விமலா தியேட்டரில் நின்று கொண்டு சிறுநீர் கழிக்க வசதியான சிறுதடுப்பு அறைகளும் ஐந்தாறு கழிப்பறைகளும் எனப் புதுவிதமான ஏற்பாடு இருந்தது. குடிநீருக்காக இருபுறமும் உயரமான சிமிட்டித் தொட்டிகள் மூடாக்குடன் கட்டப்பட்டிருந்தன. மிக நீளமான கான்கிரீட் க்யூக்கள் இருந்தன. படம் ஓட்டும் கேபின் ரூம் இரண்டு பக்கமும் மாடிப்படிகள் வைத்து உயரமாக அமைக்கப்பட்டிருந்தது. உள்பக்கமும் மிகவும் வித்தியாசம். மொட்டை பெஞ்சு, பேக் பெஞ்சு, ச்சேர், சோபா என நான்கு வகுப்புகள். மீனாள், தேனாம்பிகைக் கொட்டகைகளில் சோபா கிடையாது. சிவப்பு நிறத்தில் மெத்தென்று இருக்கும்படியான இரண்டு வரிசை சோபாக்கள் அதிசயமாக விமலாவுக்குச் சிறப்புச் சேர்த்தன.

முருகாவில் கதவு என்பதே கிடையாது. பகல் காட்சிக்குச் சாக்குப் படுதா இருக்கும். அல்லது தடுக்கு வைத்துக் கட்டுவார்கள். மீனாள், தேனாம்பிகையில் ஒவ்வொரு வகுப்புக்கும் நீளமான தகரக் கதவுகள் இருக்கும். விமலாவில் கதவுகள் மிகவும்

வித்தியாசமாக இருந்தன. மரக்கதவுகள். ஒவ்வொரு வகுப்புக்கும் நான்கு நான்கு மடிப்புக் கதவுகள் பிணைக்கப்பட்ட இரட்டைக் கதவு. பகல் காட்சியின்போது யாராவது வெளியே போனால் உள்ளே சட்டென வெளிச்சம் புகுந்து படம் பார்ப்பவர்களுக்குத் தொந்தரவு ஏற்படாது. எட்டுக் கதவுகளில் ஒன்றே ஒன்றைத் திறந்து வெளியே போகலாம். அந்த வெளிச்சம்கூட உள்ளே வராத வகையில் உள்புறம் கறுப்புத் திரைகள் தொங்கவிட்டிருந்தார்கள். சினிமாஸ்கோப் படம் போட்டால் மிக எளிதாகத் திரையை அகலமாக்கிக் கொள்ளவும் வழி செய்திருந்தார்கள்.

முருகாவில் மின்விசிறி என்னும் பேச்சே கிடையாது. திறந்த வழியில் வெளிக்காற்று உள்ளே புகுந்து எல்லாரையும் தழுவிச் செல்வதுதான். மேற்கூரை கீற்று என்பதால் மின் விசிறி அவசியமாகவும் இல்லை. மீனாள், தேனாம்பிகைக் கொட்டாய்களில் கூரையிலிருந்து வெகுநீளமாகத் தொங்கும் கம்பியில் மின்விசிறியைப் பொருத்தியிருப்பார்கள். கொட்டாய்க் குள் அண்ணாந்து பார்த்தால் கூரையை மறைத்துக்கொண்டு மின்விசிறிகள் தொங்கும். அவ்வளவு சீக்கிரம் அவை ஓடவும் ஓடாது. கூட்டம் சேர்ந்த பின்னால் படம் போடும் நேரத்தில்தான் ஓட விடுவார்கள். புழுக்கமான நாட்களில் ரசிகர்கள் கத்தியும் பெஞ்சுகளைத் தூக்கிப் போட்டுச் சத்தம் எழுப்பியும் மின் விசிறியைப் போடச் சொல்லிக் குரல் கொடுப்பார்கள். விமலாவில் மின்விசிறி அமைப்பிலும் புதிய மாற்றம். பக்கச் சுவர்கள் இரண்டிலும் மின்விசிறிகளைப் பொருத்தியிருந்தார்கள். பக்கவாட்டுச் சுவர்களிலிருந்து கைகள் முளைத்து நீட்டிக் கொண்டிருக்கும். நடுவில் உட்கார்ந்து இருப்பவர்களுக்கும் காற்று நன்றாக வீசும்.

இன்னொரு முக்கியமான விஷயம் விமலாவில் நான்கு பாகமாகப் படம் ஓட்டுவது கிடையாது. இடைவேளை மட்டும்தான். இரண்டு மிஷின்கள் வைத்திருந்தார்கள். ஒன்று முடியும் நேரத்தில் அடுத்ததை ஓட விடுவார்கள். அதனால் பாகம் விட வேண்டிய தேவையில்லை. தொடர்ந்து படம் ஓடும். இடைவேளை மட்டும்தான் என்பது அப்போது பெரிய விஷயமாகப் பேசப்பட்டது.

அன்று எல்லாக் கொட்டாய்களிலும் படம் தொடங்கும் முன்னால் பாட்டுப் போடுவார்கள். கொட்டாயின் உச்சியில் கட்டப்பட்ட ஒலிபெருக்கி வெகுதூரம் வரைக்கும் பாட்டைக் கொண்டு சேர்க்கும். தினமொரு பாட்டுப் போடுவதில்லை. ஒரே ரெக்கார்ட்தான். தொடக்கம் எந்தப் பாட்டு, அடுத்தடுத்த பாட்டுக்கள் எவை என்பதெல்லாம் மக்களுக்குத் தெளிவாகத்

தெரியும். பொதுவாகப் படம் போட அரைமணி நேரம் முன்னால் ரெக்கார்ட் ஓடத் தொடங்கும். மூன்று பாட்டு முடிந்ததும் டிக்கெட் கொடுக்கும் மணியடிக்கும். டிக்கெட் கொடுக்கத் தொடங்கி மூன்று பாட்டுக்கள் வெளியே பாடும். அப்புறம் பாட்டு உள்ளே திரைக்குள்ளிருந்து ஒலிக்கும். அதை 'உள்பாட்டு' என்பார்கள். 'உள்பாட்டுப் போட்டுட்டான். சீக்கிரமா வாங்க' என்று படம் பார்க்க வருபவர்கள் விரைந்து ஓடுவார்கள். நியூஸ் ரீல் எவ்வளவு நேரம் என்பதற்கேற்ப உள்பாட்டின் எண்ணிக்கை மாறும். எந்தப் பாட்டுப் பாடிக் கொண்டிருக்கிறது என்பதைக் கேட்டு டிக்கெட் கொடுக்கிறார்களா, படம் போட இன்னும் எவ்வளவு நேரமாகும் என்பதை எல்லாம் மக்கள் புரிந்துகொள்வார்கள். தியேட்டருக்கு அருகில் குடியிருப்பவர்கள் உள்பாட்டுப் போட்டபின் வீட்டிலிருந்து புறப்பட்டால் போதும்.

ஒவ்வொரு கொட்டாய்க்கும் ஒவ்வொரு வகையான ரெக்கார்ட் அமைந்திருக்கும். முருகாவில் 'விநாயகனே வினை தீர்ப்பவனே' என்னும் பாடல்தான் தொடக்கம். சீர்காழியின் குரல் கணீரென்று வெகுதூரம் அழைக்கும். மீனாள், தேனாம்பிகை ஆகியவற்றில் என்ன பாட்டு என்பது எனக்கு இப்போது நினைவில் இல்லை. அங்கே போய் ரொம்ப நேரம் காத்திருந்து படம் பார்த்த அனுபவம் எனக்கு இல்லை. அதனால் மனதில் பதியவில்லை. விமலாவில் என்ன பாட்டுப் போடப் போகிறார்கள் என்பது அந்த முதல் நாள் வரைக்கும் யாருக்கும் தெரியாது. அதை ரகசியமாக வைத்திருந்தார்கள். காலைக்காட்சியின் போது மதுரை சோமுவின் குரல் 'கோடி மலைகளிலே கொடுக்கும் மலை எந்த மலை' எனத் தொடங்கியது. அடுத்து வரிசையாகத் தெய்வம் படப் பாடல்களே வந்தன. திருச்செந்தூரில் செந்தில்நாதன் அரசாங்கம், வருவாண்டி தருவாண்டி மலையாண்டி, குன்றத்திலே குமரனுக்குக் கொண்டாட்டம், நாடறியும் நூறு மலை என எல்லாப் பாட்டுக்களும் தூரத்தில் இருப்பவர்களை அழைப்பதற்கு மிகவும் ஏற்றவை.

இப்படிப் பார்த்தும் பேசியும் மகிழப் பல விஷயங்கள் இருந்தன. ஆனால் மிக முக்கியமான ஒரு விஷயத்தில் கவனம் செலுத்தாமல் விட்டுவிட்டார்கள். அது தியேட்டர் தொடக்க நாளன்று காலைக்காட்சி படம் போட்ட பின்னர்தான் தெரியவந்தது. காலையில் எட்டு மணிக்கு யாருமற்ற நேரத்தில் ஆபரேட்டர் ஏதோ ஒரு சாமிபடத்தின் ஒற்றை ரீலை ஓட்டியிருக்கிறார். முதலில் சாமிபடம் ஓட்ட வேண்டும் என்னும் நம்பிக்கைக்காக. அதை யாரும் பார்க்கவில்லை. அதற்கு முன்னால் சோதனை ஓட்டமாகக் கொஞ்சம் ஓட்டியும் பார்த்திருந்தார்கள். ஆனால் யாரும் உள்ளே உட்கார்ந்து படத்தை ஒழுங்காகப்

பார்த்து அபிப்ராயம் சொல்லவில்லை. பொறியாளர் கட்டிட வேலையை மட்டும்தான் பார்த்திருப்பார் போல. ஆகவே காலைக் காட்சி தொடங்கிய சில நிமிடங்களில் உள்ளே இருந்து சீழ்க்கையும் கத்தலும் பலமாக எழுந்தன.

படம் நன்றாகத் தெரிகிறது. வசனம் ஒன்றும் புரியவே இல்லை. என்ன பேசுகிறார்கள் என்பதே விளங்கவில்லை. வசனம் இல்லாமல் நம் ரசிகர்கள் எப்படிப் படத்தைப் பார்ப்பார்கள்? நம் படங்களின் உயிர்நாடி வசனம்தானே. தியேட்டருக்குள் ஒரே எதிரொலி. ரசிகர்களின் கூச்சலைக் கேட்டு என்னவோ ஏதோவென்று படத்தை நிறுத்திவிட்டார்கள். ஐந்து நிமிடம் விட்டு மீண்டும் போட்டார்கள். அப்போதும் அதே எதிரொலிதான். வேறு வழியில்லை என்பதால் கொஞ்ச நேரம் சத்தம் போட்டுப் பார்த்துவிட்டு ரசிகர்கள் அடங்கிவிட்டார்கள். வசனத்தை அவர்களாகவே ஊகித்துப் புரிந்துகொண்டார்கள்.

பத்து டஜன் சோடாவையும் கலரையும் ஒரு மர ஸ்டேண்டில் அடுக்கிக் கடைக்கு முன்னால் வைத்துக்கொண்டு நான் நின்றேன். எனக்கு உதவியாக எங்கள் ஊரைச் சேர்ந்த கருவாயன் என்னும் பையன் இருந்தான். இடைவேளை விட்டு ஐந்து நிமிடத்திற்குள் பத்து டஜனும் காலியாகி விட்டது. கூட்டத்தை எங்களால் சமாளிக்க முடியவில்லை. யாரிடம் பணம் வாங்கினோம், யாரிடம் வாங்கவில்லை எனத் தெரியவில்லை. ஒருவன் ஐந்து ரூபாய் கொடுத்ததாகவும் சில்லரை கொடுக்கும்படியும் கேட்டான். அவன் ஐந்து ரூபாய் நோட்டுக் கொடுக்கவே இல்லை என்பது எனக்கு நன்றாகத் தெரிந்தது. 'இப்பத்தாண்டா வாங்கிப் போட்ட நீ' என்று பணம் போட நான் வைத்திருந்த டப்பாவைக் காட்டினான். உள்ளே நான்கைந்து ஐந்து ரூபாய் நோட்டுக்கள் இருந்தன. 'நீங்க கொடுக்கல' என்று எவ்வளவோ சொல்லியும் அவன் கேட்பதாக இல்லை. என்னை அடிக்கக் கையை ஓங்கிக் கொண்டு வந்தான். கருவாயன் 'சண்ட வேண்டாண்டா சில்லரயக் குடுத்திரலாண்டா' என்று அவனாகவே எடுத்துக் கொடுத்துவிட்டான். எனக்கு மனசே இல்லை. நாங்கள் இருவரும் சிறுபையன்கள் என்பதாலும் அனுபவம் இல்லை என்பதாலும் அவனுக்குப் பயந்துபோனோம். ஆனால் அவன் பணம் கொடுக்கவில்லை என்பது எனக்கு உறுதியாகத் தெரிந்தது. அப்போது சோடாவின் விலை ஐம்பது பைசா. கடைசியில் கணக்குப் பார்த்தபோது பத்து ரூபாய் குறைந்தது. இப்படி ஏமாந்து போனோமே என்று மிகவும் வருத்தப்பட்டேன்.

அன்றைக்கு எனக்கு உதவிக்கு வரவும் ஆளில்லை. நான் தோற்றத்தில் சிறுவனாக இருந்தாலும் மனவலு உடையவன்தான்.

மூர்க்கத்தனமான கோபம் கொள்வேன். ஆனால் அன்றைக்குத் தெரிந்தே ஏமாற வேண்டியதாயிற்று. அதற்குப் பின் ஏமாறாமல் எப்படி விற்பது என்பது படிப்படியாகப் பழக்கம் ஆயிற்று. கூட்டம் இருந்தாலும் இல்லை என்றாலும் முதலில் காசை வாங்கிக் கொண்டுதான் சோடா கொடுக்க வேண்டும் என்றும் சில்லரை கொடுக்க வேண்டுமானால் அதையும் கொடுத்து விட்டுத்தான் சோடாவை உடைக்க வேண்டும் என்றும் கறாரான விதியை என் அப்பன் சொல்லி வைத்தார். அதை எப்போதும் நான் மீறியதே இல்லை. அப்படி முறையாக நடந்தாலும் ஏமாற்ற ஆள் வருவார்கள். பொய் சொல்லி ஏமாற்றுகிறான் என்று தெரிந்துவிட்டால் எடுத்ததும் ஓங்கி அவன் முகத்தில் குத்திவிட வேண்டும். இதுவும் என் அப்பனின் பாடம்தான். குத்து வாங்கியவன் நிற்க மாட்டான். கூட்டத்திற்குள் புகுந்து ஓடிப் போவான். அதையும் மீறி வந்தால் பார்த்துக் கொள்ளலாம் என்பார் என் அப்பன்.

அந்த முதல் நாள் கிட்டத்தட்டக் கால்மணி நேரம் இடைவேளை விட்டார்கள். தியேட்டரின் அமைப்பு அழகு எல்லாவற்றையும்விட இப்போது ரசிகர்களுக்கு எதிரொலியால் வசனம் புரியவில்லை என்னும் பிரச்சினைதான் பெரிதாக இருந்த்து. டெண்ட் கொட்டாயாக இருந்தாலும் முருகாவில் படமும் ஒலியும் மிகத் தெளிவாக இருக்கும். அதை அடிக்க விமலாவால் முடியாது என்பதே ரசிகர்களின் பேச்சு. அதற்குப் பின்னால் விமலாவைப் பற்றிப் பரவலாக விதவிதமான செய்திகள் மக்களிடையே பரவின. தியேட்டரின் பின்புறம் இரண்டு ஆள் உயரத்தில் சிறுகரடு ஒன்று உண்டு. அதுதான் காரணம் என்று சொல்லிக் கொண்டார்கள். தியேட்டரின் மேற்புறம் ஏதோ ஒரு சாதிக்குரிய சிறிய இடுகாடு ஒன்று இருந்தது. வசனத்தைக் குழப்புவது பேயின் வேலைதான் என்று பரவிய செய்தியை என்ன செய்வது என்று தெரியாமல் தீரப்பன் குழம்பிப் போனார்.

இரண்டு நாள்தான் கூட்டம் இருந்தது. மூன்றாம் நாள் அப்படியே குறைந்து போய்விட்டது. பொறியாளரைக் கூட்டி வந்து ஆலோசனை செய்தார்கள். எதிரொலிப் பிரச்சினையைச் சரிசெய்யக் கூரையிலும் சுவர்களிலும் அட்டை அடிப்பது என முடிவாயிற்று. அதற்காகத் தியேட்டரை ஒருவாரம் மூடுவது என முடிவு செய்தார்கள். தொடங்கிய மூன்றாம் நாளே மூடுவதில் யாருக்கும் உடன்பாடில்லைதான். ஆனால் வேறு வழியில்லை. மூன்று நாளில் புதிய பெஞ்சுகள் பல உடைந்து போய்விட்டன. சோபாவைப் பிளேடு கொண்டு அறுத்துவிட்டார்கள். ஒன்றோடு ஒன்று இணைத்து வெல்டிங் செய்திருந்த ச்சேர்களை ஓங்கி ஓங்கித் தட்டுவார்கள். இப்படியே விட்டால் பெருநாசம் வரும்

என்பதோடு மக்கள் கூட்டம் இருக்காது என்பதுதான் பெரிய பிரச்சினை. தியேட்டருக்கு முன்னால் மட்டும் ஒரு தட்டியில் எழுதி வைத்தார்கள். ஒருவாரம் படம் இல்லை.

அந்த அட்டையை எங்கே வாங்கி வந்தார்கள் எனத் தெரியவில்லை. இரண்டடிச் சதுரத்தில் மரக்கூழ் கொண்டு தயாரித்த அட்டை அது என நினைக்கிறேன். சுவர்களில் அவற்றைப் பொருத்தும் வேலை வேகமாக நடந்தது. படம் ஓட்டிப் பார்த்தார்கள். வசனம் தெளிவாக ஒலித்தது. எதிரொலி பிரச்சினை முடிவுக்கு வந்தது. தியேட்டர் மறுதொடக்கத்திற்கு மீண்டும் சுவரொட்டி ஒட்டினார்கள். 'புதிய ஒலி அமைப்புடன்' என்னும் வாசகம் சேர்க்கப்பட்ட சுவரொட்டி. 'பேர் சொல்ல ஒரு பிள்ளை' படம் ராசியில்லை. புத்தம் புதிய ரிலீஸ் படம் மூன்று நாட்களோடு முடிந்து போனது.

5

புத்தம் புதிய காப்பி

அந்த ஒருவாரம் நாங்களும் மிகப் பரபரப்பாக இருந்தோம். சோடாக்கடைக்கு என்று ஒதுக்கப்பட்ட பகுதியை எங்களுக்கு ஏற்ற மாதிரி வடிவமைக்கவும் மெஷின், தண்ணீர்த் தொட்டிகள், பாட்டில்கள், மர கிரேடுகள் என எல்லாவற்றையும் கொண்டு வந்து சேர்க்கவும் பயன்படுத்திக் கொண்டோம். கடையின் இருபுறம் மரப்பலகைகளும் கதவும் பொருத்திப் பாதுகாப்பான இடமாக்கியதும் என் அப்பன் திருப்தி கொண்டார். தொடங்கி முதல் இரண்டு நாட்கள் தியேட்டரைப் பார்க்க நல்ல கூட்டம் என்பதால் சோடா விற்பனை கணிசமாக இருந்தது. ஒரு காட்சிக்கு நூறு ரூபாய்க்கு மேல் வருமானம். நாள் வாடகை கொடுத்தது போகக் கிட்டத்தட்ட ஆயிரம் ரூபாய்க்குக் கையில் இருந்தது.

சோடாக்கடையைப் பொருத்தவரை உடல் உழைப்புத்தான் மிகுதியாக வேண்டும். சோடாப் பாட்டில்களின் விலை அதிகம். மற்றபடி தயாரிப்புப் பொருள்களின் எண்ணிக்கையும் விலையும் அதிகம் என்று சொல்ல முடியாது. கை கால்களில் வலு இருந்து உழைக்க முடிந்தால் போதும். என் அப்பனும் அண்ணனும் இரவுபகல் பாராது உழைக்கக் கூடியவர்கள். நான் பள்ளிக்குச் சென்றுவிட்டு வந்து அவர்கள் இருவருக்கும் சோறு கொண்டு செல்வேன். சிறுபையன் என்பதாலும் படிப்பதாலும் எனக்குச் சலுகைகள் உண்டு. ஒரு வேலையைச் செய்ய முடியாது என்று கண்டிப்பாக மறுத்தால் என் அப்பன் விட்டுவிடுவார். 'வேல செய்ய

அஞ்சுனா எப்பிடீடா பொழைக்க முடியும்?' என்பதுதான் அவர் அடிக்கடி கேட்கும் கேள்வி.

அவர் சிறுவயதிலிருந்து கள்ளும் சாராயமும் குடித்து வளர்ந்தவர். ஆனால் உணவு அவருக்கு விருப்பமானதல்ல. கறிக்குழம்பும் பருப்புக் குழம்பும் அவருக்குப் பிடித்தவை. வெறும் பருப்புக் கடைசல் தண்ணீராட்டம் இருக்க வேண்டும். வேறு எதுவும் தேவையில்லை. பருப்புக் குழம்பு வைப்பதில் என் அம்மாவின் கைப்பக்குவம் அபாரமானது. அந்த நாட்களில் மட்டும் கொஞ்சம் சாப்பிடுவார். அதனால் பெரும்பாலான நாட்களில் பருப்புக் குழம்புதான் எங்கள் வீட்டில். வேறு குழம்பு வைத்தாலும் அப்பனுக்காகக் கொஞ்சம் பருப்பும் கடைந்துவிடுவார் அம்மா. குடியாலும் சரியாகச் சாப்பிடாததாலும் அவருக்கு வயிற்றுப் புண் தொந்தரவு தொடர்ந்து இருந்தது. வயிற்றுவலி அவருக்கு இயல்பான ஒன்றாக மாறியிருந்தது. அந்தத் துன்பத்திலும் அவரது உழைப்பு அபரிமிதமானது.

அவருக்கு ஈடுகொடுக்க அண்ணன் முயல்வான். என்னை விட நான்கு வயது மூத்தவனான அவன் ஒன்பதாம் வகுப்பில் பெயில் ஆனவுடன் பள்ளியிலிருந்து நிறுத்திவிட்டார் அப்பன். அப்போதெல்லாம் பள்ளிப் படிப்பைப் பொருத்தவரை பாஸாகும் வரை படிக்கலாம் என்பதுதான் நியதி. என்னையும் நிறுத்திவிடுவார் என்னும் பயத்திலேயே நான் ஓரளவு படித்துப் பாஸாகி அடுத்தடுத்த வகுப்புகளுக்குச் சென்று கொண்டிருந்தேன். அவர்களுக்குக் கைவேலை செய்து கொடுத்தால் போதும். மிகவும் சந்தோசப்படுவார்கள். தியேட்டரில் எதிரொலியைத் தடுக்க வேலை நடந்து கொண்டிருந்த அந்தச் சமயத்தில் இப்படி எங்கள் வேலையும் வேகமாக நடந்து முடிந்தது.

தியேட்டர் தொடங்கி மூன்று நாளில் மூடப்பட்டதால் வேலை செய்யும் பையன்கள் அதிகம் வந்து சேரவில்லை. டிக்கெட் கிழிப்பது உள்ளிட்ட அலுவலக வேலைகளுக்கும் சோடாக்கடை, பீடாக்கடை, டீக்கடை, சைக்கிள் ஸ்டேண்ட் உள்ளிட்ட கடை வேலைகளுக்கும் எனக் கிட்டத்தட்ட இருபது பையன்களாவது எப்போதும் தேவைப்படுவர். படம் ஓடத் தொடங்கிவிட்டால் எங்கிருந்தோ வந்து சேரத் தொடங்கிவிடுவர். முதல் மூன்று நாட்கள் வந்த பையன்களுக்கு ஏதாவது வேலை கொடுத்தும் உணவுக்கு ஏற்பாடு செய்தும் கடைக்காரர்கள் அவர்களைத் தக்க வைத்துக்கொள்ள முயன்றனர். அப்படியும் பையன்கள் மிகக் குறைவாகவே இருந்தனர். அதனால் மறுதொடக்கத்துக்கான சுவரொட்டி ஒட்டும் வேலைக்குப் போதுமான ஆட்கள் கிடைக்கவில்லை.

அங்கே இங்கே என்று ஆளுக்கு அலைந்ததைப் பார்த்து என்னையும் கருவாயனையும் போகச் சொன்னார் அப்பன். தியேட்டர் தொடர்பான எந்த வேலையையும் ஆர்வத்தோடும் மகிழ்ச்சியோடும் செய்யும் துடிப்பில் இருந்தேன் அப்போது. கருவாயன் என்னைவிட ஒருவயது சின்னவன். எங்கள் ஊரையே சேர்ந்தவன். பள்ளியில் என்னைவிட ஒருவகுப்பு குறைவாகப் படித்துக்கொண்டிருந்தவன் ஆறாம் வகுப்பில் பெயிலாகி நின்றுவிட்டான். சைக்கிள் கடை, ஓட்டல் கடை என்று பல இடங்களில் வேலை பார்த்த அனுபவம் அவனுக்கு இருந்தது. கருவாயன் என்பது பட்டப்பெயர். உடல் நிறம் கொண்டு அவனுக்கு அப்படிப் பட்டப்பெயர். பள்ளியில் படிப்பவர்களுக்குத்தான் அவன் பெயர் ரங்கசாமி என்பது தெரியும். என்றாலும் ஊரிலேயே எல்லாரும் கருவாயன் என்றுதான் அழைப்பார்கள்.

அமாவாசை உள்ளிட்ட விசேஷ நாட்களில் கரட்டூர் மலையில் கலர் விற்கவும் வாரச் சந்தைகளுக்குக் கொண்டுபோய் விற்பனை செய்யவும் என ஏற்கனவே எங்கள் கடையில் அவன் வேலை செய்துகொண்டிருந்தான். அவனுக்குச் சம்பளம் என்று எதுவும் இல்லை. ஒரு பாட்டிலுக்குப் பத்துப் பைசா அவனுக்குக் கமிஷன். நான்கிலிருந்து ஐந்து டஜன் வரைக்கும் சைக்கிளில் வைத்து அவனால் கொண்டு போக முடியும். கொண்டு போகும் அனைத்தையும் பெரும்பாலும் விற்றுவிடுவான். சந்தைக்கும் மலைக்கும் வரும் மக்கள் கலர்தான் குடிப்பார்கள். ஆண்களில் சிலர் மட்டும் சோடா கேட்பார்கள். கோலிக்குண்டுப் பாட்டில்களில்தான் சோடா பிடிக்க முடியும். இப்போதைய மினி கூல்டிரிங்ஸ் பாட்டில்களைப் போன்ற கிரஸ் பாட்டில்களில் கலர் பிடிக்கலாம். கலருக்குக் கேஸ் கொஞ்சமாக இருந்தால் போதும் என்பதால் கிரஸ் பாட்டில்கள் தாங்கும். அவை அதிகக் கனமும் இருக்காது.

அப்படி விற்பனைக்குப் போகும் நாளில் எப்படியும் ஐந்து ரூபாய் அவனுக்குக் கிடைத்துவிடும். ஆனால் அதற்கான உழைப்பு மிக அதிகம். முதல் நாள் மாலையிலேயே வந்து பாட்டில் கழுவியும் தண்ணீர் பிடித்தும் கலர் தயாரிப்புக்கு உதவி செய்து கம்பிப் பெட்டிகளில் அடுக்கி வைத்துக்கொள்ள வேண்டும். நான்கைந்து டஜன்களைக் கொண்டு சைக்கிள் மிதிக்க வேண்டும். நாள் முழுக்கச் சந்தையில் 'கலர் கலரே' என்று கூவிக்கொண்டு நிற்க வேண்டும். அந்த வருமானம் அப்போது பெரிதாகத்தான் தோன்றியது. என்னைவிடச் சிறியவனாக இருந்தும் என்மேல் அதிகாரம் செலுத்தும் அளவுக்கு அவனுக்கு அனுபவம் கூடியிருந்தது.

நிழல்முற்றத்து நினைவுகள்

சுவரொட்டி ஒட்டும் வேலை அவனுடையது. உதவிக்காக அவனுடன் நான் போக வேண்டும். இப்படிப்பட்ட வேலைகளில் எப்போதுமே எனக்கு முதன்மை கிடைத்ததில்லை. அதற்குப் பின்னும் பலமுறை சுவரொட்டி ஒட்டச் சென்றிருக்கிறேன். யாருக்காவது உதவியாளாகவே செல்வேன். படிக்கிற பையன் என்பதாலும் எனக்கு இந்த வேலை பொருத்தமானது இல்லை என்னும் எண்ணத்தாலும் என்னால் இத்தகைய வேலைகளை இயல்பாகச் செய்ய முடியாது என்று கருதினார்கள் போல. பெரிதாக நான் ஒன்றும் செய்ய வேண்டியதில்லை. பேச்சுத் துணைக்கு ஓர் ஆள். அவ்வளவுதான். இப்படி உதவியாளாகச் செல்வதால் எனக்குக் கிடைத்த பயன் எல்லாவற்றையும் கவனிக்கிற வாய்ப்பு அமைந்தது என்பதே. கரட்டூரின் சுற்று வட்டாரப் பகுதிகள் பலவற்றைப் பார்க்கவும் முடிந்தது. ஒவ்வொரு முறை போக நேரும்போதும் வேறு வேறு சாலைகளைத் தேர்வு செய்துகொள்வேன்.

தியேட்டரின் முதல் தொடக்கத்தைவிட இப்போதுதான் அதிகமான விளம்பரம் தேவைப்பட்டது. அதற்கேற்ப எம்ஜிஆர் படம் ‘படகோட்டி’ போட்டார்கள். பழைய படங்களைப் போடும்போது புதுப் பிரிண்டாக இருந்தால் பார்க்க நன்றாக இருக்கும். ஓடித் தேய்ந்த பழைய பிரிண்ட் என்றால் படம் ஓடிக்கொண்டிருக்கும்போதே பிலிம் அறுந்துவிடும். உடனே படத்தை நிறுத்தி அறுந்த இடத்தை இணைத்து ஒட்டி மீண்டும் ஓட்ட வேண்டும். நான்கைந்து முறை அறுந்துபோகும் பிலிம்கள் உண்டு. அப்படிப் படம் ஓட்டுவது மிகக் கஷ்டம். படம் பார்க்கவும் நன்றாக இருக்காது. அங்கங்கே புள்ளிகளும் பொறிப்பொறியான டிசைன்களும் விழுந்து எரிச்சல் உண்டாக்கும். அதனால் புது பிரிண்ட்டாக இருக்க வேண்டும் என மக்கள் எதிர்பார்ப்பர். ஆகவே சுவரொட்டியிலேயே ‘புத்தம் புதிய காப்பி’ என அச்சிட்டு ஒட்டுவர்.

சுவரொட்டிகளில் இரண்டு வகை உண்டு. படப் போஸ்டர், எழுத்துப் போஸ்டர் என்று அவற்றைச் சொல்வார்கள். படப் போஸ்டர் என்பது நடிகர், நடிகையரின் படங்களுடன் திரைப்படக் காட்சியைச் சித்திரிப்பவை. அவற்றைப் படக் கம்பெனியே தருவார்கள். அதில் பல வடிவங்கள் உண்டு. படத்திற்கேற்பப் பத்திலிருந்து இருபது சுவரொட்டிகள் மட்டும் மிகப் பெரிதாக இருக்கும். இரண்டிலிருந்து நான்கு துண்டுகள் வரை இருக்கும் அவற்றைச் சரியாகப் பொருத்தி ஒட்டுவது பெரிய வேலை. அத்தகைய சுவரொட்டிகளைப் பெரும்பாலும் நகரத்துக்குள் ஒட்டுவார்கள். தியேட்டரின் முன்பக்கத்தில் ஒட்ட மூன்று சுவரொட்டிகள் தேவைப்படும். முருகா டாக்கீஸிலும்

மற்றவற்றிலும் சுவரொட்டிகளை ஒட்டத் தனியிடம் இல்லை. இரண்டு கால்களை நிறுத்தி அதன்மேல் கட்டப்பட்ட பெரிய தட்டியில்தான் ஒட்டுவார்கள். விமலாவில் சுவரொட்டிக்கெனத் தனியிடம் இருந்தது. டிக்கெட் கவுண்டரின் மேல்பகுதியில் சுவரொட்டி ஒட்டுவதற்கென்றே நீளமான சுவர் கட்டியிருந்தார்கள். ஆண்கள், பெண்கள் என இரண்டு பக்கக் கவுண்டர்களின் மேலும் சுவர்கள் உண்டு. ஆனாலும் தியேட்டர் வாசலின் மையப் பகுதியில் ஒரு தட்டியும் இருந்தது. சுவர்களில் ஒட்டப்பட்டிருந்த சுவரொட்டிகள் அருகிலிருந்து பார்ப்பவர்களுக்கு அவ்வளவாகத் தெரியாது. தூரத்தில் இருந்து பார்ப்பதற்குத்தான் ஏற்றவை. அதனால் நடுவில் தட்டியையும் கட்டி வைத்திருந்தார்கள். அங்கே ஒட்டியது போக மீதமுள்ளவற்றை நகரத்துக்குள்ளேயே முடிந்த அளவு ஒட்டுவார்கள்.

சந்தையின் சுற்றுச்சுவரில் நிச்சயம் ஒன்று உண்டு. கரட்டூரி லிருந்து ஒவ்வொரு ஊருக்கும் பிரியும் சாலைகளின் தொடக்கத்தில் ஒவ்வொன்று. படப் போஸ்டரில் சிறியவைதான் அதிகமாக இருக்கும். அவற்றை நகரத்திற்கு வெளியே ஒட்டுவார்கள். அவற்றின் மேல் ஒட்டுவதற்காகத் துண்டுச் சீட்டுகள் போன்ற சிறு போஸ்டர்கள் உண்டு. 'கரட்டூர் ஸ்ரீவிமலாவில்' (இதில் கரட்டூர் என்பது மட்டும் சிறிய எழுத்தில் இருக்கும்), 'இன்று முதல்', 'தினசரி 4 காட்சிகள்', 'தினசரி 3 காட்சிகள்', 'இன்றே கடைசி' ஆகியவை அப்படியானவை. இவற்றில் படப் போஸ்டர் ஒட்டும்போதே ஒட்ட முடியாதது 'இன்றே கடைசி' என்பதுதான். படம் என்றோடு முடிகிறது என்பதைத் தெரிவித்தால் அதைப் பார்க்க விரும்பியவர்கள் அன்றைக்குப் பார்க்க வருவார்கள், கூட்டம் இருக்கும் என்பதுதான் இந்தத் தெரிவிப்பின் நோக்கம். நகரத்திற்குள் மட்டும் 'இன்றே கடைசி' ஒட்டினால் போதும். மிகச் சில படங்களுக்கே எல்லாப் பக்கமும் ஒட்டுவார்கள். அதை ஒட்ட ஒருவரோ இருவரோ போதும்.

இன்னொரு வகையான எழுத்துப் போஸ்டர் என்பதையும் மிக முக்கியமான படமாக இருந்தால் படக் கம்பெனியே அச்சடித்துக் கொடுத்துவிடும். சாதாரணப் படங்களுக்குத் தியேட்டர்காரர்கள்தான் அச்சடித்துக்கொள்ள வேண்டும். படக் கம்பெனிக்கும் தியேட்டருக்கும் எவ்வகை ஒப்பந்தம் என்பதைப் பொருத்து யார் அச்சடிப்பது என்பது மாறும். எழுத்துப் போஸ்டரில் ஊர்ப்பெயருடன் கூடிய தியேட்டர் பெயர், படம் தொடங்கும் தேதி அல்லது 'இன்று முதல்' என்னும் பொதுவாசகம், தினசரி எத்தனை காட்சிகள் என்னும் விவரம், படத்தின் பெயர் (பெரிய எழுத்தில்), அதற்கு முன்னோ அல்லது பின்னோ நடிகர், நடிகையர் விவரம் (கதாநாயகன், கதாநாயகி,

வில்லன் ஆகியோர் பெயர்கள் இருக்கும். நகைச்சுவை நடிகரின் பெயர் இடம்பெறுவதும் உண்டு. போஸ்டரில் அதற்குத்தான் இடமும் போதும்) ஆகியவை இருக்கும்.

படப் போஸ்டர் ஒட்டும் இடத்தில் அதற்கு இணையாகவோ அதற்குக் கீழாகவோ எழுத்துப் போஸ்டரை ஒட்ட வேண்டும். படப் போஸ்டர் ஒட்டாத பல இடங்களிலும் எழுத்துப் போஸ்டர்கள் ஒட்ட வேண்டும். கரட்டூர் நகரத்துக்குள் ஒட்டுவதற்குச் சில இடங்களில் சுவர்கள் உயரமாக இருக்கும். அதனால் ஏணி ஒன்றும் வேண்டும். நல்ல அனுபவம் உள்ள பையன்களையே நகரத்திற்குள் ஒட்ட அனுப்புவார்கள். பிற்காலத்தில் சென்னைக்குச் சென்றபோது படங்களைக் குறித்த அறிவிப்புகள் பல இடங்களில் சுவரெழுத்துக்களாக இருப்பதைக் கண்டு ஆச்சரியப்பட்டிருக்கிறேன். பெருநகரங்களில் மட்டும் சுவரெழுத்து முறை இருக்கிறது போலும். அதற்கான காரணம் எனக்கு இன்றுவரை புரியவில்லை. அங்கே படங்கள் அதிக நாட்கள் ஓடும் என்பதால் சுவரொட்டியை விடச் சுவரெழுத்துக்கு அதிக ஆயுள் என்று அதைத் தேர்வு செய்கிறார்களா? பெரு நகரத்தின் பல பகுதிகளில் சுவரொட்டி ஒட்டினால் செலவு அதிகமாகும் என்பதாலா? வாரப் பத்திரிகைகளில் போடும் நகைச்சுவைத் துணுக்குகளில் சுவரொட்டிகளைப் பசுமாடுகள் உரித்துத் தின்னுகின்றன. அதுவும் காரணமாக இருக்குமா? தெரியவில்லை. ஆனால் எங்கள் ஊரில் ஒருபோதும் சுவரெழுத்து முறை இல்லை.

நகரத்திலிருந்து பிற ஊர்களுக்குப் பிரியும் சாலைகள் ஏழு உள்ளன. ஓடையூர் செல்லும் நேர்வழி, தூனங்கூர் வழியாக ஓடையூர் செல்லும் சுற்றுவழி, கண்ணூர் செல்லும் சாலை, ஆரையூர் செல்லும் சாலை, மலையூர் செல்லும் நேர்வழி, மலையூர் செல்லும் சுற்றுவழி, நத்தைமலைச் சாலை ஆகியவை அவை. ஒவ்வொரு சாலையிலும் இத்தனை இடங்களில் ஒட்ட வேண்டும் என்பது கட்டாயம். பையன்கள் ஒட்டிக் கொண்டிருக்கும்போதோ ஒட்டி முடித்த பின்னாலோ தியேட்டர் மேனேஜர் அல்லது வேறு ஒருவர் சைக்கிளில் வந்து பார்த்துச் செல்வதும் உண்டு. ஒட்டாமல் ஏமாற்றிவிடுவார்கள் என்பதால் இந்த ஏற்பாடு. ஒவ்வொரு முறையும் ஏதாவது ஒரு சாலைப் பகுதிக்கு வருவார்கள். எந்தச் சாலைக்கு இந்த முறை வருவார்கள் என்பது தெரியாததால் பையன்களுக்குக் கொஞ்சம் பயம் இருக்கும். சுவரொட்டி ஒட்டப் போவதற்குப் பேட்டா என்று ஒரு தொகை தருவார்கள். ஒவ்வொரு சாலையின் தூரம், ஒட்ட வேண்டிய இடங்களின் எண்ணிக்கை ஆகியவற்றைப் பொருத்துப் பேட்டாத் தொகை மாறும். சைக்கிள் வாடகையும்

தந்துவிடுவார்கள். அதற்கு மேல் ஒரு போஸ்டருக்கு இவ்வளவு என்று ஒரு தொகையும் உண்டு. பொதுவாக இரண்டாம் ஆட்டம் இடைவேளை முடிந்ததும் கிளம்பினால் காலையில் ஆறு ஏழு மணிக்குத் திரும்பலாம். படம் மாற்றினால் பையன்களின் கைகளில் கொஞ்சம் காசு புரளும்.

ஒவ்வொரு சாலையிலும் பத்துக் கல் தொலைவு அளவுக்குச் செல்ல வேண்டியிருக்கும். சில சாலைகளில் இருந்து பிரிந்து செல்லும் பெரிய ஊர்களுக்கும் சென்று ஒட்ட வேண்டும். கருவாயனுக்கும் எனக்கும் ஒதுக்கப்பட்டிருந்த பகுதி, தூனங்கூர் வழியாக ஓடையூர் செல்லும் சுற்றுப்பாதை. அதில் தூனங்கூர் வரைக்கும் சென்று ஒட்ட வேண்டும். தியேட்டர் ஓடினால் இரண்டாம் ஆட்டம் இடைவேளை முடிந்து செல்லலாம். இது மறு தொடக்கம் என்பதால் ஒருநாள் முன்னாலேயே ஒட்ட வேண்டும் என்றும் பகலிலேயே செல்லலாம் என்றும் சொல்லிவிட்டார்கள். மதிய உணவு முடித்து ஆளுக்கொரு சைக்கிளில் கிளம்பினோம். என்னுடையது சொந்த சைக்கிள். பள்ளிக்கூடம் போவதற்காக எனக்குக் கொடுக்கப்பட்ட சைக்கிள். என்றாலும் எனக்கும் சைக்கிள் வாடகை கிடைத்திருந்தது. இரண்டு சைக்கிளுக்கு வாடகை வாங்கிக்கொண்டு இருவரும் ஒரே சைக்கிளில் சென்றால் வாடகை மிஞ்சும். அதையே வழக்கமாகப் பையன்கள் கடைபிடிப்பார்கள். கருவாயனும் அப்படித்தான் சொன்னான். ஆனால் என் சைக்கிளை நான் யாருக்கும் தருவதில்லை என்று கறாராக இருந்த காரணத்தால் இருவரும் தனித்தனிச் சைக்கிளிலேயே சென்றோம்.

அந்த நாள் இன்றைக்கும் எனக்கு நன்றாக நினைவிருக்கிறது. கடும் வெயில். சாலை நெடுகப் புளியமரங்கள் நின்றிருந்தன. இந்தக் காலத்தைப் போலல்ல. ஓர் ஊருக்கும் அடுத்த ஊருக்கும் இடையே வெகுதூரமிருக்கும். இடையில் கடைகிடை ஏதும் இருக்காது. தண்ணீர் எடுத்துச் செல்லும் வழக்கம் அப்போதில்லை. யார் வீட்டில் கேட்டாலும் கொடுப்பார்கள். கேட்பவர்கள் என்ன சாதி என்று தெரியாது ஆகையால் பனங்கோட்டை, சிரட்டை, ஈய டம்ளர் ஆகியவற்றில் ஒன்றில் தருவார்கள். விவசாய வேலைகள் செய்து ஓரளவு பயிற்சி உள்ளவன் எனினும் அந்த வெயிலைத் தாங்க முடியவில்லை. பொதுவாக விவசாய வேலைகளை மொட்டை வெயிலில் செய்ய மாட்டார்கள். விடிகாலையில் நிலத்திற்குள் இறங்கினால் வெயிலேறும் நேரத்தில் வேலையை முடித்துவிடுவார்கள். அதேபோல் மாலையில் வெயிலிறங்கிய பிறகே வேலையில் இறங்குவார்கள். இருட்டுக் கட்டும் வரை வேலை நடைபெறும். தண்ணீரின்றி நாக்கு வறண்டு என்னால் சைக்கிளை மிதிக்க முடியவில்லை.

சூரனூரில் ஒட்டிவிட்டு அடுத்த ஊராகிய குளப்பட்டிக்குச் சென்று கொண்டிருந்தோம். என்னால் முடியவில்லை என்பதைக் கண்டு இன்னும் கொஞ்ச தூரம்தான், குளப்பட்டி சென்றதும் தண்ணீர் வாங்கித் தருகிறேன் எனக் கருவாயன் நம்பிக்கை ஊட்டி அழைத்துச் சென்றான். குளப்பட்டிக்கு முன் ஒரு பெரிய மேடு. கால்கள் துவண்டு என்னால் சைக்கிளை அழுத்தவே முடியவில்லை. இறங்கி மெல்லத் தள்ளியபடி சென்றேன். அதுவும் முடியாமல் புளியமரம் ஒன்றின் அடியில் உட்கார்ந்துவிட்டேன். மேட்டின் முடிவில் கீற்று வேய்ந்த ஒரு டீக்கடை இருந்தது. அங்கே போய் சிறுலோட்டா ஒன்றில் கருவாயன் தண்ணீர் வாங்கி வந்து கொடுத்தான். குடித்தபின் தேக்கம் தேறிச் சென்றேன். டீக்கடையைச் சுற்றிலும் இருந்த படல் அடைப்பில் சுவரொட்டி ஒட்ட வேண்டும். எல்லாக் கொட்டாய்க்காரர்களும் அங்கே ஒட்டியிருந்தார்கள். போஸ்டர் ஒட்டப் பெரும்பாலும் டீக்கடைக்காரர்கள் இடம் கொடுப்பார்கள். எந்தக் கொட்டாயில் என்ன படம் என்று தெரிந்துகொள்ள வருபவர்களால் கடைக்குக் கொஞ்சம் வியாபாரமும் ஆகும் என்பது காரணம்.

அப்போது கடையில் கடைக்காரரைத் தவிர ஒரே ஒரு பெரியவர் மட்டும் இருந்தார். எத்தனை விதமான படப்போஸ்டர் இருக்கிறது என்று அந்தப் பெரியவர் காட்டச் சொன்னார். எங்களிடம் இருந்தவற்றைக் காட்டினோம். பெரும்பாலான சிறு போஸ்டர்கள் கதாநாயகன் கதாநாயகி இருவரும் இணைந்திருக்கும் பாடல் காட்சிச் சித்திரமாகவே இருக்கும். எம்ஜிஆர், சிவாஜி படப் போஸ்டர்களில் அவர்களுக்கே முக்கியத்துவம் அதிகமாக இருக்கும். ஜெமினி, முத்துராமன் போன்றவர்களின் படப் போஸ்டர்களில் அவர்களோடு இணையாகக் கதாநாயகி படமும் பெரிதாகக் காணப்படும். இத்தகைய நடிகர்களின் படப் போஸ்டர்களில் பத்மினி, கே.ஆர். விஜயா போன்ற பிரபல நடிகைகள் இருந்தால் அவர்கள் படம் பெரிதாகவும் கதாநாயகன் படம் சிறிதாகவும் அமைவது உண்டு. எங்களிடம் இருந்த போஸ்டரில் எம்ஜிஆர் மீனவத் தொப்பி, முதுகில் வலை இவற்றோடு நடந்து செல்லும் போஸ்டரை அந்தப் பெரியவர் தேர்ந்தெடுத்து ஒட்டச் சொன்னார். அதோடு அவர் விட்டாரா? இல்லை, அவரிடமிருந்து தப்பித்து வர நாங்கள் பட்ட பாடு பெரிது.

6

தினசரி நான்கு காட்சிகள்

ஊருக்குள் வந்து ஒரு போஸ்டர் ஒட்டும்படி அந்தப் பெரியவர் கூப்பிட்டார். 'இன்னம் நெறைய எடத்துல ஒட்டணும் தாத்தா. இந்த ஊருக்கு இது போதும்' என்றான் கருவாயன். 'எங்கூர்ல எல்லாருமே எம்ஜிஆரு கட்சிதாம்பா. இந்தப் படம் பாக்க ஊரே வரும்' என்றவர் சுருட்டைப் புகைத்துக்கொண்டே 'எட்டிப் புடிச்சாப்லதான ஊரு. சாவடிச் செவுத்துல ஒன்னு ஒட்டுங்கப்பா. வாத்தியாரு படம்ங்கிறதால கேக்கறன்' என்று மென்மையாகச் சொன்னார். கருவாயன் ஏதும் பேசாமல் யோசிக்கிற பாவனையில் இருந்தான். 'வெயிலுக்குக் கம்போ களியோ கொஞ்சம் குடிச்சிட்டுப் போலாம் வாங்கப்பா' என்று எங்கள் பலவீனத்தில் கைவைத்தார் கிழவர். அதற்கு மேல் அழைப்பைத் தட்ட முடியாமல் அவரோடு போனோம்.

கருவாயன் சைக்கிள் கேரியரில் போஸ்டர் கட்டு இருந்தது. மூன்று நான்காக மடிக்கப்பட்டவை. அவற்றின் நடுவே 'ஸ்ரீவிமலாவில்', 'இன்று முதல்', 'தினசரி 4 காட்சிகள்' ஆகிய அறிவிப்புப் போஸ்டர்கள் செருகி வைக்கப்பட்டிருந்தன. ஹேண்டில்பாரில் பசை வாளி மாட்டப்பட்டிருந்தது. சிவப்பு நிற வாளி. தீ விபத்து ஏற்பட்டால் அணைக்கவென மணல் நிரப்பித் தியேட்டரில் திரைக்கும் தரை டிக்கெட்டுமான இடைப்பட்ட பகுதியில் பல வாளிகளைக் கம்பிக் கொக்கியில் தொங்க விட்டிருப்பார்கள். படப் போஸ்டர் ஒட்டும் நாளில் அந்த வாளிகள் எல்லாம் பசை வாளிகளாக மாறும்.

மைதா மாதாவைக் கரைத்துக் கொதிக்க வைத்துத் தயாரிக்கும் பசை. நன்றாக ஒட்ட வேண்டும் என்பதற்காகக் கொஞ்சம் நவாச்சாரம் கலப்பார்கள். பெரிய போவனியில் காய்ச்சிக் கிளறிய பசையை ஒவ்வொரு பகுதிக்கும் ஏற்ற மாதிரி ஒன்று அல்லது இரண்டு வாளிகளில் அள்ளிக்கொள்ள வேண்டும்.

எங்களுக்கு ஒரு வாளி பசையே போதுமானது. அதை என் சைக்கிளில் மாட்டிக்கொள்ளும்படி புறப்படும்போதே கருவாயன் கேட்டான். நான் வன்மையாக மறுத்துவிட்டேன். எப்படியும் சைக்கிளில் பசை படியும். பள்ளிக்கூடத்திற்குப் பசை படிந்த சைக்கிளில் போக எனக்கு விருப்பமில்லை. அதுவல்லாமல் என்னுடையது 'அம்பர்' சைக்கிள். எனக்காகத் தேடிப் பிடித்து யாரிடமிருந்தோ என் அப்பன் வாங்கி வந்து நிறையச் செலவு செய்து எனக்குக் கொடுத்திருந்தார். அம்பர் சைக்கிளின்மேல் என் அப்பனுக்கு அப்படி ஒரு பிரியம். அந்தக் கம்பெனி சைக்கிள் மிக நன்றாக உழைக்கும் என்பார். அந்தச் சமயம் சைக்கிள் தயாரிப்பைக் கம்பெனி நிறுத்தி விட்டிருந்தது என நினைக்கிறேன். எப்போதும் பழையதற்கு இருக்கும் மவுசே தனி. அவரிடம் ஏதாவது நான் கோபமாகப் பேசினால் 'உனக்கு அம்பர் சைக்கிள் வாங்கிக் குடுத்தது இதுக்குத்தானாடா' என்பார் பரிதாபமாக முகத்தை வைத்துக்கொண்டு. அந்த வார்த்தைகளுக்கு முன் என் கோபம் பறந்தோடிவிடும். ஆகவே என் சைக்கிளைக் கண் போலக் காத்து வந்தேன்.

வாளியை நான் மாட்டிக்கொள்ள மறுத்துவிட்டதால் முகத்தை உர்ரென்று வைத்துக்கொண்ட கருவாயனைச் சமாதானப்படுத்த 'போஸ்டரு கட்ட என்னோட கேரியர்ல வச்சுக்கறன், குடுடா' என்று கேட்டேன். 'ஒன்னும் வேண்டா' என்று மறுத்துவிட்டான். ஒவ்வொருவருக்கும் ஒவ்வொரு சந்தர்ப்பம் அமையத்தான் செய்கிறது. பசை வாளியும் போஸ்டரும் கட்டும் இருந்ததால் கருவாயன் தப்பித்தான். அந்தக் கிழவர் என் சைக்கிளில் ஏறிக்கொண்டார். வெயிலில் களைத்து வந்த நான் கிழவரை வைத்துச் சைக்கிளை அழுத்திக்கொண்டு போக வேண்டியானது. மாட்டு வண்டிகள் பல காலமாகப் போய்ப்போய் மண் திருநீறாக உருமாறிவிட்ட பாதை. சில இடங்களில் பெரும்பள்ளம். அப்புறம் மேடு. திருநீறுக்குள் புதைந்துகொள்ளும் சைக்கிள் டயரை மீட்டு மேலேறப் பெரும் பிரயத்தனம் தேவை. தார்ச்சாலையிலிருந்து பிரிந்து சென்ற மண்பாதையில் ஒரு பர்லாங் தூரம் போனதும் ஊர் வந்தது.

ஊர் தொடக்கத்திலேயே பெரிய வேப்பமரமும் சாவடியும் இருந்தன. சாவடி என்பது ஊர்ப் பொதுவிடம். சிறு

மண்டபம் போலக் கட்டியிருப்பார்கள். பத்துப் பதினைந்து பேர் படுத்துக்கொள்ளலாம். இரவுகளிலும் பழமை பேசவும் குடும்ப வெக்கையைத் தணித்துக்கொள்ளவும் சிலர் அங்கே வந்து படுத்துக்கொள்வதுண்டு. அப்போதெல்லாம் சாவடி எந்நேரமும் நிறைந்திருக்கும். பகலில் தாயமோ பாஞ்சாங்கரமோ விளையாடுவார்கள். தைமாதம் தொடங்கி மூன்று நான்கு மாதங்களுக்குச் சாவடி இடம் போதாமல் களை கட்டும். உழவு வேலைகள் இல்லாமையால் ஆண்கள் சாவடியில் அணைந்து கிடப்பார்கள். நடுத்தர வயது ஆண்களுக்கும் கிழவர்களுக்குமான இடம் அது. இளைஞர்களுக்குக் கிராமம் வேறு பல இடங்களை வைத்திருந்தது.

நாங்கள் சாவடிக்குப் போனதும் ஊர்ப்பக்கத்துச் சுவரைக் காட்டிக் கிழவர் அதில் போஸ்டரை ஒட்டச் சொன்னார். சாவடியில் படுத்துக் கிடந்த ஒரு சிலர் எழுந்து கொண்டார்கள். வெயிலுக்கு வீடுகளில் அடைந்து கிடந்த பெண்கள் சிலரும் அரவம் கேட்டுச் சாவடிக்கு வந்தார்கள். சாவடியும் வேப்பமர நிழலும் சட்டென நிறைந்துவிட்டன. ஹவுஸ்புல் போர்டு வைக்க வேண்டியதுதான் பாக்கி. கிராமத்திற்குள் காற்றும்கூட மக்களின் விசாரணைக்கு ஆளாகித்தான் உள்நுழைய முடியும். பெரிய கூட்டத்தின் முன் நிற்பது எங்களுக்குச் சந்தோசமாகவே இருந்தது. நான்குபேர் கூடியிருக்கும் இடத்தில் பேச எனக்குக் கூச்சமாக இருக்கும். ஆனால் கருவாயன் வெளுத்து வாங்குவான். எல்லாரும் எந்தக் கொட்டாய், என்ன படம் என்று அறிவதில் ஆர்வமாக இருந்தார்கள். விமலா என்றதும் 'அப்பங் கொட்டாயா?' என்றார்கள். அப்போது தொடங்கி விமலாவுக்கு மக்கள் வழக்கில் 'அப்பன் கொட்டாய்' என்றுதான் பெயர்.

'பேய ஓட்ட மலவேப்பங்குட்டையிலிருந்து மந்தரவாதியக் கூட்டியாந்தாங்களாமா, நெசமா?' என்று ஒருவர் கேட்டார். எனக்குச் சிரிப்பு வந்தது. என்றாலும் அடக்கிக் கொண்டேன். 'ஆமாமா. பேய ஓட்டியாச்சு' என்றான் கருவாயன். 'ஒன்னா ரெண்டா பத்துப் பாஞ்சு பேய் இருந்துச்சு' என்று கருவாயன் சிரிக்காமல் சொன்னான். செம்புரம் அருகில் பாவைமலை அடிவாரத்தில் உள்ள ஊர் வேம்பூர். செய்வினை செய்தல், எடுத்தல், தாயத்துக் கட்டுதல், மந்திரித்தல், மருந்தெடுத்தல் உள்ளிட்ட பல்வேறு விஷயங்களுக்கும் புகழ் பெற்ற ஊர். இன்றும் அந்த ஊருக்குப் புகழ் மங்கவில்லை. ஒலியைச் சரிசெய்யச் சுவர்களில் அட்டை அடித்த விசயம் அவ்வளவாகப் பரவவில்லை. சாமிக்கும் பேய்க்கும் ஆயிரம் ஆயிரம் வாய்கள். காற்றிலேயே பரவிவிடும். பேயை ஓட்டியாவது ஒலியைச் சரிசெய்து விட்டார்கள் என்று மக்கள் நம்பினால் நல்லது

நிழல்முற்றத்து நினைவுகள்

என்று தோன்றியது. 'தீரப்பன் மேலக் கொஞ்சக் கண்ணா பட்டிருக்கும். ஊருக் கண்ணும் ஒலகத்துக் கண்ணும் முண்டக் கண்ணும் மூளிக்கண்ணும் அவரு மேலதான்' என்று அம்மிணி ஒருவர் சொன்னார். எல்லாரும் ஆமோதித்தார்கள்.

பெண்கள் கூட்டமும் கணிசமாகச் சேர்ந்திருந்தது. கேரியரில் இருந்து போஸ்டர்களை எடுத்து விரித்தான் கருவாயன். 'அட படகோட்டியா? இந்தப் படம் நம்மூருக்கு வந்து ஒரு பத்து வருசம் இருக்குமா? இவ்வளவு நாள் கழிச்சு இப்பத்தான் போடறான்' என்று ஓர் அம்மா ஆச்சரியமாகச் சொன்னார். 'இதுல சரோசாதேவியப் பாக்கோணுமே அப்பிடியே கிளி மாதிரி இருப்பா' என்றார் இன்னொருவர். கிராமத்து மக்களிடம் எம்ஜிஆருக்கு இருந்த செல்வாக்கின் அளவை மதிப்பிடுவதோ அதற்குக் காரணங்களைக் கண்டுபிடிப்பதோ அவ்வளவு எளிதானதல்ல. எனக்கு ஒவ்வொரு சமயத்திலும் ஒவ்வொரு காரணம் தோன்றி இருக்கிறது. சில விஷயங்களுக்கு ஒரு காரணமும் கண்டுபிடிக்க முடியாமல் திணற வேண்டியும் நேர்ந்திருக்கிறது. எங்கள் பகுதியில் இந்தச் சாதி அந்தச் சாதி என்று வித்தியாசம் இல்லாமல் எல்லாரும் எப்படி எம்ஜிஆர் ரசிகர்களாக இருக்கிறார்கள்? இன்றும்கூட அனைத்து மக்களின் ஓட்டும் அதிமுகவுக்கே விழுகிறது. இருபது முப்பது ஆண்டுகளுக்கு அனைத்து மக்களின் வாழ்நிலையும் இந்தப் பகுதியில் ஒன்று போலத்தான் இருந்தது. அதனால் இருக்கலாமோ? இது ஒரு யூகம்தான்.

பெண்களிடம் எம்ஜிஆருக்கு இவ்வளவு செல்வாக்கு ஏன் என்று ஒருமுறை யோசித்துக் கொண்டிருந்தபோது என் சிறுவயது சம்பவம் ஒன்று நினைவுக்கு வந்து புதுக் காரணம் கிடைத்தது. என் அம்மா உள்ளிட்ட பெண்களோடு ஒருமுறை படம் பார்க்கப் போனேன். பார்க்கும் படத்தைவிடப் போக வர ஆகும் எட்டுக்கல் தொலைவைப் பேசியபடியே கடப்பதுதான் சுவாரசியம். சிவாஜி, ஜமுனா நடித்த 'நிச்சய தாம்பூலம்' படம். படம் முடிந்து வரும்போது பெண்கள் பேசிக்கொண்டு வந்தார்கள்.

'இந்தத் தொப்பையன் படத்துக்கு வந்தா எழவு ஊட்டுக்குப் போயிட்டு வந்தாப்பல ஆயிருது போ.'

'ஆமா. முந்தான முழுக்க ஊளமூக்குல நனஞ்சு போச்சு.'

'எப்பப் பாருப் பொம்பளயச் சந்தேகப்படறதே இவனுக்கு வேல.'

'பொம்பளயச் சந்தேகப்பட்டாக் குடும்பம் வெளங்குமா?'

சிவாஜிகணேசன் படங்கள் பலவற்றில் பெண்களைச் சந்தேகப்படுதலும் அதன் காரணமாக ஏற்படும் மன உளைச்சலும் மையமாக இருந்திருக்கின்றன. தெய்வப்பிறவி, நிச்சயதாம்பூலம், புதிய பறவை, குலமகள் ராதை என உடனடியாகச் சில படங்கள் என் நினைவுக்கு வருகின்றன. சந்தேகம் அவ்வளவு எளிதிலும் நீங்கிவிடாது. பெண் தன்னை நிரூபிக்க எத்தனையோ ஆதாரங்களைக் காட்ட வேண்டியிருக்கும். அத்தனை துயர்களைப் பெண் அனுபவித்த பின் உண்மையைப் புரிந்துகொண்டு ‘என்னய மன்னிச்சுரு’ என்று உருக்கமாக அவர் ஒரு வசனம் பேசுவார். ‘அப்படியெல்லாம் பேசாதீங்க அத்தான்’ என்பாள் அவள். ஆனால் எம்ஜிஆர் படங்களில் ஒன்றிலாவது இந்தச் சந்தேக விஷயம் வந்திருக்கிறதா?

எம்ஜிஆர் படங்கள் நூற்றுக்கும் மேல் நான் பார்த்திருக்கிறேன். காதலி மீதோ மனைவி மீதோ சந்தேகப்படுவது போன்ற காட்சி எதுவும் எனக்கு நினைவில் இல்லை. எம்ஜிஆரை வேண்டுமானால் பெண்கள் சந்தேகப்படுவார்கள். நாடோடி மன்னன் படத்தில் நாடோடி எம்ஜிஆருக்கும் அரசிக்கும் தொடர்பிருப்பதாக மன்னன் எம்ஜிஆரை நம்ப வைக்க முயல்வார்கள். (இரட்டை வேடப் படங்களின் கதைகளைச் சொல்லும்போது அடையாளத்திற்கு எதையாவது சுட்டுவார்கள். நாடோடி மன்னனில் ‘நாடோடி எம்ஜிஆர், மன்னன் எம்ஜிஆர்,’ நீரும் நெருப்பும் படத்தில் ‘கறுப்பு எம்ஜிஆர், சிவப்பு எம்ஜிஆர்’ எங்கள் வீட்டுப் பிள்ளை படத்தில் ‘வெரசல் எம்ஜிஆர், சோப்லாங்கி எம்ஜிஆர்’ என்பது போல.) அம்முயற்சி தொடக்கத்தில் வெற்றி பெற்றாலும் ஒரே ஒரு காட்சியில் சட்டெனச் சந்தேகம் நீங்கிவிடும். பெண்ணுக்குத் துயர் என்பதே கிடையாது. எம்ஜிஆர் மீது பெண்களுக்கு பெரும் ஈடுபாடு ஏற்பட இந்தச் சந்தேக விஷயமும் காரணமாக இருக்குமோ?

எம்ஜிஆர் மேல் பேரபிமானம் கொண்ட அந்த ஊரில் எழுத்துப் போஸ்டர் ஒட்டுவதை யாரும் அனுமதிக்க மாட்டார்கள் என்பது தெளிவாகத் தெரிந்தது. நாங்கள் வைத்திருந்த படப் போஸ்டர் இரண்டே இரண்டு விதம்தான். எம்ஜிஆர் மட்டும் இருப்பது ஒன்று. எம்ஜிஆரும் சரோஜாதேவியும் இருப்பது மற்றொன்று. எம்ஜிஆர் மட்டும் இருக்கும் போஸ்டரைத்தான் டீக்கடையில் ஒட்டினோம் என்பதால் மற்றொரு போஸ்டரை அங்கே ஒட்ட எடுத்தான் கருவாயன். ஆனால் ஒருவர் எம்ஜிஆர் மட்டும் இருக்கும் போஸ்டரைத்தான் ஒட்ட வேண்டும் என்றார். ஆளாளுக்கு ஒவ்வொன்றைச் சொன்னார்கள்.

‘எம்ஜிஆர் படமோ புதுப்படமோ போட்டாத்தான் நம்மூருக்கு வந்து போஸ்டர் ஒட்டறானுங்க. ஒருநாளு ரண்டு நாளு ஓடற மாதிரி படம் போட்டாப் போஸ்டர் ஒட்ட இந்தப் பக்கம் வர்றதே கெடையாது. நான் ஒரு படத்த நெனச்சுக்கிட்டுப் போனா அங்க வேற படம் போட்டிருப்பான். அப்பறம் வந்து தொலச்சுட்டுமேன்னு அதப் பாத்துட்டு வர்ற மாதிரி எத்தனையோ தரம் ஆயிருக்குது. இன்னமேலு எந்தப் படம் போட்டாலும் நம்மூருக்கு வந்து போஸ்டர் ஒட்டோனும் ஆமா’ என்று ஒரு தீவிர ரசிகர் ஆதங்கத்தைக் கொட்டினார்.

‘இன்றே கடைசி இங்க வந்து ஒட்டறதே கெடையாது. ஆராச்சும் டவுனுக்குப் போறவங்க பாத்துட்டு வந்து சொன்னாத்தான்’ என்றார் இன்னொருவர்.

‘தம்பி, எத்தன போஸ்டருப்பா வெச்சிருக்கறீங்க? என்ன ஒரு பத்து இருக்குமா? இந்த முற தலைவரு படம். எல்லாப் போஸ்டரயும் இங்கயே ஒட்டீட்டுப் போயிருங்க’ என்று ஒருவர் குண்டைத் தூக்கிப் போட்டார்.

போஸ்டரைச் சைக்கிள் கேரியரில் வைத்துப் பிரிப்பது போல ஏதோ செய்து கொண்டிருந்தான் கருவாயன். மக்கள் அவர்களுக்குள் பேசிக் கொண்டிருந்த சமயத்தில் எதிர்பாராத கணத்தில் அவன் சட்டெனச் சைக்கிளை எடுத்துக்கொண்டு வேகமாகக் கிளம்பிவிட்டான். எனக்கு ஒரு ஜாடைகூடக் காட்டவில்லை. அவன் இப்படிச் செய்வான் என்று நானும் எதிர்பார்க்கவே இல்லை. சில பேர் அவனைப் பிடிக்கப் பின்னால் ஓடிப் பார்த்தார்கள். வெயிலில் கானல் போலத் தூரத்தில் அவன் தலை தெரிந்தது. என்பாடு திண்டாட்டம். என்னைச் சுற்றிலும் ஆட்கள்.

‘இவனப் புடிச்சு வைங்கப்பா. எப்படி இருந்தாலும் இவனக் கூட்டிக்கிட்டுப் போறதுக்கு அவன் வந்துதான ஆவோனும்’ என்றார் ஒருவர்.

‘அவன் வந்தாத்தான் இவன உடோனும். இல்லீனா தீரப்பனே வந்து கூட்டிக்கிட்டுப் போவட்டும்’ என்று ஒரு குரல் கேட்டது.

எனக்கு என்ன செய்வதென்று தெரியவில்லை. கண்கள் கலங்கிவிட்டன. எந்தச் சமயத்திலும் அழுகை வந்துவிடும். என் சைக்கிளை எடுத்துச் சாவடியின் ஓரமாக நிறுத்திவிட்டார்கள். ஓடியவனைப் பற்றி ‘என்ன தெகிரியம் பாத்துக்க. வாய்ப் பேச்சு வாயோட இருக்க இருக்க ஓடறானே, என்ன கேட்டுட்டம்?

எம்ஜிஆரு படம்கிறதனால ரண்டு போஸ்டரு இங்க ஒட்டுன்னு கேட்டம். அதுக்குள்ள உட்டுட்டானே சவாரி' என்று ஒரு பெண் சொல்ல கருவாயனைப் பலவிதமாகத் திட்டினார்கள்.

எனக்கு அவன்மேல் கடுங்கோபம். சைக்கிளில் பசை வாளியை மாட்டிக்கொள்ள மறுத்துவிட்டேன் என்னும் கோபத்தை மனதில் வைத்துக் கொண்டிருந்து இப்படிப் பழி வாங்கிவிட்டானா? இப்படி ஒரு ஆபத்தில் விட்டுவிட்டு ஓடுபவனை எந்த விஷயத்தில் நம்புவது? எல்லாப் போஸ்டர்களையும் பிடுங்கிக் கொண்டால்தான் என்ன கெட்டுவிடப் போகிறது? கூட வந்தவனை விட்டு ஓடுவதுதான் சமயோசிதமா? அவன் மேல் வெறியாக வந்தது. கையில் கிடைத்தால் கிழித்துவிடும் வெறி. ஆனால் சாவடித் திண்ணையில் தலையைக் குனிந்துகொண்டு உட்கார்ந்திருப்பதைத் தவிர வேறெதுவும் செய்ய முடியவில்லை.

அப்போதெல்லாம் இன்றைக்குப் போல வெளியுலக வேலைகள் அதிகம் கிடையாது. கிராமம் முழுக்க விவசாயம்தான். அதனால் ஊர் மக்கள் பெரும்பாலும் ஊரிலேயே இருப்பார்கள். அவர்களுக்கு எந்த அவசரமும் இல்லை. இதைப் போல ஏதாவது பிரச்சினை கிடைத்தால் ஒரு வாரத்திற்கு இதைப் பற்றியே பேசிக் கொண்டிருக்க முடியும். அது ஒரு பொழுதுபோக்கு. சாவடிப் பக்கம் வருவோர் போவோர் எல்லாம் என்னைப் பார்ப்பதும் விசாரிப்பதும் எனப் பொழுது கடந்தது. புதிதாக வருவோர்க்கு ஏதோ திருடன் சிக்கிக் கொண்டான் என்றுதான் தோன்றியது. திருடனாக இருந்திருந்தால் தர்ம அடி கிடைத்திருக்கும். எனக்கு அது இல்லை என்பதுதான் வித்தியாசம். விசாரிக்காமல் வந்தவுடன் யாராவது அடி போட்டு விடுவார்களோ என்றும் எனக்குப் பயமாக இருந்தது. நல்லவேளை அப்படி எதுவும் நடக்கவில்லை.

போஸ்டர் விஷயம் என்றதும் சில நல்ல உள்ளங்கள் 'இதுக்காப்பா இவன உக்கார வெச்சிருக்கறீங்க. உடுங்கப்பா போவட்டும்' என எனக்கு ஆதரவாகப் பேசின. 'கூட வந்தவன உட்டுட்டு இவனப் புடிச்சு என்னத்துக்கு ஆவப் போவுது. தலைவரு போஸ்டரயெல்லாம் அவன் எல்லா ஊர்லயும் ஒட்டீட்டு வெறுங்கையோடதான் வருவான். அப்பறம் புடிச்சு என்ன பண்றது?' என்றும் சிலர் சொன்னார்கள். 'ஊரயே ஏச்சுப்புட்டு ஒருத்தன் ஓடறான். எப்படி உடறது? அவன் வந்தாத்தான் இவன உடோனும்' என்று கறாராகச் சொன்னவர்கள்தான் அதிகம்.

கருவாயன் வருவான் என எதிர்பார்த்துக் காத்திருந்தேன் நான்.

7

இன்றே கடைசி

நம் சமூகத்தில் சாதி எங்கெங்கே எவ்வளவு நுட்பமாகச் செயல்படுகிறது என்பதைக் கண்டறிவது மிகவும் கடினம். கிராமம் என்றில்லை, எத்தனை பெரிய நகரத்தில் வசித்தாலும் ஏதாவது ஒரு சந்தர்ப்பத்தில் சாதி அடையாளம் நம் அனுமதி இல்லாமலே வந்து சேர்ந்துவிடும். தவிர்க்கும் முயற்சிகள் பலனற்றுப் போகும். பிற மாநிலங்களிலும் பர தேசங்களிலும் வசிப்பவர்கள் தமிழ் மொழியால் இணைவதைவிடச் சாதியால் உடனடியாக இணைந்துவிடுகிறார்கள். நண்பர்கள் சங்கம், திருமணத் தகவல் மையம் என்றெல்லாம் கட்டுவதும் நடக்கிறது. 'சாதிக்குள் திருமணம்' என்னும் கூறு வலுவாக இருப்பதுதான் சட்டெனப் பற்றும் சாதி அடையாளத்திற்குக் காரணமா? இதுதான் உன் அடையாளம் என்று வலுக்கட்டாயமாகச் சாதி பீடிக்கும்போது ஒன்றும் செய்ய முடியாது. இந்த அடையாளத்தால் ஏதேனும் நன்மை உண்டா? அப்படியும் சில சந்தர்ப்பங்கள் அமையத்தான் செய்கின்றன. இனி மீளவே முடியாது என்று தோன்றும் இக்கட்டான தருணங்கள் சிலவற்றில் என்னைச் சாதி காப்பாற்றி இருக்கிறது. அப்படி என் நினைவில் உள்ள முதல் தருணமாக அது அமைந்துவிட்டது.

கருவாயன் என்னைத் தனியாக விட்டு ஓடிப்போனான். அவன் மீண்டும் வருவான் என்று எனக்கு நம்பிக்கையில்லை. ஓடிப் போனவன் திரும்ப வந்தால் என்ன நடக்கும் என்று அவனுக்குத் தெரியாதா? போஸ்டரைக் கிழிப்பது போலக்

கிழித்துவிட மாட்டார்களா? போஸ்டர் ஒட்டும் வேலையை முடித்துத் தியேட்டருக்குத் திரும்பிப் போய் என் அப்பனிடம் சொன்னால் அவர் ஒருவேளை வரலாம். அதுவரைக்கும் இந்தச் சாவடிதான் கதி என்று நினைத்துக்கொண்டேன். அடி எதுவும் விழாத வரைக்கும் பிரச்சினையில்லை. ஒரே ஒரு போஸ்டரைச் சாவடியில் ஒட்டியிருந்தாலும் போதுமானதாக இருந்திருக்கும். அந்த நிறைவில் என்னை விடுவித்திருப்பார்கள். அதுகூட இல்லை என்பதுதான் ஊராரின் கோபத்திற்குக் காரணம். பட்டிக்குள் ஆடோட்டி அண்ணாங்கால் அவிழ்த்துவிட்டுப் படல் சாத்த ஆகும் நேரம் அளவு நான் அங்கே உட்கார்ந்திருப்பேன். ஆனால் எனக்கோ எத்தனையோ மணி நேரமாக அங்கே உட்கார்ந்திருப்பதாகத் தோன்றியது. ஒரு கூட்டத்திற்கு நடுவில் காட்சிப்பொருளாகும் அவஸ்தை மிகக் கொடிது. திருவிழா வேடிக்கையில் மச்சக்கன்னியைப் பார்க்க வருவது போல ஆட்கள் வந்து பார்த்துப் போனார்கள்.

புதிது புதிதாக என்னைப் பார்க்க வரும் ஆட்கள் அங்கே குழுமியிருந்தவர்களிடம் விவரம் கேட்டுத் தம் கருத்தையும் சொல்லிவிட்டுச் சென்றார்கள். சிலர் அங்கேயே நின்று கொண்டார்கள். என்னதான் நடக்கும் என்று பார்க்கிற ஆர்வம். அத்தனை பேர் பார்வையில் பட உட்கார்ந்திருக்கக் கூச்சமாக இருந்தது. தலையைக் குனிந்து கொண்டிருந்தேன். அப்போதைய என் வழக்கப்படி எங்கள் குலதெய்வமாகிய காளியை நினைத்துக் ‘காளீ என்னயக் காப்பாத்தி உடு’ என்று மந்திரமாய் மனதிற்குள் சொல்லியபடியே இருந்தேன். காளியின் கோயில் எங்கள் ஊரிலிருந்து ஏழெட்டுக் கல் தொலைவில் இருந்தது. முக்கியமான நாட்களில் கோயிலுக்குப் போய் வருவது உண்டு. அந்தச் சமயத்தில் வீட்டில் விளக்கெண்ணெய் ஆட்டியிருந்தோம். புது எண்ணெய்யில் குலதெய்வத்திற்கு விளக்குப் போடுவதற்காகக் கோயிலுக்குப் போய் வந்திருந்தோம். அந்த நினைவில் ‘காளீ உனக்கு மூனு மாசம் வந்து வெளக்குப் போட்டர்னாயா’ என்று ஒரு வேண்டுதலையும் வைத்தேன்.

சற்று நேரத்தில் ‘டேய் தம்பி எந்த ஊருடா நீ?’ என்றொரு குரல் காதில் விழுந்தது. தலையை நிமிர்த்தாமலே குரல் வந்த திசையைப் பார்த்தேன். தலையில் சிறுதுண்டும் இடையில் கோவணமும் கட்டியிருந்த கருநிற உடம்பு. கையில் வெற்று மண்குடம். தண்ணீர் கொண்டுபோய்க் கட்டுத்தரைத் தாழியில் ஊற்றிவிட்டு வருகிறார் போல. என் அப்பனைப் போன்று சப்புளிந்த முகம். என் அப்பனுக்கு உடல் பூஞ்சை. இவர் நல்ல சேவேறிய கட்டை. நான் பார்ப்பதைக் கண்டு மீண்டும்

‘எந்த ஊரு?’ என்றார். பதில் பேசாவிட்டால் குற்றம் செய்தது உறுதியாகிவிடக் கூடும் என்பதால் நான் ஊர்ப்பெயரை வாய்க்குள் மெதுவாக முனகினேன். ஆனால் அது அவருக்குத் தெளிவாகக் கேட்டுவிட்டது.

‘அப்படியா?’ என்று ஆச்சர்யத்துடன் கேட்டவர் ‘உங்க அப்பன் பேரு என்ன?’ என்றார். எனக்கு என்ன சொல்வதென்று குழப்பம். அப்பனுடைய இயற்பெயர் பெரும்பாலான பேருக்குத் தெரியாது. பட்டப்பெயரே பிரபலம். இருந்தாலும் பட்டப்பெயரைப் புதிய இடத்தில் சொல்லத் தயங்கிப் ‘பெருமாளு’ என்றேன். ‘உங்கப்பனுக்கு என்னடா வேல?’ என்றார். ‘விமலா கொட்டாயில சோடாக்கட வெச்சிருக்கறாரு’ என்றேன். ‘மசையன் பையனா நீ? அட, நம்ம பையனப்பா இவன். உன்னய ஆரு மாப்ள புடிச்சி வெச்சது. வா எந்திரி’ என்ற அவர் அழைப்பில் எனக்குத் தைரியம் வந்தது. இங்கிருந்து காப்பாற்ற ஒரு சக்தி வந்துவிட்டது. காளித் தாய்தான் மூன்று மாத விளக்குக்கு ஆசைப்பட்டு என்னைக் காப்பாற்ற வந்திருக்கிறாள்.

எல்லாரும் என்ன ஏதென்று விசாரித்தார்கள். சினிமா போஸ்டர் ஒட்டக் குடியானப் பையன் ஒருவன் வருவான் என்பதை யாரும் எதிர்பார்க்கவில்லை. என் அப்பன் காட்டுக்காசை முன்பணமாகக் கட்டிச் சினிமா தியேட்டரில் கடை வைத்திருக்கும் விவரத்தை அவர் அனைவருக்கும் சொன்னார். அவர் ’மாப்ள’ என்று அழைத்த காரணத்தால் எனக்கு மாமா முறை ஆகக்கூடியவர் என்று புரிந்துகொண்டேன். எந்த வகையில் என்று தெரியவில்லை. பொதுவாகக் குடியானவர் சாதியில் எல்லாரும் சட்டெனச் சொந்தக்காரர்கள் ஆகிவிடுவார்கள். முன்பின் தெரியாத ஒருவரையும் எங்கே சந்தித்தபோதும் உடனடியாகச் சொந்தம் கொண்டாட முடியும். குடியானவர்களிடையே கூட்டம் அல்லது குலம் என்னும் பிரிவு உண்டு. குலக்குறிச் சின்னத்தைக் கொண்டு அடையாளப்படுத்துவார்கள். ஒரே கூட்டம் என்றால் பங்காளிகள். வேறுவேறு கூட்டம் என்றால் மாமன் மச்சினன். ஒருவரின் கூட்டத்தைக் கேட்டதும் அவர் என்ன வகைச் சொந்தம் என்பதை வெளிப்படுத்திவிடுவார்கள். ஆனால் அந்த மாமா கூட்டத்தைக் கேட்டு என்னை ‘மாப்ள’ என்று கூப்பிடவில்லை. அப்படியானால் ஏதோ ஒருவகையில் முன்கூட்டியே தெரிந்த நெருங்கிய சொந்தம் என்று மட்டும் தெரிந்தது.

‘நெலத்தக் கொத்திக்கிட்டுக் கெடக்காத சினிமாக் கொட்டாயில போயிக் கட வெக்கற குடியானவன எங்க கண்டிருக்கறம்?’

'பலவற்றப் பசங்களாட்டம் போஸ்டர் ஒட்டவெல்லாம் நாம வரலாமா?'

'சோடாக்கடையில காசு நல்லா வருதோ வல்லியோ ஒருபடம் உடாத நீ பாத்திருவ.'

'உங்கப்பன் கடைக்குப் போயிட்டாக் காட்டயெல்லாம் ஆரு பாத்துக்குவா?'

என்றெல்லாம் பல கேள்விகள் வந்தன. எல்லாவற்றுக்கும் ஏதேதோ பதில் சொன்னேன். அந்த மாமா சொன்ன 'நம்ம பையன்' என்னும் ஒரு வார்த்தை அந்த ஊரையே என் சொந்தங்களின் ஊராக மாற்றிவிட்டது. 'சைக்கிள எடுத்துக்கிட்டு வா. ஊட்ல போயிச் சோறு தின்னுட்டுப் போலாம்' என்றார் அவர். என்னை விடுவித்த அவர் பேச்சை மறுக்க முடியவில்லை. சைக்கிளைத் தள்ளிக்கொண்டு அவரோடு நடந்தேன்.

வழியில் பார்ப்பவர்களிடம் எல்லாம் 'நம்ம பையனப் போயிப் புடிச்சு உக்கார வெச்சிருக்கறாங்க' என்று ஆதங்கமாகச் சொல்லிக்கொண்டே வந்தார். நடக்க நடக்க அவர் சொன்ன விவரங்களிலிருந்து எங்கள் ஊரில் எங்களுக்குப் பங்காளி முறை ஆகும் வீட்டிலிருந்து அவருக்குப் பெண் எடுத்திருக்கிறது என்பது புரிந்தது. எங்கள் குடும்பம் ஊர் பற்றியெல்லாம் மிகத் தெளிவாகவும் விவரமாகவும் அவர் தெரிந்து வைத்திருந்தார். அவர் மனைவி எனக்கு அக்கா முறை. 'சின்னா புரசன்னு உங்கப்பங்கிட்டச் சொல்லு. நானும் அவனும் சின்ன வயசில காடுமேடெல்லாம் ஒன்னாச் சுத்தியிருக்கறம்' என்று பால்ய நினைவுகளைச் சொல்லிக் கொண்டு வந்தார்.

அவர் வீடு ஊருக்கு நடுவில் இருந்தது. கையோடு வேய்ந்த பழைய காலத்து வீடு. சின்னா அக்காவைப் பல விசேச நிகழ்ச்சிகளில் பார்த்திருக்கிறேன். ஆனால் அவர் புருசனைப் பார்த்த மாதிரி நினைவில்லை. பொதுவாக அக்காலத்தில் குடியானவர் சாதி ஆண்கள் அவ்வளவாக வெளி நிகழ்ச்சிகளுக்குச் செல்ல மாட்டார்கள். ஆடுமாடு, காடுகரை என்று காவலுக்காக எப்போதும் காட்டிலேயே இருப்பார்கள். பெண்கள்தான் விசேச நிகழ்ச்சிகளுக்கும் சந்தைசாரிகளுக்கும் சென்று வருவார்கள். போயே ஆக வேண்டும் என்னும் நிர்ப்பந்தம் வந்தால்தான் ஆண்கள் காட்டை விட்டு நகர்வார்கள். அப்படி எங்கும் வராத ஆளாக அந்த மாமா இருப்பார் என நினைத்துக் கொண்டேன். அதிகப் போக்குவரத்தும் இல்லை என்பதால் இந்த ஊர் என்பது எனக்கு நினைவில் இல்லை. அக்கா கையால் கம்மஞ்சோறு கரைத்துக் குடித்தேன். 'கொஞ்சம் நேரம் இரு சாமி, நெல்லஞ்

சோறு ஆக்கீர்றன்' என்று அக்காவின் பிரியம் கேட்டது. கம்மஞ் சோறே போதும் என்று அவர்களிடம் இருந்து விடைபெற்று வருவதற்குள் போதும் போதும் என்றாகிவிட்டது. ஆனால் இந்தப் போஸ்டர் பந்தம் பின்னரும் வெகுகாலம் தொடர்ந்தது.

பையனைக் காப்பாற்றியவர்கள் என்பதால் மாரியம்மன் திருவிழா போன்ற சிறு விசேசத்திற்கும் அவர்களை அழைப்பதும் அவர்கள் எங்களை அழைப்பதும் என நெருக்கம் கூடியது. 'சாவடியில கட்டி வெச்சிருந்த மாப்ளய நாந்தான காப்பாத்திக் கூட்டியாந்தன்' என்று அடிக்கடி சொல்வார் அந்த மாமா. கட்டி வைத்திருந்ததாகச் சொல்வதில் அப்படி ஒரு சந்தோசம் அவருக்கு. அவர்கள் பெண்ணை எனக்குக் கட்டிக் கொடுக்கலாம் என்று ஆசைப்படும் அளவு அந்த உறவு வளர்ந்தது. அப்படிப் படப் போஸ்டர் சம்பவம் என் குடும்பத்திற்கு ஒரு உறவைப் புதுப்பித்துத் தந்தது. அதே சம்பவம் இன்னொரு உறவு அறுபடவும் காரணமாயிற்று.

அந்த மாமா வீட்டில் கம்மஞ்சோறு குடித்துவிட்டுக் குறுக்கு வழியாக எங்கள் ஊருக்கு வந்து சேர்ந்தேன். நேராகக் கருவாயன் வீட்டுக்குத்தான் போனேன். அவன் வந்து சேர்ந்திருக்கவில்லை. அவன் வீடு மரமேறுவோர் வளவில் இருந்தது. காட்டுக்குள் தனியாக இருந்த எங்கள் வீட்டைக் கடந்துதான் அவன் போக வேண்டும். ஒருவேளை போஸ்டர் ஒட்டி முடித்துவிட்டுத் தியேட்டருக்குப் போயிருக்கக் கூடும். என்னை விடுவித்து வரும் எண்ணத்தில் அந்த ஊருக்குச் சென்றிருக்கவும் கூடும். அப்படிப் போயிருந்தால் அந்த ஊர்க்காரர்கள் அவனைப் பிடித்து நன்றாக உதைத்து அனுப்பக் கூடும். உதைபட்டிருந்தானானால் சந்தோசம்தான். அவன் வருவதைப் பார்க்க வேண்டும் என்று மண்பாதைக்கு அருகில் இருந்த கருவேல மரத்தடியில் கட்டிலைப் போட்டு உட்கார்ந்து பார்த்துக் கொண்டிருந்தேன்.

என் முகத்தைப் பார்த்து என்னவோ நடந்திருக்கிறது என்று நினைத்து அம்மா கேட்டபோதும் நான் எதுவும் சொல்லாமல் பெருங்கோபத்தோடு உட்கார்ந்திருந்தேன். பொழுது மங்கி லேசாக இருட்டுக் கட்டும் நேரத்தில் நடந்துவரும் கருவாயன் உருவம் தெரிந்தது. அவனிடம் சைக்கிள் இல்லை. கரட்டூர் நகரத்திலிருந்து சைக்கிளில் வரும் யாரிடமாவது உதவி கேட்டு ஏறி வர வேண்டும். அப்போது பேருந்துப் போக்குவரத்து மிகக் குறைவு. ஒரு நாளைக்கு நான்கு முறையோ ஐந்து முறையோ கரட்டூரிலிருந்து ஓடையூர் செல்லும் நகரப் பேருந்துக்குக் காத்திருந்து வரலாம். இவற்றை எல்லாம்விட நடந்துவிடுவதுதான் சுலபம். ஆறு கல் தொலைவு என்றாலும் அப்போது நடப்பதுதான்

வழக்கம். அவனிடம் பேச எனக்கு விருப்பமில்லை. மரத்திற்குப் பின்னால் போய் ஒளிந்துகொண்டேன்.

அவன் எதிர்பார்க்காத தருணத்தில் சட்டெனப் பாய்ந்து மயிரைக் கொத்தாகக் கையில் பற்றிக்கொண்டு முதுகில் குத்தினேன். அவனுக்கு என்ன நடக்கிறது என்பது புரிந்ததும் சுதாரித்து என்னைத் திருப்பித் தாக்கத் தொடங்கினான். இளவயதில் என் கோபம் மிகவும் பிரசித்தம். என்ன செய்கிறேன் என்று எனக்கே தெரியாது. கண்மண் தெரியாமல் அவனை அடித்தேன். அவனும் விடவில்லை. சத்தம் கேட்டு என் அம்மா ஓடி வந்தார். அம்மாவின் கத்தல் கேட்டு அங்கங்கே இருந்தவர்கள் ஓடி வந்தார்கள். இருவரையும் பிடித்து விலக்கிவிடுவது அவர்களுக்குப் பெரும்பாடாகவே இருந்தது. அவனிடம் நானும் அடி வாங்கியிருந்தாலும் அவனை அடித்ததால் என் ஆக்ரோசம் தணிந்திருந்தது. எதற்குச் சண்டை என்பது யாருக்கும் புரியவில்லை.

கருவாயனின் அம்மா வந்து 'கடையில வேல செய்யறன் வேல செய்யறன்னு போனது இப்பிடி அடி வாங்கித் திங்கவாடா' என்று அவனைத் திட்டியபடி அழைத்துப் போயிற்று. அந்தத் திட்டுக்கள் எல்லாம் எனக்குச் சேர வேண்டியவையே. என்ன நடந்தது என்று கேட்டவர்களுக்கெல்லாம் நானும் எதுவும் சொல்லவில்லை, அவனும் ஒன்றும் சொல்லவில்லை. ராத்திரி என் அப்பன் வந்து விசயத்தைச் சொன்ன போதுதான் எல்லாருக்கும் தெரிந்தது. மீதப் போஸ்டர்களை ஒட்டி முடித்துவிட்டுத் திரும்பும்போது கருவாயன் அந்த ஊர் டீக்கடையில் விசாரித்து என்னைப் பற்றித் தெரிந்து கொண்டுதான் வந்தானாம். எல்லாப் போஸ்டர்களையும் அந்த ஊர்க்காரர்கள் பிடுங்கிக் கொண்டால் என்ன செய்வது என்னும் பயத்தில்தான் ஓடிப் போனானாம். தியேட்டரில் போஸ்டர் ஒட்டவில்லை என்று கேட்டால் என்ன சொல்வது என்றும் அவனுக்குப் பயமாம். எல்லாம் சொல்லியிருக்கிறான். அவன் சொன்னதில் என் அப்பன்கூடச் சமாதானம் ஆகிவிட்டார் என்று தோன்றியது. ஆனால் எனக்கு மனம் ஒப்பவில்லை.

அப்படி அத்தாந்தரத்தில் என்னை விட்டுவிட்டு ஓடிப் போனது மன்னிக்க முடியாத குற்றம் என்றே எனக்குத் தோன்றியது. இனிமேல் அவனைக் கடை வேலைக்குச் சேர்க்கக் கூடாது என்றும் சேர்த்தால் நான் கடைப்பக்கமே வர மாட்டேன் என்றும் சொல்லிவிட்டேன். என் முரட்டுப் பிடிவாதத்தை அப்பன் நன்கு அறிவார். அதனால் அவனைக் கடைக்கு அழைக்கவில்லை. தியேட்டரில் வேலை செய்யக் கருவாயன் போல உள்ளூர் ஆள்

அமைவது கடினம். ஆனாலும் எனக்காக அவனை வேலைக்குச் சேர்க்கவில்லை அப்பன். அது மட்டுமல்ல, என் அப்பனுக்குப் பெரும் இழப்பு ஒன்றும் ஏற்பட்டது.

கருவாயனின் அப்பன் பனையேறிக் கள் இறக்கினாலும் சாராயம்தான் அவரது ஸ்பெசல். அருமையான சரக்குக்கு அவர் கைவண்ணம் பிரசித்தம். மாதம் ஒருமுறை பானை வைத்து விடுவார்கள். மறுநாள் காலையிலேயே என் அப்பனுக்கு ஒரு பாட்டில் வந்து சேர்ந்துவிடும். வீட்டில் வைத்துக்கொள்ள என் அம்மா ஒத்துக்கொள்ளாது. சோளத்தட்டு, கடலைக்கொடிப் போர்களிலோ கிணற்றுக் கல்லுக்கட்டுச் சந்துகளிலோ அம்மா வுக்குத் தெரியாமல் செருகி வைத்துத் தினம் கொஞ்சமாக எடுத்துக் குடிப்பார். எனக்கும் கருவாயனுக்கும் ஏற்பட்ட சண்டையினால் அவர்களோடு பேச்சு வார்த்தையே நின்று போயிற்று. அவர்கள் பானை வைக்கும் நாள் பற்றித் தகவல் எதுவும் அப்பனுக்கு வரவில்லை. அவராகக் கேட்கத் தன்மானம் இடம் தரவில்லை. கருவாயன் வீட்டோடான உறவு முறிவால் என் அப்பனுக்கே இழப்பு மிகுதி என்றாலும் அவர் வெளிக்காட்டிக் கொள்ளவில்லை.

சினிமா தியேட்டரில் கடை வைத்து நடத்துவதில் என் அம்மாவுக்கு உள்ளூர விருப்பம் இல்லை. சந்தர்ப்பம் கிடைக்கும் போதெல்லாம் அதற்கு எதிராக ஏதாவது சொல்லிக் கொண்டேயிருப்பார். என் பிரச்சினை அம்மாவுக்குக் கிடைத்த வலுவான ஆயுதமாகிவிட்டது. ‘படிக்கிற பையனப் போஸ்டர் ஒட்ட அனுப்பி இருக்கறயே அவன உருப்பிடி பண்ணலாமுன்னு நெனச்சிருக்கறையா? கூடப்போடத்தான் கடை வெக்கறயா?’ என்று அம்மா கேட்க ‘ஆமா. உன் மடிக்குள்ளயே பையனத் துணுச்சு வெச்சுக்க. திங்கறதுக்கு மரத்துல இருந்து கொட்டும். வெளிய போனா நாலு வேல செஞ்சாத்தான் பொழைக்க முடியும். இது செய்ய மாட்டன் அது செய்ய மாட்டன்னு சொன்னா ஊட்டோட கெடக்க வேண்டீதுதான்’ என்று அப்பன் சத்தம் போட்டார். போஸ்டர் விசயம் இப்படிப் பல பிரச்சினைகளை உருவாக்கியது.

மறுநாள் தியேட்டருக்குப் போனபோதுதான் இன்னும் சில பிரச்சினைகள் தெரிய வந்தன. மற்ற சாலைகளில் ஒட்டப் போனவர்களுக்கு எங்கள் அளவுக்குப் பிரச்சினை இல்லை என்றாலும் பலவிதங்களில் தொல்லைகள் இருந்தன. சில இடங்களில் ஒட்டக் கூடாது என்றும் சில இடங்களில் ஒட்ட வேண்டும் என்றும் மக்கள் தொந்தரவு செய்திருந்தனர். ஒட்டும் இடத்தைத் தேர்வு செய்வதில் சுயமாகச் செயல்பட முடியவில்லை.

பலரும் கேள்விகள் கேட்டு ஓரிடத்திலேயே வெகுநேரம் இருக்கச் செய்ததும் நடந்தது. நகரத்துக்குள் ஒட்டியவர்களுக்குத்தான் பிரச்சினை ஒன்றும் இல்லை.

எல்லாவற்றையும் கேட்ட மானேஜர் ‘பகலில் போஸ்டர் ஒட்டப் போவது இத்தோடு கடைசி. இனிமேல் இரவில்தான் ஒட்டப் போக வேண்டும்’ என்று சொல்லிவிட்டார். அதுதான் சரி. முதல் நாள் பார்த்த போஸ்டர் காணாமல் போய் மறுநாள் பார்க்கையில் புதுப் போஸ்டர் சுவர்களில் அலங்கரிக்கும் அழகைத் திடுமெனப் பார்த்தால் ஒரு ஈர்ப்பு உருவாகும். அது எப்படிப்பட்ட படமாக இருந்தாலும் ஒருமுறை போஸ்டரை நின்று நிதானமாகப் பார்க்கத் தோன்றும். போஸ்டர் ஒட்டும்போதே பார்த்துவிட்டால் ஈர்ப்பு இருக்காது. இரவுகளில் போஸ்டர் ஒட்ட நான் அதிகம் போனதில்லை. வெகு சில சந்தர்ப்பங்களில் பேச்சுத் துணைக்கான ஆளாகச் சென்றிருக்கிறேன். கருகும்மென்ற அமாவாசை இருட்டிலும் பின்னிரவு நிலவொளி படர்ந்த தேய்பிறை நாட்களிலும் ஆளரவமற்ற புளியமரச் சாலைகளில் போய் வந்த அந்நாட்கள் என்னுள் பெரும் சந்தோசமான தருணங்களாகவே பதிந்திருக்கின்றன.

8

இடைவேளை

தியேட்டரின் புத்தம் புதிய மெருகு சில மாதங்களிலேயே கலைந்துவிட்டது. அதற்குப் பல காரணங்கள். புதிய வசதிகளைப் பயன்படுத்திக் கொள்வதில் அக்கறையற்ற மனோநிலை நம் முடையது. பழகிய தடத்திலிருந்து நம் மக்களை மாற்றுவது அவ்வளவு எளிதல்ல. வெட்டவெளி களில் மல்லுவதும் பேளுவதும் இன்றைக்கும் இயல்பாக நாம் காணும் காட்சிகளே. கிராமச் சாலைகளின் இருபுறமும் மலக்குவியல்கள். அவற்றின் இடையே சாதாரணமாக நடந்து செல்லும் மக்கள். பத்தாண்டுகளுக்கு முன் கிராமங்களில் அரசாங்கமே மிகக் குறைந்த செலவில் கழிப்பறை கட்டித் தரும் திட்டத்தைச் செயல்படுத்தியது. ஆனால் விறகும் தட்டுமுட்டுச் சாமான்களும் போட்டு வைக்கும் அறையாகவே இப்போதும் மக்கள் அதைப் பயன்படுத்திக் கொண்டுள்ளனர்.

ஊருக்குப் பொதுவாகக் கட்டித் தரப்பட்ட கழிப்பறைகளும் பயன்பாடின்றித் தூர்ந்துபோய்க் கிடக்கின்றன. ஏதாவது ஒரு திட்டத்தில் பணம் ஒதுக்கிக் கட்டப்படும் இவற்றைப் பராமரிப்பது குறித்து அரசிடம் எந்தத் திட்டமும் கிடையாது. மக்கள் உடனடியாக அதற்கு மாறிக் கொள்ளும் மனோபாவம் கொண்டவர்களாக இல்லை. மேலும் அதை எப்படிப் பயன்படுத்துவது என்பதையும் அவர்கள் அறியார்கள். நம் கல்வியில் எங்குமே நடைமுறை சார்ந்த இத்தகைய சிறுசிறு விஷயங் களைக் கற்றுத் தருவதில்லை. நாட்டு நலப்பணித் திட்டம், செஞ்சிலுவைச் சங்கம் உள்ளிட்ட சேவை

அமைப்புகள் கல்வி நிறுவனங்களில் உள்ளன. அவற்றின் மூலமாகவேனும் சொல்லித் தரலாம். சாதாரணமாகவே ஆண்டுக்கு ஓரிரு வகுப்புகள் இதைப் பற்றி அமையலாம். ஆனால் பேசக் கூடாத விஷயமாக இதைக் கருதுகிறார்கள். தற்போது நான் பணியாற்றும் கல்லூரியில் பெண்கள் கழிப்பறைத் தொட்டி அடிக்கடி நிரம்பிவிடும். இங்கு படிப்பவர்கள் எல்லாம் கிராமத்துப் பெண்கள். மாத விலக்கின்போது துணிகளையே அவர்கள் பயன்படுத்துகிறார்கள் என்பதற்குக் கழிப்பறைத் தொட்டியே சான்று.

கழிப்பறைக்குப் போதுமான அளவு தண்ணீர் ஊற்ற வேண்டும் என்பது எவ்வளவோ படித்தவர்களுக்குக்கூடத் தெரிவதில்லை. நான் கிராமத்தில் இருந்து என் கல்வியின் பொருட்டு நகரத்துக்கு வந்தவன். முதுகலைப் படிப்பு தொடங்கி முனைவர் பட்டம் வரை ஏழெட்டு ஆண்டுகள் விடுதிகளிலும் சென்னை நகரத்தில் மேன்ஷன் அறைகளிலும் நண்பர்களுடன் வீடெடுத்தும் தங்கியிருந்தேன். எனக்கும் சரி, என்னுடன் தங்கியிருந்த பெரும்பாலானோர்க்கும் சரி கழிப்பறையை எப்படிப் பயன்படுத்துவது என்பது முழுமையாகத் தெரியாது. தெரியாது என்பதே எங்களுக்குத் தெரியாது. திருமணத்திற்குப் பின் என் மனைவியின் இடைவிடாத முயற்சியின் மூலமாகவே அதை நான் கற்றுக்கொண்டேன்.

கழிப்பறையை எப்படிப் பயன்படுத்த வேண்டும் என்பது ஒருபக்கம் இருக்கட்டும். கழிப்பறையைப் பயன்படுத்த வேண்டும் என்னும் உணர்வே இன்னும் மக்களுக்கு உருவாக வில்லை. இன்றும் நகரத்து வீதிகளில் எங்காவது சிறு இடம் கிடைத்தால் அதைச் சிறுநீர் கழிக்க ஆண்கள் சாதாரணமாக உபயோகிக்கின்றனர். பெருங்கூட்டம் இருக்கும் பகுதியிலும் ஓர் ஓரத்தில் சிறுநீர் கழித்தபடி நிற்கும் ஆண்களைக் காணலாம். பேருந்து நிலையங்களைச் சுற்றிலும் மலக்காடுகள் இருக்கின்றன. போதுமான அளவு கழிப்பறை வசதி நமக்கு இல்லை என்பது ஒருகுறையே. எனினும் இருக்கும் கழிப்பறைகளைப் பயன்படுத்திக் கொள்ளத் தெரியவில்லை என்பதும் உண்மையே.

விமலா தியேட்டர் தொடங்கிச் சில மாதங்கள் வரை இந்தப் பிரச்சினை இருந்தது. தியேட்டரின் பக்கவாட்டில் இருபுறமும் நீண்ட வடிவில் கழிப்பறைகள் கட்டப்பட்டிருந்தன. பத்துக்கும் மேற்பட்ட கக்கூஸ்களும் முப்பதுக்கும் அதிகமான சிறுநீர் கழிப்பிடங்களும் இருந்தன. உள்ளே நுழைந்தவுடன் பெரிய தண்ணீர்த் தொட்டி ஒன்று இருந்தது. கக்கூஸ்களில் இரும்பு வாளிகள் வைக்கப்பட்டிருந்தன. எந்தக் கக்கூஸுக்கும் குழாய்

இணைப்பு கிடையாது. வேண்டுவோர் வாளியில் தண்ணீர் மொண்டு கொண்டு போய்க் கொள்ளலாம். குழாய்கள் வைத்தால் வெகுசீக்கிரம் உடைத்துவிடுவார்கள் என்பதால் இந்த ஏற்பாடு. நல்ல வசதியாகத்தான் இருந்தது. 'அப்பன் கொட்டாயில கக்கூஸப் பாக்கோணுமே. அங்கயே கால நீட்டிப் படுத்துத் தூங்கலாம்' என்று சொன்னவர்கள் உண்டு. பொதுவாகக் கழிப்பறை என்றால் நாறிக் கிடக்க வேண்டும் என்றுதான் நினைக்கிறோம். அப்படித்தான் பெரும்பாலும் வைத்திருக்கிறோம். படுத்துத் தூங்கத் தோன்றுமளவு கழிப்பறை இருந்ததுதான். ஆனால் மக்கள் அதை நாடிச் செல்லவில்லை.

தியேட்டரின் சுற்றுச்சுவரை ஒட்டி முன்பக்கம் டிக்கெட் கவுண்டர்களும் புக்கிங் ரூம்களும் அதனோடு இணைந்து கடைகளும் இருந்தன. கடைகள் முடியும் இடம் வரை காரை போடப்பட்டிருந்தது. அதைத் தாண்டியதும் முழுக்க மண் தரைதான். அதாவது உள்ளே இருக்கைகள் தொடங்கும் பகுதிக்கு நேராக வெளியில் முழுவதும் மண். பெரிய தேர் போகுமளவு நல்ல விரிந்த வெளி அது. மண் பகுதி முடிந்து தியேட்டரின் கடைசியில் அதாவது திரை இருக்கும் பகுதிக்கு நேராக வெளியில் கழிப்பிடங்கள். இது ஆண்கள் பக்கம். பெண்கள் பக்கம் டிக்கெட் கவுண்டர்களும் புக்கிங் ரூம்களும் இருந்தன. கடைகள் இல்லை. பெண்கள் கடைகளுக்கு வந்து வாங்குவது வெகு அரிது. உள்ளே கொண்டுபோய் விற்கப்படும் பொருட்களையே வாங்குவார்கள். ஆகவே எனக்குத் தெரிய எல்லாக் கொட்டாய்களிலும் கடைகள் ஆண்கள் பக்கம்தான் இருக்கும். பெண்கள் பக்கம் இருந்த மண் பகுதியும் குறைந்த அளவுதான். மாட்டு வண்டி போகலாம்.

ஆண்கள் பக்கத்தைவிடப் பெண்கள் பக்கம் கொஞ்சம் சிறிய கழிப்பறைதான். பெஞ்சிலும் பேக் பெஞ்சிலும் ஆண்கள் அளவுக்குப் பெண்களுக்கும் இடம் ஒதுக்கப்பட்டிருந்தது. அப்போதெல்லாம் பெண்கள் நிறையவே கொட்டாய்களுக்கு வந்து படம் பார்ப்பார்கள். என்றாலும் அவர்களுக்கான கழிப்பறை வசதி குறைவாகவே செய்யப்பட்டிருந்தது. பொதுவாகக் காலைக் காட்சிக்கும் இரண்டாம் ஆட்டத்திற்கும் பெண்கள் வருவது குறைவாகவே இருக்கும். காலைக் காட்சிக்கு விரல் விட்டு எண்ணும்படியான பெண்களே இருப்பார்கள். இரண்டாம் ஆட்டத்திற்குக் கொஞ்சம் பேர் இருப்பார்கள். எம்ஜிஆர் படம் என்றால் இரண்டாம் ஆட்டத்திற்குக் கிராமங்களிலிருந்து கூட்டமாக வரும் பெண்கள் இருப்பார்கள். மற்றபடி பகல் காட்சிக்கும் முதல் ஆட்டத்திற்கும் பெண்கள் எண்ணிக்கை கணிசமாக இருக்கும். எப்படியும் தியேட்டருக்கு வரும் பெண்கள் கூட்டம் ஆண்களைவிடக் குறைவுதான். இதையெல்லாம்

யோசித்துக் கழிப்பறை வசதியைக் குறைத்திருப்பார்களா என்று தெரியவில்லை. ஆனால் அப்படித்தான் எல்லாத் தியேட்டர்களிலும் இருந்தது.

இடைவேளை விட்டதும் மக்கள் திமுதிமுவென்று மண் பகுதிக்குள் இறங்கிச் சிறுநீர் கழிக்கத் தொடங்கிவிடுவார்கள். அந்தப் பகுதியில்தான் சுற்றுச்சுவரை ஒட்டிக் குடிநீர்த் தொட்டி இருந்தது. ஏற்கனவே முருகா போன்ற டெண்ட் கொட்டாய்களில் மண்ணில் சிறுநீர் கழிக்கும் வழக்கம் இருந்ததால் இங்கேயும் அதே வழக்கத்தைக் கடைபிடித்தார்கள். இங்கே ஒருபகுதி மண்ணாக விடப்பட்டிருந்ததும் அதற்கு வாகாகிவிட்டது. கழிப்பறையை நாடிச் சென்றவர்கள் ஓரிருவர்தான். இதை எப்படி மாற்றுவது என்று தெரியவில்லை. டிக்கெட் கிழிப்பது உள்ளிட்ட தியேட்டர் வேலைகளைச் செய்வதற்கு என்று இருந்த பையன்களைக் கொண்டு இந்தப் பிரச்சினையை முடிவுக்குக் கொண்டுவர முயன்றார்கள்.

தியேட்டருக்குப் பின்பக்கம் இருந்த சுடுகாட்டுக் கரட்டில் வளர்ந்திருந்த சீமைக் கருவேல முள் மரங்களிலிருந்து நீண்ட தடிகளை வெட்டி வந்து வைத்திருந்தார்கள். பத்துப் பதினைந்து தடிகள் இருக்கும். கேபின் ரூம் படியை ஒட்டி அவற்றைப் போட்டிருந்தார்கள். இடைவேளையின் போது மேனேஜர் வந்து கடைப்பக்கம் நின்றுகொள்வார். பையன்கள் இரண்டு மூன்று பேர் அந்தத் தடிகளைக் கையில் வைத்துக்கொண்டு மண் தரைப் பக்கம் நிற்பார்கள். அங்கே சிறுநீர் கழிக்க வருபவர்களை நோக்கி 'அங்க போ அங்க போ' என்று சொல்லிக்கொண்டே குச்சிகளை ஆட்டுவார்கள். எல்லாரும் முனகியபடி கழிப்பறைப் பக்கம் போவார்கள். இடைவேளை சமயத்தில் கழிப்பறை போதாது. ஓரிரு நிமிடங்கள் காத்திருக்க வேண்டும். அதற்குப் பொறுமை இல்லாமல் கழிப்பறையின் வெளிப்புறத்தில் உட்கார்ந்துகொள்வார்கள். தடியை ஆட்டி 'ஏய் ஏய்' என்று சத்தம் போட்டபடி பையன்கள் அவர்களையும் விரட்டுவார்கள். மேனேஜர் புக்கிங் ரூம் பக்கம் நின்று கொண்டு 'அங்க பாருடா' என்று யாரையாவது கை காட்டிக் கொண்டிருப்பார்.

முழுமையாக விரட்ட முடியவில்லை என்றாலும் ஓரளவு இது பயன் தந்தது. ஆனால் ஒவ்வொரு காட்சியின் போதும் இதைச் செய்தே ஆக வேண்டும். கொஞ்ச நாள் பழகினால் சரியாகிவிடும் என்று எதிர்பார்த்தது ஏமாற்றமாகவே முடிந்தது. எப்போதாவது புக்கிங் ரூம் பக்கம் வந்து நிற்கும் தீரப்பன் மூக்கைப் பிடித்தபடி 'எதுக்குடா இத்தன பணத்தப் போட்டுக் கக்கூஸ் கட்டி வெச்சிருக்கறன்? இங்க உக்கார்றவனக் கையக்

கால ஒடிச்சுடு. வர்றத நான் பாத்துக்கறன்' என்று சத்தம் போடுவார். அவருடைய ஆதரவும் இருந்தபடியால் வெகு மும்மரமாகத் தடி கொண்டு ஆட்களை விரட்டினர்.

இடைவேளையின் போது கடைப் பையன்கள் உள் வியாபாரத்தில் முசுவாக இருப்பார்கள். கடைக்காரர்கள் கடை வியாபாரத்தைப் பார்த்துக் கொண்டிருப்பார்கள். மற்ற நேரங்களில் கடை முன்னாலோ அதற்கு எதிரில் இருந்த கேபின் ரூம் படிக்கட்டு அருகிலோ யாராவது இருந்துகொண்டே இருப்போம். படம் ஓடிக் கொண்டிருக்கும்போதே யாராவது ஓரிருவர் எழுந்து சிறுநீர் கழிக்க வருவார்கள். அவர்கள் மண்ணில் இறங்கியதும் கடைப்பக்கம் இருந்து 'ஏய் ஏய்' என்று சத்தம் போடுவோம். சில சமயம் தடியைத் தூக்கிக் கொண்டு ஓடுவோம். ஒரு சிலர் பயந்தபடி கழிப்பறைப் பக்கம் ஓடுவார்கள். சிலர் கொஞ்சமும் அலட்டிக் கொள்ளாமல் நிலா வெளிச்சத்தில் உலாவுவதுபோல நடப்பார்கள். சும்மா உட்கார்ந்து அரட்டை அடித்துக் கொண்டிருக்கும் நேரங்களில் எங்களுக்கெல்லாம் இது ஒரு சுவாரஸ்யமான விளையாட்டாக அமைந்தது. ஆள் கொஞ்சம் ஏமாளி போலத் தெரிந்தால் கடுமையான கெட்ட வார்த்தைகள் போட்டுத் திட்டுவோம். அடிக்கப் போவது போல வேகமாக ஓடுவோம். ஆட்கள் அரண்டு போவதைப் பார்த்துச் சிரிப்போம். சில பேர் ரொம்பவும் பயந்து சிறுநீர் கழிக்காமலே கொட்டாய்க்குள் ஓடி விடுவார்கள்.

பெண்கள் பக்கம்தான் முதலில் பிரச்சினை ஆரம்பித்தது. டிக்கெட் கிழிக்கவும் அலுவலக வேலைகளைச் செய்யவும் என நியமிக்கப்பட்டிருக்கும் நான்கைந்து பையன்கள்தான் தடி கொண்டு துரத்தும் வேலையைச் செய்பவர்கள். கடைகளில் வேலை செய்யும் பையன்கள் – அதாவது மிக்சர் முறுக்கு, வடை போண்டா, சோடாகலர் விற்கும் பையன்கள் – இடைவேளை நேரத்தில் உள்ளே ஓடவும் வெளியே வரவும் என விற்பனையில் மிகவும் முசுவாக இருப்பார்கள். டிக்கெட் கிழிக்கும் வேலையைச் செய்யும் பையன்களுக்கு வாரச் சம்பளம் உண்டு. மேனேஜரின் அனுமதி பெற்றும் பெறாமலும் இடைவேளை நேரத்தின்போது உள் வியாபாரத்திற்கு வருவதுண்டு. அதற்குக் கடைக்காரர்கள் தனியாகக் கமிஷன் காசு கொடுப்பார்கள். அது கைச்செலவுக்கு ஆகும் என்பதால் அந்தப் பையன்கள் ஏதாவது ஒரு கடையோடு தொடர்பு கொண்டிருப்பார்கள். இது எல்லாத் தியேட்டர்களிலும் வழக்கம்தான். இடைவேளை நேரத்தில் மண்ணில் சிறுநீர் கழிப்பவர்களைத் தடிகளைக் கொண்டு விரட்டும் வேலை இருந்ததால் அந்தப் பையன்கள் யாரும் உள்விற்பனைக்குப் போக முடியவில்லை. அவர்கள் கைச்செலவுக்குக் காசு

கிடைக்கவில்லை. அந்த வருத்தம் அவர்களுக்கு இருந்தது. ஒருசில நாட்களில் எல்லாம் சரியாகிவிடும் என்று சொல்லி மேனேஜர் சமாதானப்படுத்தி வைத்திருந்தார்.

ஒருநாள் பகல் காட்சியின்போது நல்ல கூட்டம். இடைவேளை நேரம் நான்கு மணி வாக்கில் வரும். அந்த நேரத்தில் எல்லாரும் ஏதாவது சாப்பிடுவார்கள். சூடாக போண்டா இருந்தால் நன்றாக விற்பனை ஆகும். இடைவேளைக்கு அரைமணி நேரம் இருக்கும் போதுதான் அந்தக் கடைக்காரர் போண்டா போடத் தொடங்குவார். இடைவேளை முடியும் வரை போட்டபடியே இருப்பார். உள்ளே விற்பதற்கு ஆள் கட்டாயம் வேண்டும். இரண்டு பேர் இருந்தால் பெண்கள் பக்கமும் நிறைவாக விற்க வசதியாக இருக்கும். அன்றைக்குப் பார்த்து ஒருவனைக் காணோம். அதனால் அலுவலக வேலை செய்யும் வத்தன் என்னும் பையனைக் கூப்பிட்டுக் கடைக்காரர் விற்பனைக்குப் போகச் சொன்னார். அன்று இடைவேளையின்போது பெண்கள் பக்கம் தடியோடு அவன் நிற்க வேண்டும். பெண்கள் பக்கம் வந்து மேனேஜர் பார்க்கவா போகிறார் என்று சொல்லிக் கடைக்காரர் ஒரு ஏற்பாட்டைச் செய்தார். பெண்கள் பக்கம் தடியோடு போவதுபோலப் போய் அப்படியே கொட்டாய்க்கு உள்ளே அவன் வந்துவிட வேண்டும். இன்னொருவன் போண்டா தட்டத்தைக் கொண்டு வந்து கொடுத்துவிடுவான். விற்றதும் தட்டத்தை மீண்டும் அவனிடமே கொடுத்துவிட்டு வத்தன் பெண்கள் பக்கமாகவே அலுவலகம் போய்விடலாம். அதே போலச் செய்தார்கள்.

ஆனால் இடைவேளையின் பாதி நேரத்தின்போது பெண்கள் பக்கம் தடியை ஆட்டி அதட்டும் வத்தனின் குரல் கேட்கவில்லை என்பதை அறிந்தோ வேறு எதற்காகவோ அந்தப் பக்கம் போன மேனேஜர் கோபம் கொண்டு உள்ளே விற்பனையில் இருந்த வத்தனை வந்து பிடித்துக்கொண்டார். கூட்டத்தில் அவர் பேசிய பேச்சுக்கள் பலருக்கும் கேட்கவில்லை என்றபோதும் வத்தனுக்கு நன்றாகவே கேட்டது. 'சம்பளம் நான் குடுக்கறன். டீக் கடைக்காரன் உனக்கு ஊம்பக் குடுக்கறானா?' என்பது ஒன்றுதான் மேனஜர் கேட்டதில் நாகரிகமானது. பாதி விற்றதோடு தட்டத்தை இன்னொருவனிடம் ஒப்படைத்துவிட்டு வத்தன் தடி ஆட்டிக் கத்தப் போனான். அவன் போனபோது மண் பகுதியில் பெண்கள் பலர் நின்றும் உட்கார்ந்தும் சிறுநீர் கழித்துக்கொண்டிருந்தனர். நாலு காசு சம்பாதிப்பதைக் கெடுத்துவிட்டதோடு ஏராளமான கெட்ட வார்த்தைகள் போட்டுத் திட்டிய மேனேஜர் மேல் இருந்த கோபத்துடன் பெண்கள் பக்கம் போனவன் 'கக்கூஸுக்குள்ள போங்கடி'

என்று 'டி' போட்டுக் கத்தினான். உடனே பெண்கள் கும்பலாக அவன் மேல் பாய்ந்துவிட்டார்கள். சில அடிகளை வாங்கிக் கொண்டுதான் அவன் தப்பித்து வரும்படி ஆயிற்று.

'டி' போட்டுப் பேசவில்லை என்றும் பகல் நேரம் என்பதால் பெண்கள் சிறுநீர் கழித்துக் கொண்டிருக்கும் போது வயசுப்பையன் ஒருவன் வந்துவிட்டான் என்னும் கோபத்தில் அடிக்க வந்தார்கள் என்றும் அடி எதுவும் வாங்காமல் தப்பி ஓடி வந்துவிட்டேன் என்றும் அவன் சொன்னான். ஒருவகையில் அது சரிதான். இரவுக் காட்சி என்றால் விளக்கிருந்த போதும் அவ்வளவு தெளிவாக ஆள்முகம் தெரியாது. அதுவும் அல்லாமல் இடைவேளை விட்டதும் அவன் போயிருந்தால் பெண்கள் சிறுநீர் கழிக்க உட்காரும் முன்னரே விரட்டியிருப்பான். அவர்கள் தொடங்கிய பிறகு பாதியில் இவன் போனதும் முக்கியக் காரணம் ஆனது. அதன் பின் 'வேலையை விட்டுப் போனாலும் போவேனே தவிர இனிமேல் அந்தப் பக்கம் போக மாட்டேன்' என்று அவன் மேனேஜரிடம் சொல்லிவிட்டான்.

'அந்தப் பக்கம் போன வத்தன் பெரிய குழியப் பாத்துப் பயந்து ஓடியாந்துட்டான்' என்றும் 'அவனப் புடிச்சி நாலஞ்சு பேரு இழுத்தா அவன் என்ன பண்ணுவான்' என்றும் பலவாறாகக் கேலி செய்தார்கள். சாதாரணப் பேச்சிலேயே 'வத்தனுக்கென்ன ஓசிலயே பாத்துட்டான்' என்பார்கள். அவன் எவ்வளவோ மறுத்தும் கேலி ஓயவேயில்லை. ஆனால் அதன்பின் பெண்கள் பக்கம் போய் விரட்டும் வேலையை நிறுத்திவிட்டார்கள். பெண்கள் கழிப்பறையைப் பயன்படுத்தாமல் தங்கள் விருப்பப்படி மண் பகுதியையே தடையின்றி உபயோகித்தார்கள்.

ஆண்கள் பக்கமும் ஒரு பிரச்சினை வந்தது. அலுவலகத்தில் வேலை செய்த இன்னொரு பையன் பெரியசாமி. பதினைந்து பதினாறு வயதிருக்கும். ஆனால் ஆள் நன்றாக வளர்ந்திருப்பான். அடர்மீசையோடு இருபது வயதுத் தோற்றம். அவனைப் 'பெரிசு' என்னும் பட்டப் பெயரில் கூப்பிடுவார்கள். ஆண்கள் பக்கம் தடி கொண்டு விரட்டும் வேலையின்போது அவனுக்கு ஒரு சம்பவம் நேர்ந்தது. தங்களுக்கு எந்த இடத்தில் அதிகாரம் இருக்கிறதோ அங்கே அதை எவ்வளவு முடியுமோ அவ்வளவு பிறர்மேல் பயன்படுத்த எல்லாரும் தயாராகவே இருக்கிறார்கள். அதிகாரம் உள்ள இடம் கழிப்பிடமாக இருந்தாலும் அப்படித்தான்.

'பெரிசு' இந்த விஷயத்தில் கொஞ்சம் அதிகமாகவே நடந்துகொண்டான். தடியைக் கையில் எடுத்ததும் அந்த மண் பரப்பு முழுவதும் தன் ஆதிக்கத்தில் வந்துவிட்டது எனக் கருதிக்கொள்வான். சின்னப் பையன் முதல் பெரியவர்கள்

வரை யாரும் பொருட்டல்ல. வாய்க்கு வந்தபடி திட்டுவான். ‘மண்ணப் பாத்தாப் போதும் கைல தூக்கிப் புடிச்சிக்கறானுங்க’ என்பதை அடிக்கடி சொல்வான். கையில் உள்ள நீண்ட தடியால் சிலரை லேசாகத் தாக்கவும் செய்திருக்கிறான்.

பெண்கள் பக்கம் பிரச்சினை ஒரு முடிவுக்கு வந்து சில நாட்கள் ஆகியிருக்கும். இரண்டாம் ஆட்டம் தொடங்கிக் கொஞ்ச நேரம் படம் ஓடியிருக்கும். கடைக்கு முன்பக்கம் இருந்த கேபின் ரூம் படிக்கட்டுக்கு அடியில் பையன்கள் எல்லாம் உட்கார்ந்து அரட்டை அடித்துக்கொண்டிருந்தனர். அப்போது ஒருவன் மெதுவாக உள்ளிருந்து கீழிறங்கினான். அவன் மண் பரப்பில்தான் சிறுநீர் கழிக்கப் போகிறான் என்பது தெளிவாகத் தெரிந்தது. ’ஏய்’ என்று ஒருவன் கத்தினான். அவன் கண்டுகொண்ட மாதிரியே தெரியவில்லை. பயமுறுத்துவது போலப் பலரும் சேர்ந்து ஒன்றாகக் கத்தினார்கள். ம்கூம். எருமை மேல் மழை பெய்த மாதிரி அவன் அந்தப் பக்கமே நடந்தான். ‘எவண்டா அவன் தாயோலி’ என்றெல்லாம் கத்திப் பார்த்தும் ஒன்றும் ஆகவில்லை. அவன் போய் மண் பரப்பின் நடுவில் நின்று லுங்கியைத் தூக்கிக்கொண்டான். இங்கிருந்து பார்த்த ‘பெரிசு’க்குப் பொறுக்கவில்லை. தன் ஆளுகைக்கு உட்பட்ட ஓரிடத்தில் தன் கட்டளைக்கு உட்படாதவனைச் சும்மா விடுவதா? ‘டேய் திருட்டு நாயே’ என்று கத்தியபடி ஓடி அவன் மயிரைக் கொத்தாகப் பிடிக்கப் பார்த்தான். சிறுநீர் கழித்துக்கொண்டிருந்தவன் சட்டெனத் திரும்பி இவன் மேல் அடித்துவிட்டான். ‘ச்சீ ச்சீ’ என்று கத்திக்கொண்டே ‘பெரிசு’ தண்ணீர்த் தொட்டியை நோக்கி ஓட வேண்டியதாகிவிட்டது.

ஒரு குளியலே போட்ட பிறகே தூர வந்தான். படிக்கடியில் இருந்த பையன்கள் எல்லாம் சிரித்து மாய்ந்தார்கள். அவன் எந்தச் சலனமும் இல்லாமல் நிதானமாகச் சிறுநீர் கழித்துவிட்டு மெதுவாகத் திரும்பி உள்ளே போனான். இருபத்தைந்து வயதுக்குள்ளான இளைஞன் அவன். போதையில் இருந்திருப்பானோ என்று சந்தேகம். ஆனால் அவன் செயல் மிகத் தெளிவாக இருந்தது. அதுவும் பெரிசுவின் மேல் அவனுக்கு ஒருகண் இருந்திருக்கும் போல. எப்போதாவது பெரிசுவிடம் திட்டு வாங்கியிருக்கக்கூடும். அதற்குப் பழி வாங்கவே இடைவேளை அல்லாத இந்த நேரத்தில் எழுந்து வந்திருக்கிறான். அவன் திட்டம் தெளிவானது. பெரிசு ரொம்பவும் அவமானப்பட்டுப் போனான். கிட்டத்தட்ட அழுகிற மாதிரி ஆகிவிட்டான். துணியை மாற்றிக் கொண்டு தியேட்டரை விட்டு வெளியே போனான். அடுத்த நாள்தான் திரும்பவும் வந்தான். வந்தவன் மேனேஜரிடம் போய் இனிமேல் யாரையும் விரட்ட மாட்டேன்

என்று சொல்லிவிட்டான். அவன் மட்டுமல்ல, எந்தப் பையனும் தயாரில்லை.

இதைச் சாக்காக வைத்து இந்த வேலையைத் தவிர்த்து விட்டால் இடைவேளையின்போது நிம்மதியாகத் தட்டம் விற்கப் போகலாம். கைச்செலவுக்குக் காசாகும் என்பதாலும் எல்லாப் பையன்களும் சேர்ந்து 'வெரட்டப் போறதுன்னா எனக்கு இந்த வேலையே வேண்டாம்' என்று சொல்லிவிட்டார்கள். தியேட்டர் வேலையில் நீண்ட நாட்கள் இருப்பவர் யாருமில்லை. ஆள் பற்றாக்குறை எப்போதும் இருக்கும். ஆள் கிடைத்தால் உடனே சேர்த்துக்கொள்வார்கள். மேனஜர் 'அப்பங் கேட்டா என்ன சொல்றதுடா' என்றாராம். 'தடியப் புடிச்சிக்கிட்டு அப்பனையே வந்து நிக்கச் சொல்லுங்க சார்' என்று காட்டமாகப் 'பெரிசு' சொன்னானாம்.

அந்தச் சம்பவத்திற்குப் பிறகு பெரிசுவின் பேரும் மாறி விட்டது. 'உனக்கென்னடா சோத்துக்கு உப்பே போட்டுக்க வேண்டியதில்ல' என்று கேலி செய்தார்கள். அடுத்து வந்த ஓரிரு நாளில் போண்டா கடைப் பையனோடு பெரிசுவுக்கு ஏதோ ஒரு சின்னச் சண்டை. பேச்சில் 'அடப் போடா மல்லுக் குடிச்சான்' என்று அவன் திட்டினான். அதிலிருந்து பெரிசு 'மல்லுக் குடிச்சான்' ஆகிவிட்டான். அதற்குப் பின் மண் பரப்பு நிரந்தர சிறுநீர் கழிக்கும் இடமாக மாறிவிட்டது.

9

நான்கு பாகம்

தியேட்டரின் உள்ளே செல்வதற்கு ஒவ்வொரு பக்கமும் நான்கு கதவுகள் இருந்தன. தரை அல்லது பெஞ்சு, பேக் பெஞ்சு, ச்சேர், சோபா ஆகிய நான்கு வகுப்புகளுக்கும் தனித் தனிக் கதவுகள். அதுவல்லாமல் அலுவலகத்தின் பக்கம் இருந்து உள்ளே நுழையப் பெரிய கதவு ஒன்று. அந்தக் கதவைப் பெரும்பாலும் திறக்க மாட்டார்கள். கட்டுக்கடங்காத கூட்டம் இருக்கும் சமயங்களில் படம் விடும்போது மட்டும் திறப்பார்கள். அது ஒன்றுதான் கிரில் கேட். மற்றவை எல்லாம் மரத்தாலான மடி கதவுகள். அவற்றை ஒட்டிக் கறுப்புத் திரை அழகாகத் தொங்கிக் கொண்டிருக்கும். காலைக் காட்சிக்கும் பகல் காட்சிக்கும் அந்தத் திரையை அவிழ்த்துவிட்டிருப்பார்கள். இரவுக் காட்சிகளின் போது திரை சுருட்டிக் கட்டப்பட்டு ஓரத்தில் தொங்கிக் கொண்டிருக்கும். படம் பார்க்க வரும் சிறுவர் சிறுமியர்களுக்குப் பிடித்துத் தொங்கி ஊஞ்சலாட அவை நல்ல வாகாக இருந்தன. இன்னும் பலவகைப் பயன்பாட்டுக்கும் திரைகள் உதவின.

அப்போதெல்லாம் வெற்றிலை பாக்குப் போடுபவர்கள் எண்ணிக்கை அதிகம். அவர்கள் எச்சில் துப்பவென்று உள்ளே பல இடங்களில் ‘எச்சில் தொட்டி’ வைத்திருப்பார்கள். மணல் நிறைக்கப்பட்ட சிறுதொட்டி. கசாப்புக் கடையில் ரத்தத்தைப் பிடித்து ஒரு பாத்திரத்தில் உறைய வைத்திருப்பார்களே அதைப் போலவே தொட்டி இருக்கும். வெற்றிலை போடுபவர்கள் சுண்ணாம்பு எடுத்தபின் விரலைச் சுவரில் தேய்த்துவிட்டுத் துடைத்துக்கொள்ளத் திரைச்சீலைகள் மிகவும் வசதியாக இருந்தன. சளி துடைக்கவும் வசதிதான்.

திரைச்சீலையின் நாற்றம் பொறுக்க முடியாமல் போய் அதைத் துவைத்துப் போடலாம் என்று கழற்றிக் கொண்டு வந்தபோது தியேட்டர் தொடங்கி ஐந்தாறு மாதங்கள் இருக்கும். பல இடங்களில் ஓட்டைகள். பிளேடு கொண்டு கிழித்தது போலவும் சில இடங்களில் தெரிந்தது. மினுமினுக்கும் கறுப்பு நிறத்தில் இருந்த சீலைகள் அழுக்குக் கறுப்பு என்னும் புதிய நிறம் ஒன்றுக்கு மாறிவிட்டன.

கேபின் ரூமுக்கு இரண்டு பக்கமும் மாடிப்படி உண்டு. அவற்றில் பெண்கள் பக்கத்துப் படியில் யாரும் செல்வதில்லை. அதனால் அந்தப் பக்கக் கதவு எப்போதும் பூட்டப்பட்டிருக்கும். ஆகவே அந்தப் பக்கத்துப் படிக்கடியில் திரைச்சீலைகள் குவித்து வைக்கப்பட்டன. திரைச்சீலைகள் கழற்றப்பட்ட பின் பெரிய பிரச்சினை ஒன்றும் இல்லை. காலைக்காட்சி, பகல்காட்சியின் போது படம் ஓடிக் கொண்டிருக்கையில் யாராவது எழுந்து வெளியே போனால் திறந்த கதவுச் சந்தில் சட்டென வெளிச்சம் புகுந்து கையை விரித்துக்கொண்டு உள்ளே நுழைந்துவிடும். அப்போது கொஞ்சம் பேர் 'ஓ' எனக் கத்துவார்கள். கதவு உடனடியாக மூடப்பட்டதும் சத்தம் நின்றுவிடும். முக்கியமான காட்சியாக இருந்தால் சத்தம் கூடுதலாக இருக்கும். ஆனால் அப்படிப்பட்ட காட்சியின்போது யாராவது அரிதாகவே எழுந்து செல்வார்கள். எனவே பாதிப்பு இல்லை. ஆகவே திரைச்சீலைகளைத் துவைத்து மீண்டும் கட்ட வேண்டும் என்பதில் யாருக்கும் கவனம் செல்லவில்லை. படியடியே மாதக்கணக்கில் கிடந்த அக்குவியல் படிப்படியாக மக்கிற்று. குப்பையோடு கலந்துபோயிற்று. அப்பன் கொட்டாயின் அழகுகளில் மற்றொன்று இப்படியாகக் கழிந்தது.

ஒவ்வொரு தியேட்டருக்கும் அரசு விதிக்கும் கேளிக்கை வரி உண்டு. வரிவிதிப்பின் அளவு கூடவும் குறையவும் முக்கியமான காரணம் இருக்கைகளின் எண்ணிக்கை. தியேட்டர் தொடங்கியபோது தெரியாத பல விஷயங்கள் சில மாத அனுபவத்தில் தீரப்பனுக்குப் பிடிபட்டன. மேலும் நிர்வாகம் சார்ந்த விஷயங்களைத் தெளிவுபடுத்த மேனேஜர் ஒருவர் இருந்தார். 'மேனேஜர்' என்றுதான் எல்லாரும் சொல்வார்கள். அதனால் அவர் பெயர் என்னவென்று எனக்குத் தெரியவில்லை. இருக்கைகளின் எண்ணிக்கையைக் குறைக்கும் தந்திர உத்தியை மேனேஜர்தான் சொன்னார் என நினைக்கிறேன். அது ஒன்றும் புதிதல்ல. ஏற்கனவே மற்ற தியேட்டர்களிலும் பின்பற்றிக்கொண்டிருந்த ஒரு நடைமுறைதான்.

முதல் வகுப்பாகிய சோபா இரண்டு வரிசை இருந்தது. மரநாருக்கு மேல் சிவப்பு நிறத்தில் ரெக்சின் வைத்துத்

தைக்கப்பட்ட சோபாக்கள். வசதியாக உட்கார்ந்துகொள்ளும்படி சாய்வும் இருபுறமும் கை வைத்துக்கொள்ள வாகான அகண்ட கைப்பிடிகளும் கொண்டிருந்தன. எல்லா நாளும் சோபாக்கள் நிறைவதில்லை. பெரும்பாலான நாட்கள் அல்லது பெரும்பாலான காட்சிகள் சோபாவின் பெரும்பகுதி காலியாகத்தான் கிடக்கும். அதிகபட்சமாக அரை வரிசை நிறையும். ஆகவே சோபா வரிசை ஒன்றை முழுவதுமாக அகற்றிவிடுவது என்று முடிவு செய்தார்கள். அதேபோல் இரண்டாம் வகுப்பு ச்சேர் பகுதி. அதில் ஏழு வரிசை இருந்தது. இரும்பு நாற்காலிகள். சிறிய பெட்டி ஒன்றைப் போலச் சதுர வடிவில் ஆனவை. அதில் இரண்டு வரிசை நாற்காலிகளை அகற்றிவிடுவது என்பதும் முடிவு. பெஞ்சு, பேக் பெஞ்சு ஆகியவை பிரச்சினை இல்லை. சோபா வரிசை ஒன்று, ச்சேர் வரிசை இரண்டு ஆகியவற்றை அகற்றிவிட்டாலே வரி கணிசமாகக் குறைந்துவிடும். ஆனால் கூட்டம் அதிகமாக வரும் நாளில் என்ன செய்வது?

எந்தப் படமாக இருந்தாலும் முதல் நாள் கூட்டம் இருக்கும். அதே போலக் கடைசிநாளிலும் கூட்டம் வரும். இடைப்பட்ட நாட்களில் பெஞ்சும் பேக் பெஞ்சும் நிறைந்தாலே பெரிது. அப்படி நிறையக் கூட்டம் வரும் நாட்களில் பயன்படுத்த 'எக்ஸ்ட்ரா ச்சேர்' நடைமுறைக்கு வந்தது. அலுவலகத்துக்கு எதிரில் இருந்த அறை ஒன்று காலியாக இருந்தது. புதிதாக வாங்கப்பட்ட இரும்பு மடக்கு நாற்காலிகள் நூற்றுக்கு மேலானவற்றை அந்த அறைக்குள் அடுக்கி வைத்திருந்தார்கள். ச்சேர், சோபா எல்லாம் நிறைந்துவிட்டால் இந்த மடக்கு நாற்காலிகளை எடுத்துப் போடுவார்கள். காட்சி முடிந்ததும் அவற்றை எடுத்து வந்து அறைக்குள் அடுக்கிவிடுவார்கள். இந்த முறை அமலுக்கு வந்த போது இருக்கைகளுக்கு உரிய சீட்டுக் கொடுத்து முடித்ததும் 'எக்ஸ்ட்ரா ச்சேர்தான்' என்று சொல்லித்தான் சீட்டுக் கொடுத்து அனுப்புவார்கள். ஒருசில பேர் 'டிக்கெட் குடுத்தயில்ல, எனக்குச் ச்சேர் குடு' என்று கேட்டுப் பிரச்சினை செய்ததால் சொல்லி அனுப்பும் முறை கடைபிடிக்கப்பட்டது. விருப்பமிருந்தால் போகலாம், இல்லாவிட்டால் திரும்பிவிடலாம். உள்ளே போனபின் பிரச்சினை செய்யக்கூடாது.

அகற்றப்பட்ட சோபாக்களும் ச்சேர்களும் ஒன்றுக்கும் பயன்படாமல் கேபின் ரூம் மாடிப்படியடியே போடப்பட்டிருந்தன. அவை ஒன்றோடு ஒன்று வெல்டிங் மூலம் பிணைக்கப் பட்டிருந்ததால் தனித்தனியாக எடுத்துப் பயன்படுத்த இயல வில்லை. வெகுநாள் மழையிலும் வெயிலிலும் நனைந்தபடி அவை கிடந்தன. அப்புறம் இருந்த சுவடே இல்லை. மடக்கு நாற்காலிகள் முக்கிய இடத்தைப் பிடித்துவிட்டன. அவை

கூடுதல் வசதியாக இருந்தன. அகற்றப்பட்ட இருக்கைகளின் எண்ணிக்கையில் இருமடங்கு அளவுக்கு மடக்கு நாற்காலிகளைப் போட முடிந்தது. எங்கே சந்து பொந்துகள் இருந்தாலும் அங்கே ஒரு நாற்காலியை நுழைத்துவிட முடியும். ஆகவே நாற்காலிகள் போட்டு வைக்கும் அறை படிப்படியாக நிறைந்துவிட்டது. அந்த அறை எக்ஸ்ட்ரா ச்சேர் ரூம் ஆயிற்று. இந்த முறையினால் கேளிக்கை வரி கணிசமாகக் குறைந்தது. வரி வசூலிக்கும் துறைக்கு மாதாந்திரக் கட்டணமாக ஒரு தொகை கொடுக்கப்பட்டது. அது மிகவும் குறைவுதான். ஆனால் இந்த முறை கடைக்காரர்களாகிய எங்களை மிகவும் பாதித்தது.

கூட்டம் மிகுதியாக இருந்தால் விற்பனை அளவும் மிகுதியாகும் என்பது பொதுவான அபிப்ராயம். அனுபவத்தில் பார்த்தால் அது தவறு. கூட்டம் அதிகமானால் தொந்தரவுகள்தான் அதிகமாகும். தியேட்டருக்கு உள்ளே போக முடியாதபடி கூட்டம் இருக்கும்போது உள்விற்பனை பெரிய அளவு பாதிக்கப்படும். இடைவேளை விடும் நேரத்திற்கு ஐந்து நிமிடம் முன்னதாகவே உள்ளே போய்ப் பையன்கள் நின்றுகொள்வார்கள். கூட்டம் மிகுந்திருந்தால் அப்படிப் போய் நின்றுகொள்வது கடினம். கூட்டம் வெளியே வந்தபின் உள்ளே போகலாம் என்றால் கூட்டம் வெளியே வர ஐந்து நிமிடம் ஆகிவிடும். மேலும் பையன்கள் உள்ளே நுழைந்து எல்லா இடங்களுக்கும் சகஜமாகப் போய் விற்பனை செய்ய முடியாது. கூட்டம் இடைஞ்சலாக இருக்கும். அத்தோடு இந்த எக்ஸ்ட்ரா ச்சேர்கள் போடப்பட்ட பின் மிக்சர் முறுக்குத் தட்டத்தைக் கையில் எடுத்துக்கொண்டோ சோடாப் பாட்டில்களைச் சுமந்துகொண்டோ தியேட்டருக்குள் தடையின்றிப் போக முடியவில்லை. எந்தப் பக்கம் போனாலும் அவை இடிக்கும். அதனால் உள் விற்பனை பெரிய அளவு பாதிக்கப்படும்.

வெளி விற்பனையும் ஜோர் என்று சொல்ல முடியாது. எக்ஸ்ட்ரா ச்சேர்களில் உட்கார்ந்திருப்பவர்களும் சரி, மற்ற இருக்கைகளில் அமர்ந்திருப்பவர்களும் சரி கூட்டம் மிகுதியாக இருக்கும்போது வெளியே எழுந்து வர மாட்டார்கள். தனியாக வந்துள்ளவர்கள் இருக்கையை விட்டு அசையவே மாட்டார்கள். எக்ஸ்டா ச்சேர் முடிந்த பின்னும் நின்றுகொண்டே படம் பார்க்கவும் ஐம்பது டிக்கெட்டுகளுக்குமேல் கொடுத்திருப்பார்கள். புதுப்படம் வெளியாகும்போது முதல் சில நாட்களுக்கு இத்தகைய முறை இருக்கும். ஆகவே உட்கார்ந்திருப்பவர்கள் இருக்கை பறிபோய்விடும் என்னும் பயத்தில் அசையவே மாட்டார்கள். நகரத்துத் தியேட்டர்களில் இருப்பது போன்று இருக்கைகளுக்கு எண் கிடையாது. இடம் இருப்பதைப் பார்த்து உட்கார்ந்துகொள்ள

வேண்டியதுதான். கூட்டம் உள்ளே அதிகமாக இருந்தால் தாராளமாக நுழைந்து நடந்து விற்பனை செய்வது கடினம். வெளியே வருபவர்களும் அவசர அவசரமாக வாங்கிக்கொண்டு உள்ளே ஓடிவிட முயல்வார்கள். படம் சீக்கிரம் போட்டு விட்டால் என்ன செய்வது என்னும் அவசரம். கூட்டம் உள்ளே போக ஆரம்பித்தால் தனக்குரிய இடத்தைக் கண்டுபிடிப்பது கடின மாகிவிடும் என்பதும் காரணம். ஆகவே கடைக்கு முன் கூட்டம் முட்டித் தள்ளும். அதில் பொருளைக் கொடுத்துப் பணம் வாங்கிப் போட்டுச் சில்லரை எடுத்துக் கொடுப்பது கஷ்டம்.

அளவான கூட்டமாக இருந்தால் வியாபாரம் மிக நன்றாக இருக்கும். உள் விற்பனையும் வெளி விற்பனையும் கிட்டத்தட்டச் சமமாக நடக்கும். யாருக்கும் கஷ்டமில்லை. அதிகக் கூட்டத்தை விட வேண்டாம் என்று கடைக்காரர்கள் சொல்ல முடியாது. கூட்டத்தில் தங்கள் வியாபாரம் நன்றாக நடக்க என்னென்ன உத்திகளைக் கையாள வேண்டுமோ அதையெல்லாம் செய்ய வேண்டியதுதான். அப்படிக் கூட்டம் இருக்கும் நாட்களில் இரண்டு மூன்று இடங்களில் கடை போடுவது ஒரு வியாபார உத்தி. தரை டிக்கெட் பக்கம் கதவுக்கு வெளியே இரண்டு டஜன் கலர்களை வைத்துக்கொண்டு ஓர் ஆள் நிற்க வேண்டும். அதேபோல மற்ற வகுப்புகளுக்கு முன்னாலும். உள் விற்பனையில் வரும் கமிஷன் அளவே கதவுக்கு முன் வைத்து விற்கும் பையன்களுக்குப் பணம் கொடுத்துவிடுவார்கள். பெண்கள் பக்க விற்பனைதான் பாதிக்கப்படும். அது உள் விற்பனையை மட்டுமே சார்ந்தது. பெண்கள் பக்கக் கதவுக்கு முன் வைத்து விற்பனை செய்ய முடியாது. எதிரிலேயே கழிப்பிடம் என்பதால் பையன்கள் அங்கே போய் நிற்கக் கூடாது. அதனால் அரங்கு கொள்ளாத அளவு கூட்டம் இருக்கும்போது கடைக்காரர்கள் மகிழ்ச்சியாக இருப்பார்கள் என்று சொல்ல முடியாது.

மேனேஜருக்கும் ஆபரேட்டருக்கும் கடைகளில் பலவிதச் சலுகைகள் உண்டு. நேரத்திற்கு வந்து தாராளமாக முட்டை போண்டாவோ கொம்பு ரொட்டியோ எடுத்துச் சாப்பிடுவார்கள். சோடாக்கடைக்கு வந்தால் கோலி சோடாவோ கலரோ ஆகாது. அப்போது புதிதாக வந்திருந்த டொரினோ குளிர்பானம்தான் குடிப்பார்கள். என் அப்பன் வயிறெரிந்துகொண்டே கொடுப்பார். 'ஒருநாளைக்கு நாலஞ்சு டொரினோத்தான் விக்குது. அதுல இவனுங்க வந்து ஆளுக்கொண்ணு குடிச்சர்ரானுங்க. அவனவன் மொதல் போட்டு ஏவாரம் பண்ணுனாக் கஷ்ட நஷ்டம் தெரியும். என்ன பண்றது, பட்டி நாய்க்குக் கஞ்சி ஊத்துனாப் போதும், இதெல்லாம் பங்களா நாய்ங்க. எலும்புத் துண்டு போட்டுத்தான் ஆவோனும்' என்று பலவிதமாகப் புலம்புவார்.

ஆனால் அவர்கள் வரும்போது சிரித்துப் பேசிக்கொள்வார். இந்த விஷயத்தில் மூன்று கடைக்காரர்களிடமும் ஒற்றுமை இருந்தது. அவர்களோடு ஏதாவது முறைத்துக்கொண்டால் கால்மணிநேர இடைவேளையைப் பத்து நிமிடமாக்கி மணியடித்துவிடுவார்கள். கடைமுன் குழுமி நிற்கும் கூட்டம் கல்லெறிக்குச் சிதறும் காக்கைகளாய் உள்ளோடிப் போகும்.

இரண்டு ஆபரேட்டர்கள் இருந்தனர். ஒருவர் வயதானவர். நல்ல அனுபவம் உள்ளவர். அவர் பெரும்பாலும் கீழிறங்கி வரமாட்டார். இன்னொருவர் திருமணமாகாத இளைஞர். ராஜேந்திரன் என்று பெயர். ராஜேந்திரன் தான் கீழே வந்து வேண்டிய பொருளைச் சாப்பிட்டுவிட்டுப் பெரியவருக்கும் எடுத்துச் செல்வார். ஒருநாள் இரண்டு டொரினோ பாட்டில்களை ராஜேந்திரன் எடுத்துச் செல்ல முயன்றபோது அப்பன் முடியாது என்று சொல்லிவிட்டார். ஒரு டொரினோ நான்கு ரூபாய் விலை. ஒருநாளைக்கு ஆபரேட்டருக்கு மட்டும் எட்டு ரூபாய் செலவு செய்தால் சோடாக்காரன் காலியாகிவிடுவான். வாரத்திற்கு ஒருநாள் டொரினோ கொடுக்கலாம். மற்ற நாட்களுக்குச் சோடாவோ கலரோ குடித்துக் கொள்ளலாம் என்று என் அப்பன் சொல்லிவிட்டார். எடுத்த டொரினோவை அப்படியே வைத்துவிட்டுப் போய்விட்டான் ராஜேந்திரன்.

அன்றைக்கு முதல் ஆட்ட இடைவேளையின் போது கடைக்கு முன் கூட்டம் குழுமியிருக்கக் குழுமியிருக்க எட்டே நிமிடத்தில் மணியடித்துப் படத்தைத் தொடங்கிவிட்டான் ராஜேந்திரன். பாதி வியாபாரம்கூட ஆகவில்லை. ஒன்றுக்குப் போனவர்கள் எல்லாம் இன்னும் கடைக்கு வந்தே சேரவில்லை. கோபத்தோடு கேபின் ரூமுக்குப் போன என் அப்பன் ராஜேந்திரனைப் பிடித்து அவன் எதிர்பார்க்காத வகையில் கன்னத்தில் அறைந்துவிட்டார். அவன் அரற்றிக்கொண்டே தீரப்பனிடம் ஓடினான். ‘நீ எப்பிடி எட்டு நிமிசத்தில பெல்லடிக்கலாம்? உனக்குச் சம்பளம் கொடுக்கறன். அவுங்க எனக்கு வாடவ தர்றாங்க. அத வாங்கித்தான் உனக்குச் சம்பளம். நீ வாங்கறவன். அவுங்க கொடுக்கறவுங்க. டேய் ஊசக்கூதி தெரியுதாடா?’ என்று சொல்லிவிட்டார் தீரப்பன். ‘அடிச்சுப்புட்டாருப்பா’ என்று அழுதான் ராஜேந்திரன். ‘நானா இருந்தா வெட்டீருப்பண்டா’ என்று தீரப்பன் சொல்ல எல்லாருக்கும் சிரிப்பு வந்துவிட்டது. அதற்குப் பின் இடைவேளை நேரத்தில் பிரச்சினை வரவில்லை. கடைக்கு வருவதும் ஏதாவது எடுத்துச் சாப்பிடுவதும் தொடர்ந்தன. ஆனால் முன்போல் கடைக்காரர்களைத் தொந்தரவு செய்வதில்லை.

விமலா தியேட்டர் தொடங்கி ஆறுமாதம் இருக்கும் என நினைக்கிறேன். தூத்துக்குடியில் கீற்றுத் திரையரங்கம் ஒன்றில்

பகல் காட்சியின் போது பெரும் தீவிபத்து ஏற்பட்டது. பல பேர் இறந்தார்கள். ஏராளமான பேருக்குக் காயம். எனக்குத் தெரிய நடந்த பெரிய திரையரங்கத் தீ விபத்து அதுதான். அந்த விபத்துக்குப் பின் அரசு சில கடுமையான விதிகளை அமல்படுத்தியது. கீற்றுக் கொட்டகைத் திரையரங்குகள் தடை செய்யப்பட்டன. மேலே சிமிட்டி அட்டை போட்டுக் கொள்ளலாம் எனவும் அப்படியும் பகல் நேரக் காட்சிகள் நடத்தக்கூடாது எனவும் விதிகள் வந்தன. தூத்துக்குடி திரையரங்கில் பகல் காட்சியின் போது எல்லா வகுப்புகளின் கதவுகளும் இறுகப் போடப்பட்டிருந்ததால் தீப் பிடித்ததைக் கூட்டம் அறியவில்லை. அறிந்தபின் உடனடியாக வெளியேற முடியவில்லை. ஆகவே பகல் காட்சி கூடாது என விதி வந்தது. இரண்டு காட்சிகள் மட்டும்தான். அச்சமயத்தில் பல திரையரங்குகள் மூடப்பட்டன.

கரட்டூரில் முருகா டாக்கீசும் கூவலடியான் டாக்கீசும் அவ் விதம் மூடப்பட்டவை. முருகா மூடப்பட்டதால் விமலாவுக்குப் பெருத்த மகிழ்ச்சி. விமலாவைத் தொடங்க விடாமல் அலைக்கழித் தவன் கொட்டகையையே மூட வேண்டி நேர்ந்துவிட்டதால் தீரப்பன் உற்சாகமாக இருந்தார். ‘அந்த ஊசக்கூதிக்கு மனசப் போலத்தான் நடக்குது’ என்று சொன்னாராம். ஓடையூர் சாலையில் இப்போது ஒரே ஒரு தியேட்டர்தான். ஆகவே படம் பார்க்க விரும்பும் ஆட்கள் நேராக விமலாவுக்குத்தான் வந்தாக வேண்டும். தேர்வு செய்துகொள்ள வாய்ப்பேதும் இல்லை. அதனால் தினமும் விமலாவுக்குக் கூட்டம் வந்தது.

ஓராண்டு முடிவில் கடைகளுக்கெல்லாம் வாடகையைப் தீரப்பன் உயர்த்தினார். ஏற்கனவே நாளொன்றுக்குக் கொடுத்துக் கொண்டிருந்த வாடகையோடு பத்து ரூபாய் சேர்த்துக் கொடுக்க வேண்டும் என்று மேனேஜர் மூலமாகச் சொல்லிவிட்டார். கடைக்காரர்கள் எல்லாருக்கும் இது அதிகம் என்று பட்டது. ஐந்து ரூபாய் உயர்த்தியிருந்தால் ஏற்றுக் கொண்டிருப்பார்கள். எல்லாரும் கலந்து பேசி ஒரு முடிவுக்கு வந்தார்கள். அப்பன் கேட்பதைப் போலப் பத்து ரூபாய் தந்துவிடத் தயார். ஆனால் இடைவேளை கால்மணி நேரத்தோடு ஐந்து ஐந்து நிமிடத்திற்கு இரண்டு பாகங்களுக்கு இடைவேளை விட வேண்டும் என்பது கடைக்காரர்களின் நிபந்தனை. மேனேஜரிடம் இதைச் சொன்னபோது அந்த ஆள் ஒத்துக் கொள்ளவில்லை. பாகம் விட வேண்டும் என்றால் எதற்கு இரண்டு மெஷின்கள் என்பது அவரின் கேள்வி. மீனாள் கொட்டாயிலும் தேனாம்பிகைக் கொட்டாயிலும் பாகம் விடுகிறார்களே என்பது கடைக்காரர்களின் பதில்.

’பாகமெல்லாம் விட முடியாது. பத்து ரூபாய் சேர்த்துக் கொடுக்க முடியாவிட்டால் காலி செய்துகொள்ளலாம்’ என்று

மேனேஜர் சொல்லிவிட்டார். 'இவன் என்ன நம்பளக் காலி பண்ணச் சொல்றது? தீரப்பங்கிட்டக் கைநீட்டிச் சம்பளம் வாங்கறவன். தீரப்பன் சொல்லட்டும், காலி பண்ணிக்கலாம்' என்று என் அப்பன் சொன்னார். தீரப்பன் எப்போதும் கடைக்காரர்கள் பக்கம்தான் இருப்பார் என்பது அப்பனின் நம்பிக்கை. முதல் ஆட்டம் இடைவேளை முடியும்வரைதான் பெரும்பாலும் தீரப்பன் இருப்பார். டிக்கெட் கொடுத்து முடிந்தபின் தீரப்பனைப் பார்க்கப் போனார்கள். கேட்டுக்கு எதிரில் நாற்காலியில் அவர் அமர்ந்திருந்தார். அவர் மட்டும் பயன்படுத்தவென மரச் சாய்வு நாற்காலி ஒன்று இருந்தது. கைகளை மேல் நோக்கி நீட்டியபடி அவர் அதில் படுத்தவாறு உட்கார்ந்திருப்பது பார்க்க நன்றாக இருக்கும்.

எதிரில் போய் நின்ற கடைக்காரர்களிடம் விஷயத்தை விசாரித்தார் தீரப்பன். 'எங்களுக்கும் நாலு காசு வரும்பிடி வந்தாச் சேத்துக் குடுக்கறதுல கஷ்டமிருக்காதுங்கப்பா. பாகம் உடச் சொல்லுங்க. ஒரு அஞ்சஞ்சு நிமிசந்தான. உள்ளேவாரம் ரண்டு ருவா நாலு ருவாக்கி ஆவும். உங்களுக்கும் சேத்துக் குடுத்தர்ரோம்' என்று என் அப்பன் சொன்னார். மற்ற கடைக்காரர்கள் என் அப்பனைவிட வயதில் சிறியவர்கள். எதுவென்றாலும் என் அப்பனையே முன்னிறுத்துவார்கள். அவரும் வினயமாகப் பேசுவார். அப்பனின் பேச்சைக் கேட்டதும் தீரப்பன் மேனேஜரைக் கூப்பிட்டார். 'பாகம் உட்டா ஏவாரம் இருக்குங்கறாங்க. அவுங்க ஏவாரத்த நாம ஏன் கெடுக்கோணும்? அந்த ஊசக்கூதி ஆபரேட்டக் கூப்புட்டு நாளையில இருந்து பாகம் உட்டு ஓட்டச் சொல்லு. பத்துப் பத்து இவுங்ககிட்டச் சேத்து வாங்கிக்க' என்று சொன்னார். மேனேஜர் 'இல்லப்பா' என்று ஏதோ சொல்ல வாயெடுத்தபோது 'ஏவாரத்தப் பத்தி எனக்குத் தெரியும். நீ ஒன்னும் சொல்ல வேண்டாம் போ' என்று அடக்கிவிட்டார்.

கடைக்காரர்கள் எல்லாருக்கும் பெருமகிழ்ச்சி. 'அப்பன் பெருத்த ஏவாரி. அதான் நாம சொன்ன ஒடன புரிஞ்சுக்கிட்டாரு' என்றார்கள். அடுத்த நாள் முதல் படம் நான்கு பாகங்களாக ஓடிற்று. முதல் பாகம் முடிந்ததும் ஐந்து நிமிட இடைவேளை. இரண்டாம் பாகம் முடிந்ததும் மெயின் இடைவேளை கால்மணி நேரம். மூன்றாம் பாகம் முடிந்ததும் மீண்டும் ஓர் ஐந்து நிமிட இடைவேளை. இரண்டு புரொஜக்டர்கள் இருந்தும் கடைக்காரர்களின் வியாபாரத்திற்காகப் பாகம் விடுதல் நடைமுறைக்கு வந்தது. இப்படி எல்லா வகையிலும் விமலா தியேட்டர் புதிய மாற்றங்களை இழந்து வழக்கமான முறைக்குத் திரும்பிவிட்டது.

10

கேபின் ரூம்

தியேட்டரில் வேலை செய்தோர் பட்டியல் போட்டால் முப்பது பேர் அளவுக்கு வரும். ஆபரேட்டர்கள் இருவர். இருவரும் ஒருசேர இருக்கும் நேரங்கள் அவர்களுக்கு மட்டுமே தெரியும். தியேட்டரில் தீரப்பன் இருக்கும் நேரங்களில் இருவரையும் ஒருசேரப் பார்க்கலாம். மற்றபடி அவர்களுக்குள் வேலையைப் பகிர்ந்து கொள்வார்கள். ஒருவர் காலைக்காட்சிக்கு வந்தால் இன்னொருவர் பகல் காட்சிக்கு வருவார். கூட்டம் அதிகமாக இருந்தாலோ படம் மாற்றினாலோ இருவரும் கட்டாயம் இருப்பார்கள். படச்சுருளைச் சுற்றுவதும் கார்பன் தள்ளிவிடுவதும் அவர்களது முக்கியமான வேலைகள். வேலை மிகவும் கஷ்டம் என்று சொல்ல முடியாது. ஆனால் படம் முடியும் வரை வேலை இருக்கும் என்பதும் எப்போதும் விழிப்போடு இருக்க வேண்டும் என்பதும் முக்கியம்.

இரண்டாம் ஆட்டம் இடைவேளை முடிந்ததும் தியேட்டரில் வேலை செய்வோர் அனைவரும் உறங்கச் சென்றுவிடுவர். ஆபரேட்டருக்கும் காவல்காரருக்கும் சைக்கிள் ஸ்டேண்ட் காவலாளிக்கும் அது முடியாது. காவல்காரரும் சைக்கிள் ஸ்டேண்ட் காரரும் கூடப் படுத்து உறங்கலாம். யாராவது தேவை என்றால் எழுப்புவார்கள். ஆபரேட்டரோ ‘வணக்கம்’ போடும் வரை விழித்திருந்தே ஆகவேண்டும். அதேபோலக் காலையில் தியேட்டருக்குள் முதலில் வருவது ஆபரேட்டராகத்தான் இருக்கும். கடைக்காரர்கள் இடைவேளை நேரத்திற்கு வந்தால் போதும். தியேட்டர் திறந்து ஓரிரு மாதங்களில் காலைக்காட்சிக்கும் பகல் காட்சிக்கும் ஒலிபெருக்கி வழியாகப் பாட்டுப் போடுவது நிறுத்தப்பட்டு விட்டது. பகலில் வெகு

தூரத்திற்குப் பாட்டுக் கேட்காது என்பது காரணம். ஆனால் இரவுக் காட்சிகளுக்கு அது கட்டாயம். ஆகவே காலைக் காட்சி தொடக்கம் இரண்டாம் ஆட்டம் முடிவுவரை அவர்கள் இருந்தாக வேண்டும். ஆபரேட்டர் அறையாகிய கேபின் ரூம் அதிகமாக யாரும் செல்லாத உயரத்தில் இருக்கும். பெரும்பாலும் கதவுகள் மூடப்பட்டே இருக்கும். பார்வையாளர்கள், கடைகள் என்று கீழே இருக்கும் பரபரப்பு ஒன்றுக்கும் ஆட்படாது உயரத்தில் தனித்திருக்கும் அந்த அறைதான் தியேட்டரின் எல்லா இயக்கங்களையும் கட்டுப்படுத்துகிறது என்பதை நான் வியப்போடு எண்ணிப் பார்த்திருக்கிறேன்.

முதன்மை ஆபரேட்டராகிய பெரியவர் உள்ளூர்க்காரர். அதிகம் பேச மாட்டார் என்று சொல்வது அவ்வளவு பொருத்தமல்ல. பேசவே மாட்டார் என்றுதான் சொல்ல வேண்டும். ஆபரேட்டர் அறையின் மௌனம் அவருக்குள் புகுந்துகொண்டது போலும். திருமண வயதுடைய பிள்ளைகள் அவருக்கு இருந்தார்கள். தலை முழுவதும் வழுக்கை என்பதால் 'சொட்டையன்' என்று தியேட்டர் பையன்கள் அவருக்குப் பெயர் வைத்திருந்தார்கள். 'சொட்டை' என்று சுருக்கிச் சொல்வார்கள். தொலைத்துவிட்ட எதையோ தரையில் தேடுவது போல அவர் எப்போதும் தலையைக் குனிந்தபடியே நடப்பார். அவர் வருவதையும் போவதையும் அறிவது கடினம். பூனை போன்ற நடை. கேபின் ரூம் படியில் ஏறும்போதுகூடப் படிக்கு வலிக்கும் என்று கவனமாக அடி எடுத்து வைப்பார். சொற்களும் வாயை விட்டு வெளியே வராது. தீரப்பன் ஆபரேட்டரைக் கூப்பிட்ட ஒருசமயம் இன்னொருவர் இல்லை. ஆகவே பெரியவர் தீரப்பனுக்கு எதிரில் வந்து நின்று கேட்ட கேள்விகளுக்கு வாய்க்குள் முனகினார். தீரப்பனுக்கு ஒன்றும் கேட்கவில்லை. 'யோவ்ஞ் போயி அந்த ஊசக்கூதி வந்தொடன வரச் சொல்லு' என்று அனுப்பிவிட்டார். ஆனால் பெரியவர் தம்வேலையில் வெகு கெட்டி என்பார்கள். அதனால் தீரப்பன் அவரை எதுவும் திட்ட மாட்டார். அவரைத் திட்ட வேண்டும் என்றாலும் அது இன்னொருவரைத் திட்டுவதன் வழியாக அவருக்குப் போய்ச் சேரும்படி செய்வார்.

இன்னொருவராகிய ராஜேந்திரன் இளைஞர். வெளியூர்க் காரர். எனினும் தியேட்டரில் தங்காமல் வெளியே அறை எடுத்துத் தங்கியிருந்தார். ஆபரேட்டர் அறை மிகப் பெரிது. வெளியே தங்கினால் இஷ்டம் போல இருக்கலாம் என்பது அவர் எண்ணம். சுயமாகச் சமையல் செய்துகொண்டிருந்தார் என்பதும் காரணமாக இருக்கும். தீரப்பனிடம் 'ஊசக்கூதி' என்று அதிகமாகத் திட்டு வாங்கியவர் இவராகத்தான் இருக்கும்.

எத்தனை திட்டினாலும் பதில் பேசாமல் வாங்கிக்கொள்ளும் நல்லவர். எப்போதாவது ஊருக்குச் செல்வார். அவருக்குப் பிடித்த படம் என்றால் வேறு தியேட்டருக்குச் சென்றும் பார்த்து வருவார். அவரைத் தேடி யாரும் வந்ததில்லை. அவருக்கும் தியேட்டர் தவிரக் கரட்டூரில் நண்பர்கள் இருந்திருப்பார்களா என்று தெரியவில்லை. மிகக் குள்ளமாக இருப்பார். நிச்சயம் உயரம் ஐந்தடி தாண்டாது. தான் குள்ளமாக இருப்பதுதான் அவருக்கு எப்போதும் பிரச்சினை. அவரால்தான் வி.பி.பி. மூலம் புத்தகம் வாங்கும் முறையை நான் அறிந்துகொண்டேன்.

இன்றைக்குப் புத்தகங்கள் வாங்குவது மிக எளிய விஷயமாகிவிட்டது. ஆரையூர் என்கிற சிறு நகரத்தில்கூட ஆண்டு முழுக்க ஏதாவது ஒரு புத்தகக் கண்காட்சி நடந்துகொண்டே இருக்கிறது. கிழக்கு பதிப்பகம் போன்ற சிலவற்றின் நூல்கள் பெட்டிக் கடைகளிலும் மளிகைக் கடைகளிலும் கிடைக்கின்றன. நூலின் பெயரையும் பதிப்பகப் பெயரையும் சொன்னால் வாங்கிக் கொடுக்கும் கடை ஒன்றிரண்டு உண்டு. கடந்த பத்தாண்டுகளில் ஏற்பட்ட மாற்றம் இது. அதற்கு முன் ஒரு புத்தகம் பற்றித் தெரிந்துகொள்வதும் வாங்குவதும் எளிதல்ல. திரைப்படப் பாடல் புத்தகங்கள் விற்கும் வீதிக் கடைகளில் பெரிய எழுத்துக் கதைப்பாடல் புத்தகங்கள் மட்டும் கிடைக்கும். அவற்றில் எனக்கு அப்போது ஈடுபாடு கிடையாது. பழனிக்குச் சென்றால் அங்கே மண்டபங்களில் ஓரிரு கடைகள் இருக்கும். கண்ணதாசன், கல்கி போன்ற பிரபலங்கள் சிலரின் நூல்கள் அங்குக் கிடைக்கும். ஆனால் பழனிக்குச் செல்ல ஆண்டுக்கு ஒருமுறை அல்லது இருமுறைதான் வாய்க்கும்.

எனக்கு அப்போது நூலக அறிமுகமும் இல்லை. பள்ளியில் நூலகம் என்று பெயர்ப்பலகை கொண்ட பூட்டப்பட்ட அறை ஒன்று உண்டு. இளங்கலைப் படிப்பில் சேர்ந்த பிறகுதான் பொதுநூலகம் பற்றியெல்லாம் தெரிந்துகொண்டேன். கரட்டூர் நூலகம் கடைவீதியில் இருந்தாலும் யாரும் தெரிந்துகொள்வது கடினம். திருட்டுப் பொருளை வாங்கும் கடை போல இருந்தது. 'பொதுநூலகம்' என்னும் பலகையை வானத்தை அண்ணாந்து பார்த்துக் கண்டுபிடிக்கலாம். அதற்குப் பொந்து போன்ற மாடிப்படி வழியில் ஏறிச் செல்ல வேண்டும். அதில் ஒருவர் மட்டுமே ஏறவோ இறங்கவோ செய்யலாம். அப்படியான முதல் மாடியில் சிறிய கட்டிடம் ஒன்றில் இயங்கி வந்தது. நகரம் வளர்ந்து மக்கள் தொகை பெருகிவிட்ட பின் இன்றும் அதே கட்டிடத்தில் இயங்குகிறது என்பதைப் பெரு வருத்தத்தோடு குறிப்பிட வேண்டியிருக்கிறது.

எனக்கு அப்போதிருந்த வாசிப்புப் பசி ஆனைத்தீ போன்றது. ஆனால் பருக்கையைக் கண்ணால் காண்பதே அரிது என்றிருந்தால் எப்படி? அந்நிலையில் ராஜேந்திரன் மறைமுகமாக எனக்கு ஒரு வழிகாட்டியாக இருந்தார். ஒரு அட்டையில் நூல் பெயரைக் குறிப்பிட்டு எழுதினால் ஒருவாரத்தில் புத்தகம் கைக்கு வந்து சேரும். அஞ்சல்காரரிடம் பணம் கொடுத்துப் பெற்றுக் கொள்ளலாம். கழிவு ஏதும் கிடைக்காது. விபிபி கட்டணத்தையும் வாங்குவோர்தான் தர வேண்டும். என்றாலும் எனக்கு அது பெரிய விஷயமாக இருந்தது. வானதிப் பதிப்பகத்திலிருந்துதான் நிறைய நூல்களை வாங்கியிருக்கிறேன். மணிமேகலைப் பிரசுரம், கலைஞன் பதிப்பக நூல்களையும் வாங்கியதுண்டு. ஒரு புத்தகம் வாங்கும்போது அதனோடு வந்துசேரும் விலைப்பட்டியல்தான் பிற புத்தகங்களை அறிந்துகொள்ள உதவும். கண்ணதாசனின் பல நூல்களை வாங்கினேன். அப்போது கண்ணதாசன் எழுத்துக்களைத் தீவிரமாகப் படித்தேன். மரபுக் கவிதை வாசிப்பதிலும் எழுதுவதிலும் ஈடுபட்டிருந்தேன். கையில் பணப்புழக்கம் ஓரளவு இருந்தது. தினமும் தியேட்டருக்குச் சென்று சில வேலைகள் செய்வதால் செலவுக்கு என்று சில ரூபாய்கள் என் அப்பனிடம் கேட்டுப் பெற்றுக்கொள்வேன். அவருக்குத் தெரியாமல் கொஞ்சம் எடுத்துக்கொள்ளவும் வாய்ப்பிருந்தது. அது அஞ்சல்காரரிடம் பணம் கொடுத்துப் புத்தகம் வாங்கிக்கொள்ளப் பயன்பட்டது. அந்த வழிமுறையை ராஜேந்திரன் வழியாகக் கற்றுக்கொண்டேன் என்பதால் என் நினைவில் அவருக்கு அழியாத இடமிருக்கிறது.

புத்தகம் வாங்குதல் ஒன்றுதான் அவரிடம் இருந்த கெட்ட பழக்கம். எல்லாப் பக்கக் கதவுகளும் திறந்து கிடக்கும் தியேட்டரில் வேலை செய்துகொண்டு அத்தனை சுத்தமாக இருப்பது அபூர்வம்தான். அவருக்கு இலக்கியப் படிப்பிலெல்லாம் ஆர்வம் இல்லை. உயரமாக வளர்தல், உடற்பயிற்சி செய்தல் தொடர்பான புத்தகங்கள்தான் வாங்குவார். மணிமேகலைப் பிரசுர வெளியீடுகள் ஏராளம் அவரிடம் உண்டு. 'உயரமாக வளர்வது எப்படி?' என்னும் தலைப்பைக் கேள்விப்பட்டால் போதும், உடனே ஒரு கார்டில் விபிபி மூலம் புத்தகம் அனுப்பச் சொல்லி எழுதிப் போட்டுவிடுவார். உடற்பயிற்சியும் செய்வார். உயரமாக வளர்தலுக்கான உடற்பயிற்சிகள்தான். அவற்றின் காரணமாக உயரமாக முடியாவிட்டாலும் உடல் நன்கு அகண்டு பலத்தோடு இருக்கும். முப்பது வயதுக்கு மேலாகியும் திருமணமாகவில்லை. அதைப் பற்றிக் கேட்டால் 'பாக்கறாங்க' என்பதுதான் பதில். எப்போதும் ஒரே பதில்தான். அவருடைய உயரத்தைவிடக் கொஞ்சமேனும் குறைந்த உயரம் உடைய

பெண்ணாக இருக்க வேண்டும் என்பதுதான் அவர் நிபந்தனை என்று நாங்கள் கேலி செய்வோம். அது உண்மையாகவும் இருக்கக்கூடும்.

அவருடைய இன்னொரு பிரச்சினை ஆண்குறி தொடர்பானது. யாரிடமாவது நின்று ஐந்து நிமிடம் பேசினார் என்றால் அது இந்தப் பிரச்சினை தொடர்பாகவே இருக்கும். அவருக்கு ஆண்குறி மிகவும் சிறிது என்று எண்ணம். அதைப் பெரிதாக்க முடியுமா? அது போதுமானதுதானா? அதனால் திருமண வாழ்வில் பாதிப்பு ஏதும் இருக்குமா? என்பதெல்லாம் அவர் பிரச்சினைகள். பெரியவர்கள் முதற்கொண்டு சின்னப் பையன்கள் வரை எல்லாரிடமும் சந்தர்ப்பம் கிடைத்தால் இந்தப் பிரச்சினையைப் பேசிவிடுவார். அவர் யாரிடமாவது நின்று பேசிக் கொண்டிருந்தாலே எல்லாரும் சிரிப்பார்கள். தீரப்பன் அழைத்து அவரிடம் போய் ஐந்து நிமிடத்திற்கு மேல் பேசிவிட்டு வந்தாரென்றால் 'அப்பங்கிட்டக் காட்டுனயா? என்ன சொன்னாரு?' என்று கேட்பார்கள். தியேட்டர் பையன்களிடம் ராஜேந்திரனின் பெயர் 'சுண்டுவிரல்' என்பது. சுருக்கமாகச் 'சுண்டு' என்று சொல்வார்கள். யாரிடமோ இந்தப் பிரச்சினை பற்றிப் பேசும்போது குறியின் அளவுக்குச் சுண்டுவிரலைக் காண்பித்தாராம். அப்போதிருந்து இந்தப் பெயர்.

அவருக்கு ஒவ்வொருவரும் ஒவ்வொரு வகையான தீர்வு சொன்னார்கள். என் அப்பன் 'தெனமும் காலையில எந்திரிச்ச ஒடனே அரமணி நேரம் கைல புடிச்சு நல்லா உருவி உடு' என்று ஒருமுறை முகத்தைச் சீரியசாக வைத்துக்கொண்டு சொல்லிவிட்டார். அதைச் செய்து பார்த்துக் கிடைத்த பலனை ராஜேந்திரன் சொன்னது இப்படி: 'ம்க்கும். அஞ்சு நிமிசத்துக்கு மேல முடியல.' அதற்கு என் அப்பன் சொன்னார், 'அட நீ ஒரு திருவாத்தாங்கறது செரியாத்தான் போச்சு. நிய்யே உருவாத. இன்னொரு ஆள உருவி உடச் சொல்லு.' அதைக் கேட்ட பிறகுதான் என் அப்பனின் கேலி ராஜேந்திரனுக்குப் புரிந்தது. பீடாக் கடைக்காரர் 'எங்ககிட்டயெல்லாம் கேக்கறத விடக் கருவாச்சிகிட்டக் காட்டிக் கேட்டுரு' என்று சொன்னார். தியேட்டருக்கு வாடிக்கையாளரோடு வரும் பாலியல் தொழிலாளி கருவாச்சி. ராஜேந்திரனுக்கு அந்தத் தைரியம் இல்லை.

விமலா தியேட்டர் ஆபரேட்டர் என்றால் ராஜேந்திரனைத் தான் எல்லாருக்கும் தெரியும். அவரளவுக்கு அவரது ஆண்குறி அளவும் பிரபலம். தியேட்டரைப் பொருத்தவரை ஆபரேட்டர் அறைதான் மிகவும் முக்கியம். ஆனால் அதன் இருப்பு அவ்வளவாகப் பரபரப்பு இல்லாதது. துண்டு பிலிம்களை

எடுத்து வரச் சொல்லி எங்கள் ஊரிலும் பள்ளியிலும் நண்பர்கள் கேட்பார்கள். அது எனக்கு நல்லதொரு அந்தஸ்தைக் கொடுத்திருந்தது. நண்பர்களிடம் அதன் காரணமாக எனக்குச் செல்வாக்கும் இருந்தது. எம்ஜிஆர், சிவாஜி படத் துண்டு பிலிம்கள் எனக்கு நிறையவே கிடைத்தன. ஆனால் அப்போது பிரபலமாகிக் கொண்டிருந்த ரஜினிகாந்த், கமலஹாசன் பட பிலிம்கள் எப்போதாவதுதான் கிடைக்கும். அதுவும் துண்டு பிலிமில் ரஜினியோ கமலோ இருந்தால் ஆயிற்று. அவர்கள் இல்லாத வேறு காட்சிகள் கிடைத்தால் பயனில்லை. ரஜினி, கமல் படம் போட்டால் நண்பர்கள் பலர் என்னிடம் முன்பதிவு செய்துகொள்வார்கள். பழைய படங்களுக்குக் கிடைப்பது போலப் புதிய படங்களுக்குக் கிடைக்காது. ஒன்றிரண்டு கிடைத்தால் அதன் மதிப்பே தனி. ரொம்பவும் பிகு பண்ணிக்கொண்டு தேர்ந்தெடுத்த சிலருக்குத் தருவேன்.

துண்டு பிலிம் எடுத்து வருவதற்காக அவ்வப்போது கேபின் ரூமுக்குச் சென்றிருக்கிறேன். இரண்டு மெஷின்கள் ரேஸ் குதிரைகள் போல நின்றிருக்கும். படச்சுருள்கள், படப்பெட்டி போக விஸ்தாரமாக அறை இருக்கும். வெட்டிப் போட்ட துண்டு பிலிம்கள் சிதறிக் கிடக்கும். பெரும்பாலும் ஒற்றையாக நிறையக் கிடைக்கும். நான்கைந்து சேர்ந்தாற் போலிருக்கும் பிலிம் கிடைத்தால் பெரும் சந்தோசமாக இருக்கும். சில பழைய படங்களுக்குப் புத்தம் புதிய காப்பி போட்டு மீள்வெளியீடு செய்வார்கள். அப்போது பல பாடல்களை நீக்கி நேரத்தைக் குறைத்திருப்பார்கள். எண்பதுகளில் இரண்டரை மணி நேரப் படம் என்பது ஏற்றுக் கொள்ளப்பட்டிருந்தது. ஆனால் பழைய படங்கள் மூன்றரை மணி நேரங்களுக்கு மேல்கூட ஓடும். அவ்வளவு நேரம் படம் பார்க்க அன்றைய ரசிகர்களுக்குப் பொறுமையில்லை. ஆகவே பாடல் எடிட்டிங் மூலம் நேரத்தைக் குறைத்தார்கள். அதைச் செய்வது பெரிய விஷயமல்ல.

ஒவ்வொரு பாத்திரமும் அறிமுகம் ஆகும் போது தன்னைப் பற்றிச் சொல்லும் பாடலைப் பாடிக்கொண்டே வருவது நம் கூத்து மரபு. இத்தகைய மரபான அறிமுகக் காட்சிகளைப் பழைய படங்களில் பார்க்கலாம். தன்னைப் பற்றிப் பாடாமல் ஏதாவது ஒரு பாடலைப் பாடி ஆடியபடியே வருவது என்பதுதான் திரைப்படத்தில் காணப்பட்ட வேறுபாடு. 'ஆயிரம் தலை வாங்கிய அபூர்வ சிந்தாமணி' படத்தில் அந்தக் கால வில்லி நடிகை சி.டி.ராஜகாந்தம் வாசலில் கோலம் போட்டுக்கொண்டு கோலம் பற்றிய பாடல் ஒன்றைப் பாடியபடியே அறிமுகம் ஆவார். அந்தப் பாடலை நீக்கினால் கதையில் எந்த இடை வெளியும் நேராது. மீள்வெளியீட்டின் போது இப்படித்தான்

நீக்கியிருப்பார்கள். பிரபலமான, நல்ல பாடல்களை மட்டும் விட்டு வைத்திருப்பார்கள். ஐம்பது பாடல் இருந்த படம் இருபத்தைந்து அல்லது இருபது பாடல்களோடு வெளியாகும்.

ரஞ்சனும் வசுந்தராதேவியும் (வைஜயந்திமாலாவின் தாய்) நடித்த 'மங்கம்மா சபதம்' படம் அப்படி வெளியீடு செய்யப்பட்டு விமலாவுக்கு வந்தது. அனேகமாக அந்தப்படம் மூன்றரை மணி நேரம் ஓடும் படமாக இருக்கும் என நினைக்கிறேன். அதன் கதை நாட்டுப்புறக் கதையிலிருந்து எடுக்கப்பட்டிருக்கலாம். அல்லது படம் வந்த பிறகு நாட்டுப்புறக் கதை போல அந்தக் கதை பரவலாகச் சொல்லப்பட்டிருக்கலாம். சிறுவயதில் என் பெரியபாட்டியிடம் அந்தக் கதையைக் கேட்டிருக்கிறேன். கேட்ட கதை படம் பார்த்த போது அப்படியே இருந்தது எனக்கு ஆச்சர்யம். மீள்வெளியீடான போது அரைமணி நேரம் குறைத்து மூன்று மணி நேரமாகப் படம் ஓடியது. அதுவும் அதிக நேரம் என்று மேலும் சில பாடல் பகுதிகளைத் தியேட்டரில் வெட்டி விட்டார்கள். கால் மணி நேரத்திற்கு மேல் குறைந்தது. படம் போட்ட அன்று நெல் தூற்றிக் கொண்டே வசுந்தரா தேவி பாடும் பாடல் காட்சியைப் பார்த்திருந்தேன். பாவனை கூடிய அந்த அழகான முகம் எனக்கு மிகவும் பிடித்திருந்தது. அடுத்த நாள் அந்தப் பாடல் காட்சியைப் பார்க்கலாம் என்று போனால் அது வரவேயில்லை. ஆனால் கதையில் எந்தக் குழப்பமும் இல்லை. ஆபரேட்டர்களே இப்படி எடிட்டர்களாகும் சந்தர்ப்பங்கள் உண்டு. அப்படி வெட்டிப் போடும் பகுதிகள் கிடக்கும். ஆனால் அவற்றிற்கு மவுசு கிடையாது.

படம் ஓடும்போது ஏதாவது பிரச்சினை என்றால் மக்கள் ஆபரேட்டர் அறையை நோக்கிக் கத்துவார்கள். பொதுவாக வரும் பிரச்சினைகள் இரண்டு. படச்சுருள் பழையதாக இருந்தால் ஓடும்போது அடிக்கடி அறுந்துபோகும். தீப்பற்றி எரிவது போலத் திரையிலேயே தோன்றும். அப்போது உள்ளிருந்து சீழ்க்கை ஒலி பறக்கும். பிலிமை வெட்டி இணைத்து ஓட்ட வேண்டும். இணைக்கும்போது காட்சி மாறிவிட்டால் போச்சு. பெஞ்சு களையும் ச்சேர்களையும் உடைக்கும் சத்தம் தூள் பறக்கும். தியேட்டர் பையன்கள் அந்த மாதிரி சமயங்களில் உள்ளே புகுந்து சிலரை இழுத்துக்கொண்டு வருவார்கள். அடி உதையோடு வெளியே தள்ளி அனுப்பிவிடுவார்கள்.

இன்னொன்று கார்பன் தள்ளிவிடும் பிரச்சினை. கவனம் பிசகிக் கார்பனைக் கவனிக்காமல் விட்டுவிட்டால் படம் இருளாகிவிடும். வசனம் மட்டும் கேட்கும். காட்சி தெரியாது. சில சமயம் இரண்டாம் ஆட்டத்தின்போது தூக்கம் மீறி

ஓரிரு நிமிடங்கள் கார்பன் இல்லாமலே படத்தை ஓட விட்டிருக்கிறார்கள். ரசிகர்கள் சத்தம் கேட்டும் விழிக்காத சந்தர்ப்பங்கள் உண்டு. அப்போது ஆபரேட்டரை எழுப்பிவிடக் கீழிருந்து யாராவது ஓடுவார்கள். தீரப்பன் இருந்தால் ராஜேந்திரனை வரச் சொல்லி 'ஒழுங்கா வேல செய்யறயா, இல்ல ஓடிப் போறயாடா ஊசக்கூதி' என்று திட்டியபடி ஓங்கி அறைந்துவிடுவார். அப்பனிடம் அதிகம் அறை வாங்கியவரும் ராஜேந்திரனாகத்தான் இருக்கும். மற்ற பையன்களை அடித்தால் உடனே ஓடிப் போய்விடுவார்கள். ராஜேந்திரன் கடைசிவரை போகவே இல்லை. 'அப்பந்தான அடிக்கறாரு' என்று ஏதோ தன் அப்பனிடம் அடி வாங்கியவர் மாதிரி சொல்லிவிடுவார்.

சில சமயம் படப்பெட்டி வந்து சேராமல் பிரச்சினை ஆனதும் உண்டு. பழைய படம் என்றால் பெரும்பாலும் முதல் நாளே பெட்டி வந்து சேர்ந்துவிடும். வந்ததும் பிலிமை எடுத்துச் சுற்றி மெஷினில் பொருத்துவதற்கு ஏற்ற மாதிரி தயார் செய்து வைத்துவிட்டால் அடுத்த நாள் ஆபரேட்டருக்கு அவ்வளவாக வேலை இருக்காது. படம் தொடங்கும் நாள் காலையில் பெட்டி வந்தால் அவர்கள் பெரும் கஷ்டப்பட வேண்டும். அவசர அவசரமாகப் பிலிமைச் சுற்ற வேண்டும். பெட்டி வந்து சேரத் தாமதம் ஆகிக் காட்சியைத் தாமதமாகத் தொடங்கியதும் ரத்து செய்ததும் உண்டு.

ஜெய்சங்கர், ஸ்ரீதேவி ஆகியோர் நடித்த 'முடிசூடா மன்னன்' என்னும் படம் தீபாவளியின்போது ரிலீஸ் ஆனது. ஜெய்சங்கர் நடித்த 'ராஜாக் கதை' எனக்குத் தெரிய அது ஒன்றுதான். அரசர் காலத்துக் கதைப் படமாக இருந்தால் அதற்கு 'ராஜாக் கதை' என்று மக்கள் வழக்கில் பெயர். குடும்பக் கதை, பேய்க்கதை, சாமி கதை என்று பல வகைப் பெயர்கள் மக்கள் வழக்கில் உண்டு. ஜெய்சங்கர் கதாநாயகனான இப்படத்தில் நம்பியாருக்கு முக்கியமான பாத்திரம். வாள் வித்தையில் வித்தியாசமான ஒரு விஷயம் அதில் வரும் என ஞாபகம். படம் பதினைந்து இருபது நாள்களுக்கு மேல் ஓடியது. முதல் நாள் படப்பெட்டி வந்து சேரவில்லை. ரிலீஸ் படம் என்பதால் காலைக் காட்சிக்குப் பெருங்கூட்டம் அலைமோதியது. பத்து மணி ஆகியும் பெட்டி வரவில்லை. பெட்டி வராததால் டிக்கெட்டும் கொடுக்கவில்லை. கூட்டத்தின் கத்தலும் கேட்டுகளைத் தள்ளுவதும் தட்டுவதும் என ஒரே களேபரம். கேட்டுக்கு முன்னால் போய் 'பெட்டி இன்னம் வந்து சேரல. சேலத்துல இருந்து பஸ்ல வந்துக்கிட்டு இருக்குது. வந்தொடனதான் டிக்கெட் குடுப்பம்' என்று மேனேஜர் கத்திச் சொன்னார்.

கொஞ்ச நேரம் கலாமுலாவென்று பேச்சுச் சத்தம். அதன்பின் கேட்டை ஒட்டிக் கொஞ்சம் பேரும் எதிரில் காலி நிலத்தில் இருந்த முள் மரங்களுக்கு அடியில் கொஞ்சம் பேருமாக உட்கார்ந்துகொண்டார்கள். பெரிதாகக் கூட்டம் கலையவில்லை. மணி பதினொன்று ஆகியும் பெட்டி வரவில்லை. கூட்டம் காத்துக் கொண்டேயிருந்தது. ரிலீஸ் படம் என்பதால் வியாபாரம் நன்றாக இருக்கும் எனக் கருதி சோடாகலர் மிகுதியாகத் தயார் செய்து வைத்திருந்தோம். பெட்டிக்கடையிலும் புதிய சரக்குகள் நிறைய வாங்கிப் போட்டிருந்தார்கள். காலைக் காட்சி நடப்பது கஷ்டம்தான் என்றானது. என் அப்பன் சந்தைகளில் வியாபாரம் செய்து பழக்கமானவர். வெளியே உட்கார்ந்திருக்கும் கூட்டம் கலைந்து போய்விட எந்த நேரத்திலும் வாய்ப்பிருக்கிறது. அதுமட்டுமல்ல, தாமதமாகப் பெட்டி வந்தால் அடுத்த காட்சிக்கும் நேரமாகி விடும் என்று இடைவேளை நேரத்தைக் குறைத்துவிடுவார்கள். இந்த மாதிரியான சமயத்தில் சண்டை போட்டுக் கொண்டிருக்க முடியாது. பையன்களிடம் கம்பிப் பெட்டியில் சோடாக்கலரை அடுக்கிக் கொடுத்து வெளியே அனுப்பினார். அங்கங்கே உட்கார்ந்திருந்தவர்கள் மத்தியில் ‘சோடாக் கலரே’ என்னும் கூப்பாடு எடுபடத்தான் செய்தது. கொஞ்ச நேரத்தில் ஐந்தாறு டஜன் வியாபாரம் ஆகிவிட்டது. டீக்கடைக்காரருக்கும் பெட்டிக் கடைக்காரருக்கும் அப்படி வியாபாரம் சாத்தியமல்ல. வெளியே மூன்று பெட்டிக் கடைகளும் ஒரு டீக்கடையும் இருந்தன. ’படம் ஓடுலீனாலும் சோடாக்காரருக்கு வருமானம் வந்துருது’ என்று அவர்கள் ஆற்றாமைப் பட்டார்கள். இப்படிப்பட்ட சமயோசிதம் என் அப்பனுக்கு உண்டு.

அன்றைக்குப் பன்னிரண்டு மணிக்குத்தான் பெட்டி வந்து சேர்ந்தது. பெட்டி கேட்டுக்குள் நுழையும் முன்பே டிக்கெட் கொடுக்க மணி அடித்து விட்டார்கள். முதல் பாகத்திற்கான பகுதி பிலிமைச் சுற்றித் தயார் செய்து விட்டால் உடனே படம் போட்டுவிடலாம். இந்த மாதிரியான சமயத்தில் ராஜேந்திரன் பம்பரம் போலச் செயல்படுவார். பெரியவர் எப்போதும் போலவே இருப்பார். அன்றைக்கு ராஜேந்திரனைப் பற்றித் தீரப்பன் சொன்ன வார்த்தைகளைக் கேட்டு அந்தப் படம் ஓடிய நாள் வரை சிரித்துக் கொண்டிருந்தோம். அவர் சொன்னார்: ‘இந்த ஊசக்கூதியும் அவசரத்துக்கு ஆவுதுதான்.’

ஒருநாள் இரண்டாம் ஆட்டத்தின்போது நடந்த சம்பவம் ராஜேந்திரனின் வாழ்வையே மாற்றிவிட்டது.

11

படத்துக்காரர்

தியேட்டருக்கு இரண்டு கேட் உண்டு. முதன்மைச் சாலையிலிருந்து தியேட்டரை நோக்கி வந்ததும் முதலில் பெண்கள் பக்க க்யூக்கள் இரண்டு இருக்கும். அதையொட்டி இருப்பதை மெயின்கேட் என்பார்கள். படம் ஓடாத நேரங்களில் அது திறந்திருக்கும். பெண்கள் பக்கம் என்பதால் 'கேட்'டை ஒட்டி வந்து நிற்பவர்கள் இருக்கமாட்டார்கள் என்பதால் அதை மெயின்கேட்டாக வைத்திருந்தார்கள். வாட்சுமேன் ஒருவர் இருந்தார். அவருக்குக் கேட்டைத் திறப்பதும் மூடுவதும்தான் வேலை. உள்ளே இருந்து யாரும் வெளியே போகவர அதைத்தான் பயன்படுத்த வேண்டும். மிதிவண்டிகள் நிறுத்த சைக்கிள் ஸ்டேண்ட் வெளியே இருந்தது. அப்போது வாகனம் என்றால் மிதிவண்டிதான். இருசக்கர வாகனங்கள் அரிது. கார்களோ அரிதினும் அரிது. மிதிவண்டி தவிர்த்த இருசக்கர வாகனங்கள் ஒருகாட்சிக்கு ஒன்றிரண்டு வந்தால் அதிகம். அவ்வண்டிகளை மெயின்கேட் வழியாக உள்ளே விடுவார்கள். அவ்வண்டியில் வருவோருக்குச் சலுகை உண்டு. வண்டியை உள்ளே நிறுத்திவிட்டு உள்பக்கமாகவே டிக்கட் கவுண்டருக்குப் போய் டிக்கெட் வாங்கிக் கொள்ளலாம். தீரப்பன் வரும் அம்பாசிடர் காருக்கு கேட்டின் இரண்டு கதவுகளையும் விரியத் திறப்பார்கள். சோடாக்கடைக்காராகிய நாங்கள் தியேட்டருக்கு வெளியே பெட்டிக்கடைகள், மளிகைக்கடைகள் எனச் சிலவற்றுக்கும் சரக்குக்

கொண்டு போய்ப் போடுவோம். அதற்கும் கேட் திறப்பார்கள். படம் விடும் நேரத்திற்கு மெயின்கேட் விரியத் திறக்கப்படும்.

மற்றொரு கேட் கடைப் பக்கம் இருந்தது. அதையொட்டி ஆண்கள் பக்க க்யூக்கள். ச்சேர், சோபா ஆகிய வகுப்புகள் பொதுவானவை என்றாலும் அவற்றிற்கான க்யூக்கள் ஆண்கள் பக்கம்தான் இருக்கும். ஆண்கள் கூட்டம் அதிகமாக இருக்கும் என்பதால் டிக்கெட் கொடுக்கும் முன்னரே வந்து அந்தக் 'கேட்'டை ஒட்டி ஆட்கள் நின்றுகொள்வார்கள். கூட்டம் அதிகமாக இருக்கும் நாளில் அந்த 'கேட்'டைப் பிடித்து ஆட்டுவதும் தள்ளுவதும் என ஒரே களேபரமாக இருக்கும். அதைப் படம் விட்டுக் கூட்டம் வெளியே போகும்போது மட்டும்தான் திறப்பார்கள். மற்றபடி அது பூட்டியேதான் கிடக்கும். அதுவல்லாமல் அந்த கேட் இருந்த இடம் வெளிப்பக்க மண்சாலையிலிருந்து இரண்டு படி ஏறுகிற அளவு உயரமிருக்கும். காரையை வளைவாகப் போட்டுக் கீழே இறங்கும்படி செய்திருப்பார்கள். கேட்டை ஒட்டிக் காரைப் பகுதி ஒரு அடி அகலம் நீண்டிருக்கும். கூட்டம் இல்லாத நாட்களில் அந்தக் காரைப் பகுதியில் ஆட்கள் உட்கார்ந்துகொள்வார்கள். அன்றைய இரண்டாம் ஆட்டத்திற்கு டிக்கெட் கொடுத்து முடித்துப் புக்கிங் ரூம் சாத்தி விளக்கணைத்த பிறகும் ஓர் உருவம் கடைப்பக்கக் 'கேட்'டை ஒட்டி ஓரடிக் காரையில் உட்கார்ந்து 'கேட்'டின் மீது சாய்ந்திருந்தது.

முதல் பாகம் விடும் நேரம் வரை கடைக்காரர்களுக்கு வேலைகள் இருக்கும். இடைவேளைக்கான தயாரிப்புகள். பீடாக்கடைக்காரருக்கு மட்டும் அவ்வளவாக வேலை இருக்காது. பொட்டலங்களைப் பிரித்து அடுக்கிவிட்டால் வேலை தீர்ந்தது. உள்ளே சென்று விற்கும் பையன்களுக்குத் தேவையான சரக்குகளைக் கொடுத்துவிட்டால் பையன்கள் தட்டத்தில் அடுக்கிக் கொள்வார்கள். சினிமாக் கொட்டாயில் வியாபாரம் செய்வதைத் 'தட்டம் விற்கும் வேலை' என்றுதான் பொதுவாகச் சொல்வார்கள். பையன்களிடம் யாராவது 'என்ன வேலை?' என்று கேட்டால் 'சினிமாக் கொட்டாயில தட்டம் விக்கிறன்' என்பார்கள்.

பீடாக் கடை, டீக்கடை ஆகியவற்றில் வேலை செய்யும் பையன்கள் பொருட்களை உள்ளே எடுத்துச் செல்வதற்கு வைத்திருக்கும் கூடையின் பெயர்தான் தட்டம். பெரும் வட்ட வடிவத்தில் அகலமாகத் தட்டம் இருக்கும். உயரம் இருக்காது. சுற்றிலும் லேசான வளைவு மட்டும்தான். பிரம்புச் சிம்புகளால் நெருக்கமாகப் பின்னப்பட்ட அக்கூடையைக் குறவர்கள்தான் சந்தையில் விற்பார்கள். அக்கூடைக்குக் கிராக்கி

அதிகம். கிராமங்களில் அக்கூடை பயன்படாது. நகரங்களில் அதற்குத் தேவை அதிகம். அப்போது பிளாஸ்டிக் பொருட்கள் அதிகம் இல்லை. ஆகவே டீக்கடைகளில் இட்லி, போண்டா போன்ற பொருட்களை இந்தத் தட்டத்தில் துணியை விரித்து அதன்மேல் வைத்திருப்பார்கள். பெட்டிக்கடைகளில் வெற்றிலை வைக்க இது பயன்படும். பூக்கடைகளில் பூப்பந்துகளை வைக்கவும் அக்கூடைதான். வீதிவீதியாகப் பூ விற்பவர்கள் கைகளில் அக்கூடையைக் காணலாம். மளிகைக் கடைகளிலும் தானியங்களைக் குவித்துக் காட்சிக்கு வைத்திருக்கும் தட்டங்களைப் பார்க்கலாம். இப்போது அந்தத் தட்டக்கூடையை எங்கும் காண முடியவில்லை. அதில் பொருட்களை நிறைய அடுக்க முடியும். தூக்கிச் செல்லவும் வசதியாக இருக்கும். ஒற்றைக் கையில் தூக்கித் தோளுயரத்தில் வைத்துக்கொண்டு பையன்கள் நடப்பார்கள். எவ்வளவு வேகமாகப் போனாலும் தட்டம் நழுவாது. அது ஒரு சர்க்கஸ் வித்தை போலத்தான்.

அவர்களுக்குத் தேவையான பொருள்களைக் கொடுத்து விட்டு வெளியே வந்த பீடாக் கடைக்காரர்தான் கேட் அருகில் உட்கார்ந்திருந்த உருவத்தைப் பார்த்தார். அவ்விடத்தில் லேசான இருள் கவிந்திருந்ததால் சரியாக அடையாளம் தெரியவில்லை. 'யார் அது?' என்று குரல் கொடுத்துக்கொண்டே அருகில் போனார் அவர். உருவம் எழுந்து நின்றது. இளம்பெண் உருவம். ஒரு வார்த்தையும் பேசவில்லை. பீடாக்காரர் எவ்வளவு விசாரித்தும் ஒரு பதிலும் இல்லை. பையனாக இருந்தால் தட்டம் விற்க அழைத்துக்கொள்ளலாம். பெண்ணை என்ன செய்வது? தெரிந்தவர்கள் யாராவது படம் பார்க்கப் போயிருந்தால் அவர்கள் வரும்வரை சிலர் காத்திருப்பர். அவசரமாக உள்ளே இருப்பவரை அழைக்க வேண்டி நேர்ந்தால் அதற்காகவும் சிலர் வருவர். இந்தப் பெண் அப்படி எதற்காகவும் வந்திருப்பதாகத் தெரியவில்லை.

பையன்கள் கூடி விட்டார்கள். வாட்சுமேனைச் சாவி எடுத்துவரச் சொல்லிக் கேட்டைத் திறந்து உள்ளே அழைத்தார்கள். இருபது வயது மதிக்கத்தக்க இளம்பெண். ஒல்லிக் குச்சியாக இருந்தாள். முகமும் உடலும் வறுமையை வெளிப்படுத்தின. நீள்வடிவ முகம். வெகுநேரம் வாய் திறக்காமல் இருந்த அப்பெண் கூட்டம் கூடவும் 'நான் அநாத' என்றாள். அதற்கப்புறம் அதையே மீண்டும் மீண்டும் சொன்னாள். கேபின் ரூமிலிருந்து இறங்கி வந்த ஆபரேட்டர் ராஜேந்திரனும் அந்தக் கூட்டத்தில் இருந்தார். என்ன செய்வது என்று தெரியாமல் போலீசில் ஒப்படைத்து விடலாம் என்று முடிவு செய்து

கொண்டிருந்தனர். என் அப்பன் ராஜேந்திரனைப் பார்த்து மெதுவான குரலில் 'நல்ல பொண்ணுதான். கலியாணம் பண்ணிக்கறயா ராஜேந்திரா?' என்று கேலியாகக் கேட்டார். ராஜேந்திரன் கேலி என்று யோசிக்கவேயில்லை, உடனே 'சரிங்க' என்று சொல்லிவிட்டார். அந்தப் பெண்ணிடம் ராஜேந்திரனைப் பற்றிச் சொல்லிக் கலியாணத்திற்குக் கேட்டதும் அவளும் சம்மதம் சொல்லிவிட்டாள்.

ஒரு நிமிசத்தில் முடிவான கல்யாணம். தீரப்பனிடம் சொல்ல வேண்டும். ஏற்பாடுகள் செய்ய வேண்டும். ஒருநாள் எடுத்துக்கொள்ளலாம் என்று முடிவு செய்தார்கள். அடுத்த நாள் மலையடிவார ஆறுமுக சாமி கோயிலில் கல்யாணம். இரண்டு இரவுகள் மட்டும் அந்தப் பெண்ணை எங்காவது தங்க வைக்க வேண்டும். அருகில் இருந்த வீடு பீடாக்காரருடையது. பீடாக்காரர் யோசித்தார். அந்தப் பெண் என்ன சாதியாக இருக்குமோ என்பதுதான் அவரது யோசனையாக இருந்திருக்கும். தியேட்டருக்குள் எந்தச் சாதியையும் ஏற்றுக்கொள்வார்கள். வீடு என்றால் சொந்த சாதி முன்னால் வந்து நின்றுவிடும். ராஜேந்திரன் அறையில் தங்க வைக்கக் கூடாது. வாட்சுமேன் அவருடைய வீட்டில் தங்க வைத்துக்கொள்வதாகக் கூட்டிப் போனார்.

அடுத்த நாள் தீரப்பன் ஆதரவுடன் கல்யாண வேலைகள் நடந்தன. தியேட்டர் ஆட்கள் தான் உறவினர்கள், விருந்தினர்கள் எல்லாம். ராஜேந்திரன் கல்யாணத்தில் தான் ஹோட்டலில் விருந்து என்னும் முறையை முதலில் நான் கண்டேன். அதிகபட்சம் ஐம்பது பேர் வரலாம் எனத் தீர்மானித்து ஹோட்டலில் ஆர்டர் கொடுத்துவிடலாம் என்று சொன்னார்கள். அப்போது கரட்டூரில் பிரபலமாக இருந்த 'மலர் கேப்' என்னும் ஹோட்டலில் விருந்து. ஒவ்வொருவரிடமும் ஒவ்வொரு டோக்கன் கொடுத்துவிடுவார்கள். டோக்கனைக் கொண்டு போவோருக்கு இரண்டு இட்லி, ஒரு வடை, பொங்கல், காப்பி ஆகியவை வழங்கப்படும். இப்போது பலரும் இந்த முறையைக் கடைப்பிடிக்கிறார்கள். அன்றைக்கு அது வித்தியாசமாக இருந்தது.

ராஜேந்திரன் கல்யாணம் எல்லா வகையிலும் வித்தியாசமானது என்று பேசிக் கொண்டோம். ராஜேந்திரனைவிடப் பெண் ஒரு அங்குலம் உயரமாக இருக்கக்கூடும். அவ்வளவுதான். அது அவருக்குத் திருப்தி தந்திருக்கும். கல்யாணச் செலவுக்குப் தீரப்பனே பணம் கொடுத்தார். வீட்டுக்குப் பொருள்கள் வாங்கவும் உதவி செய்தார். கடனாகக் கொடுக்கிறாரோ என்றுதான் நினைத்தோம். ஆனால் பெரிய மனதுடன் 'நான்

செஞ்சதா இருக்கட்டும்’ என்று சொல்லிவிட்டார். தியேட்டர் கடைக்காரர்களும் பையன்களும் அவரவர் சக்திக்குத் தகுந்த மாதிரி விதவிதமான பாத்திரங்களைப் பரிசாகக் கொடுத்தனர். திருமணப் பரிசு கொடுப்பதில் அப்போது இருந்த முறை பாத்திரம் கொடுப்பதுதான். அது மணமக்களுக்கு மிகவும் பயன்படவும் செய்யும். இன்று அலங்காரப் பொருள்களே பரிசாகப் பெரிதும் கொடுக்கப்படுகின்றன. பாத்திரங்கள் மிகவும் குறைந்துவிட்டன. பாத்திரப் பயன்பாடு குறைந்து போனதும் காரணமாக இருக்கலாம். இவற்றை எல்லாம் பார்த்து ராஜேந்திரன் நெகிழ்ந்து போனது உண்மை. தியேட்டரே சில நாட்கள் பெருமகிழ்ச்சியோடு இருந்தது.

கல்யாணத்திற்குப் பிறகு பெண்ணைக் கூட்டிக்கொண்டு தன் ஊருக்குச் சென்றுவிட்டு ஒருவாரம் கழித்து வந்தார் ராஜேந்திரன். எனக்குத் தெரிந்தவரை அவர்கள் பிரச்சினை எதுவும் இல்லாமல் குடும்பம் நடத்தினார்கள். ராஜேந்திரனின் உறவினர்கள் யாரையும் நாங்கள் பார்த்ததில்லை. அந்தப் பெண்ணின் சொந்தக்காரர்கள் பற்றியும் தெரியாது. யாருடைய சாதியும் தெரியாது. ஆனால் அவர்கள் சந்தோசமாக இருந்தார்கள். வாழ்வில் பெரும் எதிர்பார்ப்பும் திட்டமும் இல்லாமல் அதன் போக்கில் நகர்பவர்கள் மகிழ்ச்சியாக இருக்கிறார்கள் என்பது என் அனுமானம். ராஜேந்திரன் தன்னை சேவைச் சாதி ஒன்றைச் சேர்ந்தவர் என்று சொல்லிக்கொண்டார். அது உண்மையா என்பது தெரியாது. தியேட்டருக்கு வேலைக்கு வருவோர் தங்கள் உண்மையான சாதியைப் பெரும்பாலும் சொல்ல மாட்டார்கள். என் அப்பனுக்கு மற்றவர்களின் சாதியைக் கேட்பதிலும் கண்டுபிடிப்பதிலும் மிகுந்த ஆர்வம் உண்டு. ‘அவன் சொன்னாச் செரியா? மூஞ்சிய்யும் பேச்சயும் பாரு அவன் வேறதான்’ என்பார். அந்தப் பெண்ணைக் ‘கட்டுப்பொண்ணு கட்டற சாதிப் பொண்ணுடா. மூஞ்சியப் பாத்தாத் தெரீல’ என்பார். ஆனால் அவர்களுக்கு சாதி ஒரு பிரச்சினையாகவே இல்லை என்பதுதான் முக்கியம். கல்யாணத்திற்குப் பிறகு எப்போதும் ஏதாவது கேலி செய்து கலாய்ப்பார்கள். அவர் மூத்தவர் என்றாலும் பையன்கள் ‘ராஜேந்திரா’ என்றே அழைப்பார்கள். ‘என்ன ராஜேந்திரா சுண்டுவெரல் பத்துதா?’ என்று யாரும் கேட்டால் ராஜேந்திரனுக்குக் கோபமே வரவில்லை. சிரித்துக்கொண்டே போய்விடுவார்.

ஆபரேட்டர்களோடு கடைக்காரர்களுக்குத்தான் அவ்வப் போது முறைச்சல் உண்டாகும். அதற்கு மற்றவர்களும் காரணமாக இருப்பார்கள். கடைக்காரர்களோடு ஏதும் பிரச்சினை வந்தால் ஆபரேட்டரிடம் சொல்லி இடைவேளை நேரத்தைக்

குறைத்துவிடுவார்கள். முக்கியமாக தியேட்டர் மேனேஜர்தான் இந்த வேலையைச் செய்வார். ஆபரேட்டர்களுக்கு எந்தப் பக்கம் இருப்பது என்பது பிரச்சினை. ஐந்து நிமிடம் என்பது கடைக்காரர்களைப் பொருத்தவரை மிகவும் முக்கியமானது. அந்த நேரம் போய்விட்டால் அந்தக் காட்சிக்கான வியாபாரம் அவ்வளவுதான். அதனால் கடைக்காரர்களைப் பழிவாங்க இடைவேளை நேரத்தைப் பயன்படுத்துவார்கள். சிலசமயம் படம் போடுவதற்கான மணியை அடித்துவிடுவார்கள். கூட்டம் முழுக்க உள்ளே ஓடிவிடும். ஆனால் படம் போட மாட்டார்கள். தெரியாமல் கை பட்டு விட்டது என்று சொல்வார்கள். ரசிகர்கள், தியேட்டர் வேலையாட்கள், கடை வணிகம் என எப்போதும் பரபரப்பாகச் செயல்பட்டுக் கொண்டிருக்கும் தியேட்டரின் பொதுவெளிக்கு அந்நியமானவர்கள் ஆபரேட்டர்கள். ஆகவே தங்கள் இருப்பை ஏதாவது ஒருவகையில் மற்றவர்களுக்கு உணர்த்த முயன்றுகொண்டே இருப்பார்கள்.

தியேட்டரோடு நேரடி சம்பந்தம் இல்லாத ஒருவர் படத்துக்காரர் என்பவர். அவர் அவ்வப்போது வந்து தங்கிச் செல்பவர். அதுவும் ஒரே ஆள் எனச் சொல்ல முடியாது. படக்கம்பெனிக்கு ஏற்றபடி மாறி மாறி வந்து கொண்டிருப்பார்கள். விநியோகஸ்தரிடம் ஊதியம் பெற்றுக்கொண்டு அவரது சார்பாகத் தியேட்டருக்கு வருபவர். படக் கம்பெனியின் சார்பாக வந்தாலும் தியேட்டரில் வேலை பார்ப்பவர்களுக்கு அவர்தான் படத்துக்காரர். பட விநியோகஸ்தர்கள் இருந்த ஊர் மலையூர். இப்போதும் மலையூர்தான் விநியோக மையமாக விளங்குகிறது. அங்கிருந்துதான் கரட்டூர்க்குப் படப்பெட்டி வரவேண்டும். படம் ஓடும்போது எத்தனை ரீல் என்பது உள்ளிட்ட விவரங்கள் அடங்கிய சான்றிதழைப் போட்டபின் வழக்கமாக எழுத்து தொடங்கும். சான்றிதழுக்கு முன்னால் விநியோகஸ்தர் தம் கம்பெனிப் பெயரை அதற்குரிய இலச்சினையோடு சேர்ந்து வரும் வகையில் ஒரு நிமிட நேரத்திற்கு இணைத்துவிடுவதுண்டு.

விநியோகக் கம்பெனிக்கும் தியேட்டருக்கும் உள்ள ஒப்பந்தம் மூன்று வகையானது. முதலாவது கமிஷன் அடிப்படை. அதாவது வசூலில் படக்கம்பெனிக்கு இத்தனை விழுக்காடு, தியேட்டருக்கு இத்தனை விழுக்காடு என்னும் ஒப்பந்த முறை இது. பத்திலிருந்து தொடங்கும் இந்த விழுக்காட்டு ஒப்பந்தம் அதிகபட்சம் ஐம்பது விழுக்காடு வரை போகும். புதுப்படங்களுக்கு இந்த ஒப்பந்த முறைதான் எப்போதும். கொஞ்சம் பழைய படமாக இருந்தாலும் ஓடிய படம் என்றால் இரண்டாம் முறையாகத் தியேட்டருக்கு வரும்போதும் கமிஷன் அடிப்படைதான். பழைய படங்களில் வெகுசில படங்களுக்குத்தான் இந்த முறை இருக்கும். எல்லாக்

காட்சிகளுக்கும் தியேட்டர் நிறைந்து வசூல் அதிகமாக வரும் படங்களுக்குத்தான் இந்த முறை. வசூல் அதிகமானால் விநியோகக் கம்பெனிக்கு அதிக லாபம் கிடைக்கும். கதாநாயக அந்தஸ்து கொண்ட படங்களுக்கு ஐம்பது விழுக்காடு வரை ஒப்பந்தம் இருக்கும். அப்போது ரஜினிகாந்த் நடித்த பல படங்களுக்கு இந்த முறைதான் இருந்தது. விமலா தியேட்டரில் தனிக்காட்டு ராஜா ரிலீசானது. அலைகள் ஓய்வதில்லை, நாயக்கர் மகள், நிழல் நிஜமாகிறது எனப் பல படங்கள் ரிலீசானதுண்டு. அவற்றிற்கெல்லாம் கமிஷன் ஒப்பந்தம்தான். இதில் தியேட்டர்காரர்களுக்கு நஷ்டம் வர வாய்ப்பில்லை. படம் வசூலைத் தரும் என்றால் ஓட்டலாம். இல்லாவிட்டால் இன்றே கடைசி போட்டு மாற்றிவிடலாம். விநியோகஸ்தருக்கோ படம் ஓடினால்தான் லாபம். தயாரிப்பாளரிடம் இருந்து குறிப்பிட்ட தொகைக்குப் படத்தை வாங்கியிருக்கும் அவர் அசலை எடுப்பதோடு லாபத்தையும் சம்பாதிக்க வேண்டும். ஆகவே இந்தக் கமிஷன் முறையில் படம் அதிக நாள் ஓட வேண்டும் அல்லது ஓட்ட வேண்டும் என விநியோகஸ்தர் முயல்வார்.

இன்னொரு வகை 'அவுட்ரேட்' என்னும் முறை. ஒரு படத்தைத் தியேட்டரில் ஒருவாரம் அல்லது பத்து நாள்வரை ஓட்டிக்கொள்ள மொத்தத் தொகை இவ்வளவு எனப் பேசி எடுத்து வரும் முறை இது. இதில் விநியோகஸ்தருக்குச் சிக்கல் ஏதுமில்லை. படம் ஓடினாலும் ஓடா விட்டாலும் பேசிய பணம் விநியோகஸ்தருக்கு வந்துவிடும். தியேட்டர்காரர்களுக்குத்தான் இதில் சிக்கல். விநியோகஸ்தருக்குப் பேசிய பணத்தைக் கொடுப்பதோடு கூடுதலாக லாபம் சம்பாதிக்க வேண்டும் என்றால் அதற்கேற்றபடி படம் ஓடி வசூலைத் தர வேண்டும். பெரும்பாலும் இடைக்காலப் படங்களில் பிரபலமானவற்றை இந்த முறையில் எடுத்து வருவார்கள். இடைக்காலம் என்று நான் இங்கே குறிப்பிடுவது எண்பதுகளுக்கு இடைக்காலம் என்னும் பொருளில். அறுபது, எழுபதுகளில் வெளியான படங்கள் இவை. ஐம்பதுகளில் வெளியான சில படங்களுக்கும் இது பொருந்தும். எம்ஜிஆர், சிவாஜி, ஜெமினி, எஸ்.எஸ்.ஆர். முதலியோர் நடித்த படங்களை இத்தகைய அவுட்ரேட் முறையில் வெளியிடுவர். இத்தகைய படங்கள்தான் பெரும்பாலும் தியேட்டரை வாழ வைப்பவை.

ஒரு தியேட்டரில் பெரும்பாலான நாட்கள் ஓடுபவை இந்தப் படங்களே. குறைந்தபட்சம் மூன்று நாட்கள் முதல் அதிகபட்சம் ஒருவாரம் வரை இவை ஓடும். விநியோகஸ்தரும் ஒருபடம் எத்தனை நாட்கள் ஓடும் என்பதைக் கணித்து

அதற்கேற்பவே தொகை பேசுவர். ஒருவாரம் வரை ஓடும் படங்கள் தியேட்டர் உரிமையாளருக்கும் தியேட்டரை நம்பி வாழும் கடைக்காரர்கள், தட்டம் விற்கும் பையன்கள் என எல்லாருக்கும் திருப்தி தந்துவிடும். எம்ஜிஆர் நடித்த தாயைக் காத்த தனயன், தாய் சொல்லைத் தட்டாதே, தாய்க்குப் பின் தாரம் என்னும் த வரிசைப் படங்களும் சிவாஜி நடித்த பாசமலர், பாகப்பிரிவினை, படித்தால் மட்டும் போதுமா உள்ளிட்ட ப வரிசைப் படங்களும் ஜெமினியின் கல்யாணப் பரிசு, தேன் நிலவு முதலியவையும் இந்த வகைக்குள் அடங்குபவை. இவை சில ஆண்டுகள் இடைவெளியில் அவ்வப்போது மீள்வெளியீடு செய்யப்படும். வெளியிடப்படும் போதெல்லாம் ஒருவாரம் ஓடிவிடும் மவுசு கொண்டவை.

மூன்றாவதான ஒப்பந்த முறை வித்தியாசமானது. ஐந்தாறு படங்களைச் சேர்த்து ஒட்டுமொத்தத் தொகைக்கு வாங்கி வந்து திரையிடும் முறை. இதுவும் அவுட்ரேட் என்னும் முறைக்குள் அடங்கும் எனினும் ஒன்றுக்கு மேற்பட்ட எண்ணிக்கை என்பது இதன் தனித்தன்மை. இப்போது இந்த முறை இருக்கிறதா எனத் தெரியவில்லை. எண்பதுகளில் இந்த முறையைப் பழைய படங்களை வெளியிடுவதற்குப் பயன்படுத்திக் கொண் டிருந்தார்கள். அதாவது 1950களுக்கு முந்தைய படங்களை இப்படித்தான் வாங்கி வருவார்கள். விமலா தியேட்டரில் ஒருமுறை இப்படிப் பத்துப் படங்களுக்கு மேல் வாங்கி வந்து திரையிட்டார்கள். பெரும்பாலும் ஒருநாள் அல்லது இரண்டு நாள்தான் இந்தப் படங்கள் ஓடும். தியேட்டர் பையன்களுக்கு வியாபாரத்தில் ஒன்றும் கிடைக்காது. போஸ்டர் ஒட்டுவதில் நாட்களைச் சமாளித்துவிடலாம். ரஞ்சன் இரட்டை வேடத்தில் நடித்த 'மங்கம்மா சபதம்', டி.ஆர்.ராமச்சந்திரன் கதாநாயகனாக நடித்த 'சபாபதி', டி.ஆர். மகாலிங்கம் நடித்த 'மாலையிட்ட மங்கை' ஆகியவை எல்லாம் அந்தப் பத்துப் படங்களுக்குள் அடங்கியவை.

இவற்றில் முதல் வகையாகிய கமிஷன் முறையாக இருந்தால்தான் பட விநியோகக் கம்பெனி 'படத்துக்காரன்' என்னும் தங்கள் பணியாளர் ஒருவரைத் தியேட்டருக்கு அனுப்புவார்கள். அவரின் வேலை டிக்கெட் கொடுப்பது முறையாக நடக்கிறதா என்பதைக் கண்காணிப்பதும் ஒவ்வொரு காட்சி புக்கிங் முடிந்ததும் கணக்கைப் பார்த்து இந்தக் காட்சியின் வசூல் இவ்வளவு என்று எழுதி வைத்துக்கொள்வதும்தான். இவ்வேலைகளால் விநியோகஸ்தருக்குக் கிடைக்க வேண்டிய தொகை சரியாகப் போய்ச் சேரும். ஒரு படத்துக்காக வரும் படத்துக்காரர் அந்தப் படம் அந்தத் தியேட்டரில் இருந்து

எடுக்கப்படும் வரை எத்தனை நாட்கள் என்றாலும் தியேட்டரிலேயே தங்கிக் கொள்வார். ஏதோ ஒரு படத்திற்கு வந்து செல்பவருக்கு யாரோடும் பழக அவகாசம் இருக்காது. ஆனால் தொடர்ந்து ஒரே கம்பெனியின் படத்தை வெளியிடும்போது குறிப்பிட்ட ஒருவர் தொடர்ந்து வந்து தங்கி தியேட்டர் ஆட்களோடு பழகி அவர்களில் ஒருவாராகிவிடுவார்.

12

பிளாக் டிக்கெட்

தியேட்டரில் மேனஜர் தவிர டிக்கெட் கொடுக்க இருந்தவர்கள் ஆறுபேர். காலைக்காட்சிக்கும் பகல் காட்சிக்கும் மூவர். முதல் இரண்டாம் காட்சிகளுக்கு வேறு மூவர். ஆண்கள் பக்கம் டிக்கெட் தருவோர் இருவர். பெஞ்சுக்கும் பேக் பெஞ்சுக்கும் சேர்த்து ஒருவரே தருவார். இரண்டுக்கும் தனித்தனிக் க்யூக்கள் இருந்தாலும் ஒருவரே இரண்டையும் கவனித்துக்கொள்வார். ஒருபக்கம் நான்கு டிக்கெட் கொடுத்துவிட்டு அடுத்த பக்கம் நான்கு டிக்கெட் கொடுப்பார். இரண்டு க்யூக்களின் புக்கிங் கவுண்டரும் அருகருகேதான் இருக்கும். கூட்டம் குறைவாக இருக்கும்போது ஒரு க்யூவை மட்டும் திறந்து அதிலேயே இரண்டு வகுப்புக்குமான ஆட்களை வரவைப்பார்கள். அதேபோல ச்சேர், சோபா ஆகிய இரண்டு வகுப்புகளுக்கும் சேர்த்து ஒருவரே டிக்கெட் கொடுப்பார். கூட்டம் மிக அதிகமாக இருக்கும் போது மேனஜர் அல்லது படத்துக்காரர் வந்து ஒரு க்யூவுக்கு டிக்கெட் தருவதுண்டு. பெண்கள் பக்கம் ஒருவர் போதும். பெஞ்சு, பேக் பெஞ்சு ஆகிய இரு வகுப்புகள் மட்டுமே பெண்களுக்குத் தனி. ஆகவே ஒருவரே சமாளிக்க முடியும். ச்சேர், சோபா ஆகிய வகுப்புகள் ஆண்களுக்கும் பெண்களுக்கும் பொதுதான் என்றாலும் அதற்குரிய க்யூக்கள் ஆண்கள் பக்கமே இருக்கும்.

பகல் காட்சிகளுக்கு டிக்கெட் கொடுப்பவர்கள் அதே வேலை செய்பவர்கள். கூடுதலாகக் கணக்கு

வழக்கு உள்ளிட்ட அலுவலக வேலைகளையும் பார்ப்பார்கள். முழுநேர ஊழியர்கள் அவர்கள். ஆனால் இரவுக் காட்சிகளுக்கு டிக்கெட் கொடுப்பவர்கள் பகுதி நேர வேலை பார்ப்பவர்கள். டிக்கெட் கொடுக்கும் நேரத்துக்கு வந்து அது முடிந்ததும் சென்று விடுவார்கள். பல ஆண்டுகளாக அப்படிப் பகுதி நேர வேலை பார்த்த இருவர் இன்றுவரை நினைவில் உள்ளனர். ஒருவர் போஸ்ட்மேன். பகலில் அந்த வேலையைச் செய்துவிட்டு இரவில் டிக்கெட் கொடுக்க வருவார். அவரைப் தீரப்பன் 'யோவ் தபாலு' என்றுதான் கூப்பிடுவார். ஆகவே எல்லாரிடமும் 'தபாலு' என்பதே அவரைக் குறிக்கும் நாமம்.

ஆள் நெடுநெடுவென்று வளத்தியாகவும் ஒல்லியாகவும் இருப்பார். அவ்வுருவம் தீரப்பனுக்கு முன்னால் குறுகி நிற்பதைப் பார்க்க வேடிக்கையாக இருக்கும். பேசும்போது வாய்க்கு முன்னால் கையைக் குவித்து வைத்துக்கொண்டுதான் பேசுவார். அதனால் பாதிப் பேச்சு வெளியே கேட்காது. நாங்கள் அவரைக் கேலியாக 'டவாலு' என்போம். அவரைத் 'தபாலு' என்று அழைக்கும் உரிமை தீரப்பனுக்கு மட்டுமே இருப்பதாக அவருக்கு எண்ணம். வேறு யாராவது அப்படிக் கூப்பிட்டால் சண்டைக்கு வந்துவிடுவார். 'எனக்குப் பேரு இல்லியா? ஆறுமுகம்னு எங்க அப்பா அம்மா வெச்ச பேரு இருக்குது' என்பார். 'ஆறுமுகத்துக்கிட்ட இந்த வேல வெச்சுக்காத.' 'ஆறுமுகத்த ஆருன்னு நெனச்ச?' 'ஆறுமுகம் என்ன செய்வான்னு தெரியாது.' இப்படிப் பேச்சில் தன் பேர் ஆறுமுகம் என்பதைத் தவறாமல் சொல்லிக் கொண்டேயிருப்பார். ஆனால் ஒருவரும் அவரைச் ஆறுமுகம் என்று அழைத்ததில்லை.

ஒருமுறை என் அப்பன் 'வாய்யா தபாலு' என்றார். அவரிடமும் 'என்னங்க சோடாக்காரரே. . . நீங்களுமா என்னய இப்பிடிக் கூப்பிடறது? இந்த எச்சக்கலப் பசங்கதான் கூப்புடுது. நீங்க கூப்படலாமா? எங்க அப்பா அம்மா வெச்ச பேரு ஆறிமுகம்ண்ணா' என்று சொன்னார் தபால்காரர். 'உங்க அப்பா அம்மா வெச்ச பேரு செரி. ஊர்ல அதா வெளங்குது சொல்லு. தபால்னாத் தான்யா எல்லாருக்கும் தெரீது. இதா எம்பேரு பெருமாளு. எங்கூர்ல வந்து கேட்டுப் பாரு. ஒரு ஈக்குஞ்சுக்குக் கூட அந்தப் பேரு தெரியாது. சோடாக்காரன்னுதான் எம்பேரு வெளங்குது. இதா இங்க கொட்டாயில மட்டும் எம்பேரு எத்தன பேருக்குத் தெரியும்? நீ கூட இப்பச் சோடாக்காரரேன்னுதான் கூப்பிட்ட. செய்யற தொழிலச் சொல்லிக் கூப்பட்டா என்னய்யா கொறஞ்சு போயிருது. இதுக்குப் போயி கோவிச்சுக்கற' என்றார். முணுமுணுத்துக் கொண்டே போய்விட்டார்.

எப்படி இருந்தாலும் பையன்கள் 'தபாலு' என்று கூப்பிட்டால் அவருக்குக் கோபம் வந்துவிடும். ஆனாலும் பையன்கள் விடுவதில்லை. எங்காவது கதவுக்குப் பின்னாலிருந்து 'டவாலு . . .' என்று ராகம் போட்டுக் கத்திவிட்டு ஓடுவார்கள். யார் என்று கண்டுபிடிக்க முடியாமல் பொதுவாக 'எச்சக்கல பொறுக்கி நாய்ங்களே வாங்கடா முன்னால' என்று கண்டபடி திட்டுவார். அவர் திட்டு அதிகமானால் 'டவாலு' என்பதும் எங்கெங்கிருந்தோ விதவிதமாகக் கேட்கும். கடைசியில் அவர்தான் அடங்கிப் போக நேரும். அவர் சைக்கிளில் வருவார். பழைய சைக்கிள் என்றாலும் நன்றாகப் பராமரித்து வைத்திருப்பார். யாரும் அதைத் தொட முடியாது. தியேட்டருக்குள் நுழைந்ததும் சைக்கிளை அலுவலக அறையை ஒட்டிப் பாதுகாப்பாக நிறுத்தி வைப்பார். 'டவாலு பொண்டாட்டியக்கூட இப்பிடிப் பூ மாதிரி வெச்சிருக்க மாட்டான்' என்று கேலி பேசுவார்கள்.

கரட்டூர் நகரத்தில் இருந்த தலைமை அஞ்சலகத்தில் அவருக்கு வேலை. போஸ்ட்மேன் என்று அழைத்தாலும் அவர் தபால் கொண்டு போய்க் கொடுக்கும் வேலையைச் செய்யவில்லை என்று நினைக்கிறேன். அலுவலகத்தில் தபால்களைப் பிரிக்கிற வேலையோ கட்டுக் கட்டுகிற வேலையோ செய்து கொண்டிருந்தார். வேலை நிரந்தரமில்லை. அப்போது சம்பளம் வெகுகுறைவு. அனேகமாக இன்றைக்கும்கூட அதுதான் நிலை என்று நினைக்கிறேன். லட்சக்கணக்கான ஊழியர்களைத் தற்காலிகமாகவும் குறைந்த ஊதியத்திலும் வைத்திருக்கும் துறையும் அதுதான். ஊதியம் குறைவாகையால் போஸ்ட்மேன்கள் கூடுதலாக வேறொரு வேலை பார்த்தாக வேண்டியது கட்டாயம். எங்கள் கிராமத்துப் போஸ்ட்மேன் திருமணம் உள்ளிட்ட விஷேசங்களுக்கு பாத்திரம் பண்டங்களை வாடகைக்கு விடும் வேலை ஒன்றைக் கூடுதலாகப் பார்த்து வந்ததை நானறிவேன்.

இன்னொருவர் தொடக்கப் பள்ளி ஆசிரியர். அப்போது ஆசிரியர்களுக்கும் ஊதியம் மிகவும் குறைவுதான். தொடக்கப் பள்ளி ஆசிரியராக இருந்த அவரது வளர்ச்சியை ஒவ்வொரு கட்டத்திலும் நான் கவனித்து வந்திருக்கிறேன். ஒவ்வொரு அடியையும் கவனமாக எடுத்து வைத்த மிகவும் திட்டமிட்ட வளர்ச்சி. தியேட்டரில் இரவு டிக்கெட் கொடுக்கும் வேலைக்கு வந்த அவர் தியேட்டரிலேயே எல்லாராலும் மிகவும் மதிக்கப்படும் மனிதராக இருந்தார். தியேட்டரில் நிலவும் சின்னச்சின்னத் தில்லுமுல்லுகள் எதிலும் பங்கேற்க மாட்டார். அவர் இருக்கும் புக்கிங் ரூம் பக்கமே யாரும் போகத் தயங்குவார்கள். டிக்கெட் தொடர்பான தில்லுமுல்லு வருமானத்தில் மேனஜருக்கும் சிறு

பங்கு மறைமுகமாகப் போய்ச்சேரும். எனவே வாத்தியாரைப் பெரும்பாலும் பெண்கள் பக்கம் டிக்கெட் கொடுக்க அனுப்பிவிடுவார். 'பொம்பளைங்க பக்கம் வேற ஆரு போனாலும் பிரச்சின வந்திருதுங்க வாத்தியாரே. நீங்கன்னா நீக்குப் போக்குத் தெரிஞ்சவரு. மரியாதயா நடந்துக்குவீங்க' என்று அதற்கு ஒரு காரணத்தையும் சொல்லிவிடுவார்.

என் அப்பனுக்கும் அவருக்கும் நல்ல நட்பு இருந்தது. ஒருவருக்கு ஒருவர் பண உதவி செய்துகொண்டதும் உண்டு. அவரை 'வாத்தியார்' என்றுதான் சொல்வார்கள். ஆசிரியர்களுக்கு இன்றைக்கு வரைக்கும் மக்கள் வழக்கு 'வாத்தியார்' என்பதுதான். என்னை ஊரில் இப்போதும் 'வாத்தியார் முருகன்' என்றுதான் அடையாளப்படுத்துகிறார்கள். தினத்தந்தி நாளிதழுக்கு சி.பா. ஆதித்தனார் ஆசிரியராக இருந்தபோது செய்திகளிலேயே 'வாத்தியார்' என்றுதான் எழுதுவார்களாம். வாத்தியார் என்று எழுதக் கூடாது, ஆசிரியர் என்றுதான் எழுத வேண்டும் எனத் தினத்தந்திக்கு எதிராக ஆசிரியர் சங்கங்கள் கொடி பிடித்துப் போராடினார்களாம். அதற்குப் பிறகுதான் தினத்தந்தி மாற்றிக்கொண்டதாம். எம்ஜிஆரை 'வாத்தியார்' என்று அழைக்கும் வழக்கம் உண்டு. என் அப்பனைப் போன்றவர்கள் 'வாத்தியார் படம்' என்றுதான் சொல்வார்கள். எம்ஜிஆருக்கு இந்தப் பட்டப்பெயர் எப்படி வந்தது, எப்போது வந்தது, ஏன் வந்தது என்பதொன்றும் எனக்குத் தெரியவில்லை. சிலம்பம் உள்ளிட்ட உடற்பயிற்சி சார்ந்த தற்காப்புக் கலைகளைச் சொல்லிக் கொடுப்பவர்களை வாத்தியார் என்று கூறும் வழக்கம் உண்டு. எம்ஜிஆருக்கும் அந்த அடிப்படையில் பெயர் வந்திருக்குமோ? உபாத்தியாயர் என்னும் சமஸ்கிருதச் சொல்லின் திரிபுதான் 'வாத்தியார்.' இந்தச் சொல்லை மோசமானதாக ஆசிரியர்கள் கருதக் காரணம் என்ன என்பதும் விளங்கவில்லை. எங்கள் டிக்கெட் கொடுக்கும் வாத்தியாரை எங்களுக்குள் 'வாத்தியார்' என்று சொல்லிக்கொண்டாலும் நேரில் 'சார்' என்றே அழைப்போம்.

அவர் வாத்தியார் வேலை, டிக்கெட் கொடுக்கும் வேலை இரண்டையும் பார்த்ததோடு சொந்தமாக விசைத்தறி போட்டார். முதலில் தன் வீட்டின் ஒருபகுதியை ஒதுக்கி இரண்டு தறிப் போட்டுத் தொடங்கிய அவர் படிப்படியாகப் பல தறிகளைக் கொண்ட தனிப்பட்டறை அமைத்துக் குறுமுதலாளியாக உருவானார். நான்கைந்து ஆண்டுகளில் நடந்த மாற்றம் அது. எனினும் தவறாமல் தியேட்டருக்கு டிக்கெட் கொடுக்க வந்துகொண்டிருந்தார். என் அப்பன் உயிரோடு இருந்த வரைக்கும் அவர் எங்கள் வீட்டு விஷேசங்களுக்கு வந்து போய்க்

கொண்டிருந்தார். அவரையும் அவருக்கு இருந்த மதிப்பையும் பார்த்துத்தான் என் அப்பனுக்குப் படிப்பு பற்றிய கவனம் வந்தது என்பது என் அனுமானம். என் பரம்பரைக்கும் படிப்புக்கும் துளி சம்பந்தமும் இல்லை. மேட்டாங்காட்டைக் காலகாலமாகக் கிளறிக் கொண்டிருந்த சூத்திர சாதி. என் தலைமுறையில்தான் பள்ளிக்கூடத்தை எட்டிப் பார்த்தவர்கள் இருந்தனர். நான் ஒருவனே பள்ளியை முடித்துக் கல்லூரிக்குப் போனவன்.

என் அண்ணன் ஒன்பதாம் வகுப்பு வரையே படித்தான். ஒன்பதாம் வகுப்பில் அவன் தேர்ச்சி பெறவில்லை. அதுதான் சந்தர்ப்பம் என்று அவனையும் சோடாக்கடைக்கு அப்பன் அழைத்து வந்துவிட்டார். என்னையும் எதிர்பார்த்துக் கொண்டிருந்தார். தியேட்டரில் கடை வைத்தபின் இந்த வாத்தியாரைப் பார்த்தே என்னை எப்படியாவது படிக்க வைத்துவிட வேண்டும் என்று அவர் மனம் மாறிற்று. நல்ல குடிபோதையில் 'எவ்வளவு செலவு ஆனாலும் பரவால்ல, உன்னயப் படிக்க வெச்சிர்றண்டா. நீ பெரிய வாத்தியாரு ஆயிரு. நம்ம தறிக்கார வாத்தியாருக்கெல்லாம் பெரிய வாத்தியாரா ஆவோனும்' என்பார். இந்த வசனத்தைப் புளிக்கப் புளிக்கக் கேட்டிருக்கிறேன். அவரது வாய் முகூர்த்தமோ சாபமோ பலித்து நான் 'பெரிய' வாத்தியார் ஆனதைப் பார்க்க அவர் இல்லாமல் போனார்.

டிக்கெட் கொடுக்க ஆளில்லாத சந்தர்ப்பங்களில் என்னை அழைப்பதுண்டு. என் அப்பனிடம் கேட்ட பிறகுதான் நான் போக வேண்டும். 'அவனுங்க வேலைக்கின்னாக் கொஞ்சுவானுங்க' என்று சொல்லிக்கொண்டே போக அனுமதி தருவார். நான் மிகுந்த மகிழ்ச்சியோடு டிக்கெட் கொடுத்திருக்கிறேன். அந்த வேலையில் வேகம் மிக முக்கியம். அதேசமயம் பணத்தை வாங்கிக்கொண்டு சில்லரை கொடுப்பதில் கவனம் வேண்டும். இல்லையென்றால் கணக்கில் பிரச்சினையாகிக் கையிலிருந்து போட வேண்டியிருக்கும். அப்படி ஏமாற்றுவதற்கென்றே ஆட்கள் வருவார்கள். ஒரு ரூபாய் கொடுத்து விட்டு இரண்டு ரூபாய் என்று சாதிப்பவர்கள் உண்டு. அதைச் சமாளிக்க அவர்கள் கொடுக்கும் பணத்தைப் பெட்டியில் போடாமல் புக்கிங் ரூமில் இருக்கும் பலகை மேல் அவர்கள் கண்ணெதிரிலேயே வைத்துவிட்டுச் சில்லரை கொடுத்த பிறகே அதை எடுத்துப் பெட்டியில் போட வேண்டும்.

அதேபோல மூன்று நான்கு டிக்கெட்டுகள் ஒன்றாக வாங்குபவர்கள் ஒரு டிக்கெட்டை எடுத்து மறைத்துக்கொண்டு 'ஒரு டிக்கெட் குறைகிறது' என்பார்கள். எத்தனை கூட்டமாக

இருந்தாலும் டிக்கெட்டைக் கிழித்ததும் தனித்தனியாகத் தெரியும்படி பிரித்துத்தான் கொடுக்க வேண்டும். ஒருமுறைக்கு இரண்டு முறை எண்ணவும் வேண்டும். டிக்கெட் கொடுப்பவர்கள் ஒவ்வொருவருக்கும் சின்னதாய் ஒரு தகரப் பெட்டி இருக்கும். அதில் டிக்கெட்டுகளும் தியேட்டரிலிருந்து கொடுக்கும் குறிப்பிட்ட தொகைக்கான சில்லரையும் இருக்கும். பெஞ்சு டிக்கெட்டில் பெரிதாகச் சில்லரைப் பிரச்சினை வராது. சாதாரண மக்கள்தான் அந்த வகுப்பு டிக்கெட் வாங்குவார்கள். ஆகவே சில்லரையாகவே தருவார்கள். இரண்டு மூன்று பேர் சேர்ந்து டிக்கெட் வாங்கினாலும் சில்லரைப் பிரச்சினை அவ்வளவாக வராது.

சோபா இருக்கைகள் மிகவும் குறைவு என்பதால் எப்போதுமே இன்னொரு ஆள் தேவைப்படாது. ஆனால் அந்த வகுப்பு டிக்கெட் கொடுப்பவருக்குக் கூட்டம் இருக்கும் நாளில் கூடுதல் வருமானத்திற்கு வழியுண்டு. டிக்கெட்டுக்கு உரிய தொகையைக் கொடுத்து வாங்கி அதிகமான விலைக்கு பிளாக்கில் விற்கும் சிலர் உண்டு. அவர்களுக்கும் ச்சேர், சோபாக்களுக்கு டிக்கெட் கொடுப்பவருக்கும் மறைமுக ஒப்பந்தம் இருக்கும். உள்ளே இருக்கும் பையன்கள் மூலமாகப் புக்கிங் ரூமிலேயே மொத்தமாக ஐந்து அல்லது பத்து டிக்கெட்டுகளை வாங்கி வெளியே இருப்பவனிடம் சேரும்படி செய்வதுண்டு. அல்லது அப்படி விற்பவனே க்யூவுக்குள் லாகவமாகப் புகுந்து டிக்கெட்டுகளை வாங்கிக் கொண்டு உள்ளே வராமல் க்யூ வழியாகவே வெளியேறி விடுவதுண்டு. கூடுதல் விலைக்கு விற்க ச்சேர், சோபா டிக்கெட்டுகளையே வாங்குவார்கள். பெஞ்சு, பேக் பெஞ்சு டிக்கெட்டுகளை வாங்கினால் விலை அதிகம் வைத்து விற்க முடியாது. வாங்குவதற்கும் ஆள் அதிகம் வராது.

தியேட்டரில் வேலை செய்யும் பையன்களில் சிலரே பிளாக் டிக்கெட் விற்பதுண்டு. சைக்கிள் ஸ்டேண்ட் வெளியே இருக்கும். சைக்கிள் நிறுத்தும் வேலை செய்யும் பையன் ஐந்து அல்லது பத்து டிக்கெட் வரை சாதாரணமாக விற்க முடியும். சைக்கிள் நிறுத்த வருபவர்களிடம் 'ரண்டு ருவா டிக்கெட் அஞ்சு ருவா' என்று மெல்லச் சொல்லி விற்கலாம். புதிதாக வெளிவரும் படங்களுக்கே பிளாக்கில் டிக்கெட் விற்க முடியும். அதுவும் கதாநாயகர்களைப் பொறுத்து விலை மாறுபடும். படங்களையே கதாநாயகர்களை வைத்து அடையாளப்படுத்தும் முறைதான் இருக்கிறது. கதாநாயக ஆதிக்கம் இன்றளவும் தொடர்கிறது. எம்ஜிஆர் படம், சிவாஜி படம் என்பது போல இன்றைக்கு விஜய் படம், அஜித் படம் என்கிற வழக்கு தொடர்கிறது. கூடுதலாக இப்போது டைரக்டர்கள் பெயரைச் சொல்லிப்

படத்தை அடையாளப்படுத்தும் முறையும் ஓரளவு வந்திருக்கிறது.

‘தனிக்காட்டு ராஜா’ என்றொரு ரஜினி படம். அதுதான் ரஜினியை வெகுஜனக் கதாநாயகனாக முழுதாக நிலை நிறுத்திய படம் என நினைக்கிறேன். அந்தப் படத்தில் ஸ்ரீதேவி, ஸ்ரீபிரியா ஆகிய இரண்டு கதாநாயகிகள். பாடல்கள் எல்லாம் மிகவும் பிரபலமானவை. எஸ்.பி.சைலஜா பாடி ஸ்ரீபிரியா நடித்த ‘ராசாவே உன்ன நான் எண்ணித்தான்’ என்னும் பாடல் எனக்கு மிகவும் பிடித்தது. அந்தப்படம் விமலாவில் வெளியானது. எங்கள் ஊரில் இரண்டு வாரம் ஓடிய படம் அது. முதல் வாரம் பிளாக் டிக்கெட் வியாபாரம் நன்றாக நடந்தது. அதைப் போல ரஜினியின் இன்னொரு படமாகிய ‘தங்கமக’னும் பிளாக் டிக்கெட்டுக்கு வாய்ப்பைக் கொடுத்த படம். எனக்குத் தெரிய இந்த இருபடங்களைப் போல விமலாவில் அப்போது கூட்டம் அலைமோதிய படங்கள் இல்லை. எண்பதுகளின் தொடக்கத்தில் வெளியானவை இவை.

அலைகள் ஓய்வதில்லை, பன்னீர் புஷ்பங்கள் ஆகிய இரண்டு படங்களும் அதே காலகட்டத்தில் வந்தவைதான். இவையும் நன்றாக ஓடின. அலைகள் ஓய்வதில்லை படத்திற்குப் பாரதிராஜா என்னும் பிரபல இயக்குநர் பின்னணி இருந்தது. பாடல்கள் எல்லாம் மிகப் பிரபலம். ‘வாடி எங் கப்பக் கிழங்கே’ பாடல் சர்ச்சைக்குரியதாகிப் பத்திரிகைகளில் வந்ததும் பள்ளிச் சிறுவர்களைக் காதலிக்க வைத்துச் சமூகத்தைக் கெடுக்கிறது என்னும் விமர்சனமும் படத்திற்குக் கூடுதல் கவனத்தை உருவாக்கியது. பன்னீர் புஷ்பங்கள் படத்திற்கு அப்படியான பின்னணி இல்லை என்றாலும் கொஞ்சம் தாமதமாகக் கவனம் பெற்று ஓடியது. அதிலும் பாடல்கள் நன்றாகவே இருக்கும். உமாரமணன் பாடிய ‘ஆனந்த ராகம் கேட்கும் காலம்’ பாடல் அப்போது வானொலியில் ஒலிக்காத நாளில்லை.

இரண்டிலும் புதிய ஜோடிகள் அறிமுகம் ஆயின. கார்த்திக், ராதா; சுரேஷ், சாந்திகிருஷ்ணா ஜோடிகள். இவர்களில் சாந்திகிருஷ்ணா மட்டும் ஒருசில படங்களில் நடித்துவிட்டுக் காணாமல் போனார். மற்ற மூவரும் பிரபலமானார்கள். கார்த்திக் ராதா ஜோடியாகவும் சாந்திகிருஷ்ணாவுக்குப் பதிலாக வேறொரு நடிகை சுரேஷுக்கு ஜோடியாகவும் நடிக்க ‘இளஞ்ஜோடிகள்’ என்றொரு படமும் அந்தச் சமயத்தில் வெளியாகி ஓரளவு ஓடியது. இம்மூன்று படங்களும் விமலாவில் வெளியாயின. ஆனால் பிளாக்கில் டிக்கெட் வாங்க ஆளில்லை. எந்தப் படத்திற்கு எந்தக் காரணத்திற்காக எப்படிக் கூட்டம் வரும் என்பது இன்றுவரை தெளிவாக முடிவு செய்ய முடியாத விஷயம்தான்.

எண்பதுகளில் கவர்ச்சி நடனத்தில் புகழ் பெற்றிருந்தவர் ஜெயமாலினி. அப்போது ஒவ்வொரு படத்திலும் அப்படியான நடனம் ஒன்றாவது இருக்கும். அதைக் ‘கிளப் டேன்ஸ்’ என்பார்கள். ஐம்பது, அறுபதுகளில் வெளியான படங்களில் ஹோட்டல் கிளப்புகளில் நடனம் ஆடுவதாகப் பாடல் வரும். அந்தக் காரணத்தால் கவர்ச்சி நடனத்திற்குக் ‘கிளப் டேன்ஸ்’ என்று பெயர் வந்திருக்கலாம். சிஐடி சகுந்தலா, ஜோதிலட்சுமிக்குப் பிறகு பிரபலமான ஜெயமாலினி அவர்களைவிடப் புகழ் பெற்றுத் தனியாகக் கதாநாயகியாகச் சில படங்களில் நடிக்கும் அளவு வளர்ந்தார். அப்படி அவர் நடித்த படங்களில் ஒன்று ‘கராத்தே கமலா.’ இந்தப் படம் பெருவெற்றி பெற்ற படம் இல்லை என்றாலும் வசூலில் வெற்றி பெற்ற படம் என்று நினைக்கிறேன். பிளாக்கில் டிக்கெட் விற்கும் அளவுக்கு இந்தப் படத்திற்குக் கூட்டம் குவிந்தது ஆச்சர்யம். இயக்குநர் யாரென்று தெரியவில்லை. பாடல்கள் எதுவும் கேட்கும் படியாக இல்லை. அதைவிட ஆச்சர்யம் ஜெயமாலினி துளியும் கவர்ச்சியாக நடிக்கவில்லை. கராத்தே கற்ற பெண்ணான அவர் தன் குடும்பத்தைக் கொன்ற வில்லன்களைப் பழி வாங்குவதுதான் கதை. ஜெயமாலினி கராத்தேவில் சண்டை போட்டதுதான் புதுமை. எப்படி ஓடியது?

தியேட்டரில் ரசிகர்களின் எதிர்வினையை நேரில் பார்த்தவன் என்னும் வகையில் எனக்கொரு அனுமானம் உண்டு. படம் ஓடக் காரணம் ஜெயமாலினி அல்ல, ஒய்.விஜயாதான். அருவியில் குளித்தபடி ஒய்.விஜயா பாடி ஆடுவதாக ஒரு பாடல் அப்படத்தில் உண்டு. அந்தக் காலத்தில் அப்பாடல் காட்சியை ஆபாசம் என்று சொல்வதில் தவறேதும் இருக்க முடியாது. டூ பீஸ் உடையில் ஆடும் அவர் ஒரு காட்சியில் பின்பக்கம் கைகளை ஊன்றியபடியும் கால்களை மடித்து வைத்துக்கொண்டும் தன் தொடைகளை விரித்து லேசாக எம்புவார். அவர் அணிந்திருந்த ஆடை நீல நிறத்தில் தகதகவென மின்னும்படியானது. அவர் எம்பும்போது அல்குல் பகுதியிலிருந்து ஒரு மின்னல் அடிக்கும். ரசிகர்களின் ஆரவாரமும் கத்தலும் கிளம்பும். தியேட்டரில் சீழ்க்கை ஒலி அடங்க இரண்டு நிமிடமாகும். அந்த ஒரு காட்சிக்காகவே கூட்டம் குவிந்திருக்கலாம். ஜெயமாலினி படம் என்பதால் பெண்கள் கூட்டமே வரவில்லை. ஆண்களின் எதிர்பார்ப்பை திரும்பத் திரும்ப வரவைக்கும் அளவு அந்தக் காட்சி அவர்களை நிறைவு செய்தது என்பது என் எண்ணம். இப்படி எதிர்பார்க்காத வகையில் சில படங்கள் அமையும்.

பிளாக் டிக்கெட் வருமானத்தில் விற்பவர், டிக்கெட் கொடுப்பவர், டிக்கெட் கிழிப்பவர், மேனஜர் என எல்லாருக்கும்

சிறுசிறு பங்கு போகும். ராமு என்றொருவன் இருந்தான். அவன் தியேட்டரில் வேலை செய்தவன் அல்ல. ஏதோ கோணிச்சாக்கு வியாபாரம் செய்து கொண்டிருந்தான். புதுப்படம் ரிலீஸ் ஆகும் சமயத்தில் மட்டும் அவனைத் தியேட்டரில் பார்க்கலாம். எத்தனை கடுமையாகக் கண்காணித்தாலும் அவன் ஏமாற்றிவிடுவான். அவனுக்கு உதவ ஆட்கள் எப்படியும் கிடைத்து விடுவார்கள். க்யூவுக்குள் நுழையும் அவன் ஆட்கள் சிலர் இரண்டு அல்லது மூன்று டிக்கெட் வாங்குவார்கள். அவர்கள் உள்ளே போக ஒன்று போதும். அதிகமாக வாங்கியதைக் கேட் சந்து வழியாக அவனிடம் சேர்த்துவிடுவார்கள். பிளாக் டிக்கெட் வாங்கியும் படம் பார்க்கும் ஆட்களை அவன் எளிதாகக் கண்டுபிடித்துவிடுவான். அவனைப் பற்றி நினைக்கையில் அவனது திருமணம் என் மனதில் தோன்றுகின்றது.

பங்குனி மாதத்தில் அவன் திருமணம் நடந்தது. அப்போதெல்லாம் பங்குனியில் திருமணம் செய்ய மாட்டார்கள். இப்போது ஒருசிலர் செய்கிறார்கள். பங்குனி நல்ல வெயில் அடிக்கும் கோடைகாலம். அவன் குடியிருந்த கிராமத்தில் பெரிய களம் ஒன்று இருந்தது. அந்தக் களத்தில் வரிசையாகக் கயிற்றுக் கட்டில் போட்டு மக்கள் படுத்துத் தூங்குவார்கள். ஐம்பது அறுபது கட்டில்கள் இருக்கும் களம் அது. தான் படுத்திருந்த கட்டிலிலிருந்து பத்துக் கட்டில் தாண்டிப் படுத்திருந்த பெண்ணின் கட்டிலுக்குப் போய்விட்டான் ராமு. அந்தப் பெண்ணோடு காதல். அருகே போட்டிருந்த கட்டிலில் படுத்திருந்த அந்தப் பெண்ணின் அப்பன் எதேச்சையாக விழித்தார். தன் பெண் படுத்திருக்கும் கட்டில் அசைவதைக் கண்டு சத்தம் போட்டார் அவர். பலரும் எழுந்து பாதியில் ஓட முடியாத ராமுவைப் பிடித்துவிட்டனர். மறுநாள் காலையில் அவன் கல்யாணம் நடந்தது. சில நாட்கள் கழித்துத் தியேட்டர் பக்கம் அவன் வந்தான். எல்லாரும் கல்யாண விருந்து கேட்டார்கள். அப்போது கரட்டூர்ச் சந்தைப் பேட்டையில் புரோட்டாவுக்குப் பிரபலமாக இருந்த பாலன்கடையில் எல்லாருக்கும் புரோட்டா வாங்கி வந்து கொடுத்தான். இரண்டாம் ஆட்டம் இடைவேளை முடிந்தபின் கேபின் ரூம் படியடியே உட்கார்ந்து தின்ற புரோட்டாவின் சுவை இன்னும் என் நாவில் இருக்கிறது.

நிழல்முற்றத்து நினைவுகள்

13

சோடா கலரே

தியேட்டரில் வியாபாரத்திற்கு அப்போது முக்கியமான இடமிருந்தது. மக்களுக்குத் திரைப்படம் மிகப் பெரும் பொழுதுபோக்காக இருந்த காரணத்தாலும் கிராமத்து மக்களுக்குத் திருவிழா கொடுக்கும் குதூகலத்தைத் திரைப்படம் கொடுத்ததாலும் எல்லாக் காட்சிகளுக்கும் கூட்டம் நன்றாகவே இருக்கும். அதனால் கடை வியாபாரம் மட்டும் அல்லாமல் உள் வியாபாரமும் நன்றாக நடக்கும். இப்போது பெரிய மாற்றத்தைப் பார்க்கிறேன். தியேட்டர்களில் கடைகள் பொலிவிழந்து பேருக்கு இருக்கின்றன. உள்வியாபாரமே இல்லை. அப்போதெல்லாம் இடைவேளை நேரத்தில் கடைக்காரர்கள் அத்தனை வேகமாகச் செயல்பட்டுக் கொண்டிருப்பார்கள். பொட்டலப் பொருள்கள் அப்போதில்லை. பிஸ்கட்டுகள் கூடப் பாட்டில்களில் போட்டு வைத்து எடுத்துக் கொடுப்பவையாகவே இருந்தன.

பீடாக் கடையில் பிஸ்கட்டுகளும் பீடிக் கட்டுகளும் அதிகமாக விற்கும். சிகரெட் பிடிப்போர் எண்ணிக்கை மிகவும் குறைவு. கரட்டூர்ப் பகுதியில் 'கணேஷ்' பீடிதான் மவுசோடு இருந்தது. ரொட்டி வகைகள் அன்றன்றைக்குப் புதிதாக வரும். குடிசைத் தொழிலாக நடந்து கொண்டிருந்த ரொட்டித் தயாரிப்பு இன்று பெருந்தொழிலாக வளர்ந்துவிட்டது. கரட்டூரில் இருந்து பேட்டையூர் வழியாக ஓடையூர் செல்லும் சாலையில் இருக்கும் 'அரும்பூர்' என்னும் ஊர் முழுக்க ரொட்டித் தொழில்தான். மிதிவண்டிகளில்

ரொட்டிகள் நிறைந்த பெரும் பெட்டிகளைக் கட்டிக்கொண்டு காலையில் புறப்படுவார்கள். கடைகளுக்குத் தேவையானவற்றை விநியோகிக்கும் குறுமுதலாளிகளாக ஒவ்வொருவரும் இருந்தனர். தம் வீட்டிலேயே தயாரிப்பார்கள். என் அத்தை ஊருக்கு அந்த வழியாகத்தான் செல்வோம். எங்கள் பாட்டி எந்த வீட்டுக்குள் என்றாலும் புகுந்து எங்கள் கை நிறைய ரொட்டியையோ பன்னையோ வாங்கிக் கொடுக்கும். அத்தை வீட்டுக்கும் பன் பொட்டலம் ஒன்று வாங்கிக்கொள்வோம். மெதுமெதுவென்று புதுக்காளான் போலக் கைகளில் படும் பன் தரும் பரவசமே தனி. அப்படிப் பலவிதமான பன்ரொட்டிகளும் பிஸ்கட்டுகளும் வீடுகளிலேயே தயாரிக்கும் ஊர்கள் சில இருந்தன.

கொம்பு ரொட்டியும் தேங்காய் ரொட்டியும் மிகவும் பிரபலம். மஞ்சள் நிறத்தில் கொம்பு வடிவில் இருக்கும் ரொட்டிக்கு உள்ளே துளை இருக்கும். அதன் அடிப்பகுதியில் கொஞ்சமாகக் கிரீம் வைத்திருப்பார்கள். நல்ல ருசியாக இருக்கும். தேங்காய் ரொட்டி வட்ட வடிவில் இருக்கும். மொறுமொறுவென்று கரையும். கொம்பு ரொட்டியில் கிரீம் இருப்பதால் விலை கொஞ்சம் அதிகம். அதன் வடிவமே ஈர்க்கும். பீடாக் கடையில் அந்த ரொட்டிகள் விற்பனை ஜோராக இருக்கும். மிட்டாய்களில் தேன்மிட்டாயும் கெட்டிமிட்டாயும் நன்றாக விற்கும். கடலைமிட்டாய் உருண்டைகளுக்கு எப்போதுமே மவுசு உண்டு. ரொட்டிகளையும் மிட்டாய்களையும் தயாரிப்பவர்கள் தினம் ஒருமுறை தியேட்டருக்கு வந்து கடைக்குத் தேவையானவற்றை விநியோகித்துவிட்டுப் போவார்கள். கூட்டம் அதிகமாக இருக்கும் படத்திற்கு ஒருநாளில் இரண்டு முறை மூன்று முறைகூட சைக்கிளில் பெட்டி கட்டிய ரொட்டிக்காரர்கள் வருவதுண்டு. சிகரெட், பீடிப் பாக்கெட்டுகளைப் பீடாக்கடைக்காரரே கரட்டூரில் இருந்த முகவரிடம் சென்று நேரடியாக வாங்கி வருவார். பீடாக்கடையைப் பொருத்தவரையில் எல்லாப் பொருள்களையும் வாங்கி விற்கும் வேலைதான். சொந்தத் தயாரிப்பு என்று எதுவும் கிடையாது.

டீக்கடையில் சுடச்சுடப் போண்டா போடுவார்கள். முட்டை போண்டாவும் இருக்கும். வாழைக்காய் பஜ்ஜியும் வெங்காய பஜ்ஜியும் போடுவதுண்டு. பஜ்ஜியைவிடப் போண்டாப் போடுவதையே கடைக்காரர் விரும்புவார். போண்டா மிஞ்சிவிட்டாலும் பிரச்சினையில்லை. அடுத்த நாள் வைத்திருந்து தூள்பக்கடாப் போடும் மாவில் போண்டாவை உதிர்த்துவிட்டுக் கரைத்துக் கொள்ளலாம். 'புளிச்ச கள்ள ஊத்திக் காச்சற சாராயந்தான் ருசி. அதுமாதிரி பழைய போண்டாவப் போட்டாத்தான் பக்கடா ருசி வரும்' என்பார்

கடைக்காரர். பெருவெங்காயம் போட்டு மொறுமொறுவென்று நாக்கில் கரைந்தோடும்படி தயாரிக்கும் தூள்பக்கடாவுக்கு நல்ல வியாபாரம் இருக்கும். விமலா தியேட்டரின் ஸ்பெஷல் என்றே தூள்பக்கடாவைச் சொல்லலாம். மிக்சர், முறுக்கு ஆகியவையும் டீக்கடை வியாபாரத்தில் அடங்கும். கூம்பு வடிவில் சுற்றப்பட்ட தாளில் மிக்சரை நிறைத்துக் கட்டியிருப்பார்கள். நிலக்கடலையும் அவலும் கலந்த மிக்சருக்கும் கிராக்கி. மிக்சர், முறுக்கு ஆகியவற்றைக் கூட்டமில்லாத நாளில் நிறையத் தயாரித்து வைத்துவிடுவார்கள். ஒருவாரத்திற்குக்கூட அது வரும். ஆனால் போண்டாவோ பஜ்ஜியோ ஒவ்வொரு காட்சிக்கும் போடுவார்கள். சூடாக இருந்தால்தான் வியாபாரம் நடக்கும். அப்போது முட்டைப் போண்டா சாப்பிட்டால் பணம் கொழுத்தவன் என்று அர்த்தம். அது குறைவாகவே விற்கும்.

அதேபோலத் தியேட்டரில் இன்று சோடாவும் இல்லை; கலரும் இல்லை. குண்டுப் பாட்டில் என்று சொல்லப்படும் கோலிசோடாப் பாட்டில்களைத் தியேட்டரில் பார்க்கவே முடியவில்லை. அன்றைக்குச் சோடாக்கடை என்று தனிக்கடையே வைக்கும் அளவு அவ்வியாபாரம் இருந்தது. பெட்டிக்கடைகள், மளிகைக்கடைகள் அனைத்திலும் சோடாக் கலருக்கென்று தனிப்பெட்டி இருக்கும். அதில் தண்ணீர் ஊற்றி அதற்குள் சோடாப் பாட்டில்களை அடுக்கி வைத்திருப்பார்கள். இன்று அவ்விடத்தைப் பன்னாட்டு நிறுவனங்களின் குளிர்பானங்கள் பிடித்துக்கொண்டன. தியேட்டர் கடைகளில் எல்லாம் குளிர்சாதனப் பெட்டி வந்துவிட்டது. பன்னாட்டு நிறுவனங்களின் பாட்டில்கள் அதை நிறைத்துக் கொண்டிருக்கின்றன. ஐஸ்கிரீம் அக்கடைகளில் சாதாரணமாகக் கிடைக்கிறது. இவையெல்லாம் குடிசைத் தொழில் போலிருந்த சோடாக் கடைகளுக்கு மாற்றாக வந்திருக்கின்றன.

எனக்குத் தெரிய அப்போது கரட்டூர்ப் பகுதியில் நூற்றுக்கும் மேற்பட்ட சோடாக்காரர்கள் இருந்தார்கள். எங்கள் ஊரில் மட்டும் பத்துச் சோடாக்காரர்கள் இருந்தனர். என் அப்பனுக்கு ஊரின் முதல் சோடாக்காரர் என்று பெயர் உண்டு. 'சோடாக்காரர்' என்றாலே அவரைத்தான் குறிக்கும். மற்றவர்களுக்குச் 'சோடாக்கார முத்தான்', 'சோடாக்கார வெள்ளையன்' என்பதுபோல இயற்பெயரையும் சேர்த்துச் சொல்லி அடையாளப்படுத்துவார்கள். என் அம்மாவைச் சிறுவர்கள் எல்லாம் 'சோடாம்மா' என்றுதான் அழைப்பார்கள். கடைகளுக்குச் சோடாப் போடுவதை லைனுக்குப் போவது என்று சொல்வார்கள். ஒருவருக்கு மளிகைக் கடை, பெட்டிக்கடை ஆகியவை சேர்ந்து சோடாப் போட எத்தனை கடைகள்

இருக்கின்றனவோ அந்த அளவு வேலை இருக்கும். வருமானம் வரும். ஒரு கடைக்கு ஒருவர் சோடா போட்டுக் கொண்டிருந்தால் எக்காரணம் கொண்டும் இன்னொருவர் அந்தக் கடைக்குப் போட மாட்டார். அப்படி ஒரு ஒப்பந்தம் இருந்தது. ஒரு சோடாக்கடையை விற்பதென்றால் மெஷின், சிலிண்டர், பாட்டில்கள், தொட்டிகள், மர கிரேடுகள் ஆகியவை அடங்கும். ஆனால் அவற்றின் மதிப்பு வெகு குறைவுதான். லைன் கடைகள் எத்தனை இருக்கின்றன என்பதுதான் விலையைத் தீர்மானிக்கும். கரட்டூர் மலை மண்டபங்களில் வியாபாரம் செய்ய ஏலம் விடும் நாளில் சுற்று வட்டாரத்துச் சோடாக்காரர்கள் அத்தனை பேரையும் ஒருசேரப் பார்க்கலாம். பத்துப் பேர், பதினைந்து பேர் கூட்டுச் சேர்ந்து ஏலம் எடுப்பார்கள்.

இன்று சோடாக்கடைகளையே பார்க்க முடியவில்லை. கரட்டூரில் புறநகர்ப் பகுதிகளிலும் கிராமங்களிலும் ஒரு சில கடைகளில் சோடா கிடைக்கிறது. எங்கோ வயதான ஒன்றிரண்டு சோடாக்காரர்கள் இன்னும் வாழ்கிறார்கள் என்று தெரிகிறது. தியேட்டரில் மூன்று பிரிவாக இருந்த கடைகள் சுருங்கி ஒரே கடையாகி விட்டன. உள்வியாபாரம் செய்ய இன்று ஆள் இல்லை. உள்ளே கூவி விற்கும் பையன்கள் இல்லை. ஆள் வந்தாலும் தியேட்டர்காரர்கள் அதை அனுமதிப்பதில்லை. இந்த மாற்றத்தை எப்படிப் பார்ப்பது என்று எனக்குக் குழப்பமாகத்தான் இருக்கிறது. வெளிக்கடைகளைவிட தியேட்டர் கடைகளில் ஒவ்வொரு பொருளுக்கும் ஐந்து பைசா, பத்துப் பைசா விலை அதிகமாகவே இருக்கும். தினசரி வாடகை கொடுக்க வேண்டியிருந்ததுதான் அதற்குக் காரணம்.

சமீபத்தில் மதுரைக்குச் சென்றபோது அங்கே ஒரு தியேட்டரில் 'நண்பன்' படம் பார்த்தேன். 'சுந்தரம் தியேட்டர்' என்று ஒரு காலத்தில் பெயர் பெற்றிருந்த அதை இப்போது 'ரிலையன்ஸ்' நிறுவனம் வாங்கி நடத்துகிறது. 'பிக் சினிமா' என்று பொதுப்பெயர் கொண்ட அதில் இரண்டு தியேட்டர்கள் இருக்கின்றன. அவற்றிற்கு 'ஜாஸ், ஆர்ஷ்' என்று மக்களுக்கு அந்நியமான பெயரிட்டிருக்கிறார்கள். டிக்கெட் வாங்கிக் கொண்டு உள்ளே போகும் போது ரயில் நிலையங்களில் இருப்பது போல வெடிபொருள் சோதனைச் சட்டகத்துள் நுழைந்துதான் செல்ல வேண்டியிருந்தது. அதைக் கடந்ததும் ஒரு ஆள் நின்று கொண்டு சட்டை, பேண்ட் பாக்கெட்டுகளைத் தடவிப் பரிசோதிக்கிறார். பீடி, சிகரெட், தின்பண்டம் என எதையும் மறைத்து எடுத்துச் செல்லக்கூடாது என்பதற்காக இந்தச் சோதனையாம். அப்துல் கலாமை அமெரிக்காவில் சோதனை செய்துதான் அனுப்பினார்கள் என்றதும் கொதித்தெழும்

தேசப்பற்று உள்நாட்டில் அன்றாடம் ஆயிரக்கணக்கான மக்களுக்கு நடக்கும் இந்தச் சோதனை பற்றிய சுரணையற்று இருப்பதை என்னவென்று சொல்வது? அதுவும் தின்பண்டத்தைப் பதுக்கி எடுத்துச் சென்றுவிடுவார்கள் என்பதால் இந்தச் சோதனையாம்.

அந்தக் காலத்தில் நாங்கள் கூட்டமாகத் திரைப்படத்திற்குச் செல்லும்போது வேகவைத்த பச்சைக் கடலைக்காய், வறுத்த கடலைக்காய், வேகவைத்த மொச்சைக்காய், தட்டைக்காய் என ஏதாவது ஒன்றைத் தூக்குப்போசியில் போட்டு எடுத்துச் செல்வோம். சந்தை நாளை அடுத்த நாட்களாக இருந்தால் பொரிப் பொட்டலம் பைக்குள் இருக்கும். தீபாவளி மாதிரி பண்டிகை சமயத்தில் முறுக்கு மூட்டையோடு செல்வோம். யாரும் தடுத்ததில்லை. கடைகளில் வாங்கச் சக்தியுள்ளவர் வாங்கலாம். இல்லாதவர் வீட்டிலிருந்து எடுத்துச் சென்று தின்னலாம். இந்த மதுரைத் தியேட்டரில் எது வேண்டும் என்றாலும் உள்ளே அவர்கள் கடையில்தான் வாங்க வேண்டும். அந்தக் கடை சாதாரண மக்கள் அருகில் நெருங்க முடியாத விலையில் பொருள்களை விற்கிறது. சாதாரண மக்கள் அந்தப் பக்கம் வரக்கூடாது என்பதுதான் அவர்கள் நோக்கம் போலும். சோளப்பொரிகூட என்னால் வாங்க முடியவில்லை. சோளப்பொரியுடன் பெப்ஸி ஒன்றையும் வாங்க வேண்டியது கட்டாயம். அங்கே விற்ற பல பொருள்களின் பெயர்கள்கூட எனக்குத் தெரியவில்லை. இருபத்தைந்து ரூபாய் விலையில் விற்ற சமோசாதான் எனக்குத் தெரிந்த பண்டம். ரொட்டிகள், போண்டாக்கள், பக்கடாக்கள் என எதுவும் இல்லை. சோடா என்கிற பேச்சே இல்லை. ஐம்பது ரூபாய், நூறு ரூபாய் விலைகளில் சிக்கன் துண்டுகள் விற்பனை ஆகின்றன. மக்களுக்கு அறிமுகமான தின்பண்டங்களே இல்லை. கடையை நடத்துவதும் தியேட்டர் நிர்வாகமே. எல்லா வகை லாபமும் ஒரே இடத்தைச் சென்று சேர வேண்டும் என்னும் உயர்ந்த கொள்கையின் நடைமுறையை அங்கே கண்டேன்.

விமலா தியேட்டரில் அப்போது சோடாக்கடைக்கு இரண்டு ஆட்கள், பீடாக் கடைக்கு இரண்டு ஆட்கள், டீக்கடைக்கு இரண்டு ஆட்கள் என கடைக்காரர்கள் ஆறு பேர் இருந்தனர். சோடாக்கடையில் என் அப்பனும் அண்ணனும். கூட்டம் மிகுந்திருக்கும் நாளில் நான் தேவைப்படுவேன். பீடாக்கடையில் இரண்டு பேர். கணவன் மனைவி ஆகியோர். டீக்கடையில் இரண்டு பேர். அவர்கள் மாமன் மச்சினன் முறை ஆகக் கூடியவர்கள். இருவரும் கூட்டு. மூன்று கடைகளையும் நடத்தியவர்கள் குடியானவர் சாதியினர்தான். எண்பதுகளில்

குடியானவர்கள் விவசாயத்திலிருந்து விலகி வேறு தொழில்களுக்கு நகரத் தொடங்கியதன் சான்றாக இதைச் சொல்லலாம். எல்லாருக்கும் கையகலமேனும் நிலம் இருந்தது. எனினும் முழுநேர விவசாயத்தை விட்டு விட்டுப் பிற தொழில்களை நாடினர். இன்றும் குடியானவர்களிடம் எவ்வளவு பணம் இருந்தாலும் கொஞ்சமேனும் நிலம் இருந்தால்தான் சமூக மதிப்புக் கிடைக்கும்.

மூன்று கடைக்காரர்களிடமும் நல்ல ஒற்றுமை உண்டு. 'மாமா', 'மாப்பள' என்று அழைத்துக் கொள்வார்கள். ஒருவருக்கொருவர் வியாபாரப் போட்டியில்லை. பிரச்சினை என்று வந்தால் மேனஜரோடு அல்லது முதலாளியோடுதான். அப்போது மூவரும் ஒத்துப் போய்ப் பேசுவார்கள். தட்டம் விற்கும் பையன்களை எந்தக் கடைக்கு வைத்துக்கொள்வது என்பதில் எப்போதாவது பிரச்சினை வரும். ஒருகடையில் விற்றுக் கொண்டிருந்த பையன் அக்கடைக்காரரோடு சண்டை போட்டுக் கொள்வான். கடைக்காரர் அவனை இனிமேல் வரவேண்டாம் என்று சொல்லிவிடுவார். அவனை இன்னொரு கடைக்காரர் சேர்த்துக்கொள்வார். அப்போது இரண்டு பேருக்கும் இடையே பிரச்சினை வருவதுண்டு.

பர்மாக்காரன் என்றொரு பையன் இருந்தான். அவன் பெற்றோர் பர்மாவிலிருந்து வந்தவர்கள் என்பதால் அவனுக்கு அந்தப் பெயர். அவன் ரொம்ப வருசம் சோடாக்கடையில்தான் வேலை செய்துகொண்டிருந்தான். மற்ற பையன்களைப் போலல்ல அவன். காலைக்காட்சிக்கு வரும்போது குளித்து நெற்றியில் குங்குமம் வைத்துக்கொண்டு வருவான். கடையில் ஏதாவது வேலை இருந்தால் செய்வான். இல்லாவிட்டால் ஒரு டஜன் கம்பிப் பெட்டியில் சோடாக் கலர்களை அடுக்கிக் கொண்டு தியேட்டருக்குள் போய் உட்கார்ந்து கொள்வான். எவ்வளவு நேரம் என்றாலும் உள்ளேதான் இருப்பான். எப்பேர்ப்பட்ட படத்தையும் திரும்பத் திரும்பப் பார்ப்பதில் அவனுக்குச் சலிப்பே வராது. மற்ற பையன்களோடு அவன் சேர்வதும் கிடையாது. 'பர்மாக்காரன் பொட்டையண்டா' என்பார்கள் பையன்கள்.

மத்தியானச் சாப்பாட்டுக்கு வீட்டுக்குப் போய்விடுவான். சட்டையும் லுங்கியும் பழையவையாக இருப்பினும் துவைத்து உடுத்துவான். இரண்டாம் ஆட்டம் முடிந்ததும் வீட்டுக்குப் போய்விடுவான். பெற்றோருடன் வசிக்கும் ஒரு பையனை தியேட்டரில் பார்ப்பது அபூர்வம். பர்மாக்காரனுக்குப் பல சலுகைகளை என் அப்பன் கொடுத்திருந்தார். அவன் அப்பன் சந்தைதோறும் கருவேப்பிலையும் கொத்தமல்லி புதினாவும்

விற்கும் கடை போடுவார். சந்தையில் தான் என் அப்பனுக்கு அவர் பழக்கம். அதனால் அவர் மகனைச் சோடா விற்க அனுப்பி வைத்தார். திரைப்படம் பார்ப்பதில் பெருவிருப்பம் கொண்டிருந்த அவன் அதற்காகவே தியேட்டரில் வேலை செய்ய வந்தான் என நினைக்கிறேன். திரைப்படங்கள் தொடர்பாக எந்தத் தகவலையும் அவனிடம் கேட்கலாம். அவன் செய்தித்தாள் படித்துக்கூட நான் பார்த்ததில்லை. ஆனால் எப்படி அவனுக்கு இவ்வளவு தகவல்கள் தெரிந்தன?

ஏதாவது சின்னப் பாத்திரத்தில் நடிக்கும் நடிகரையும் பெயர் குறிப்பிட்டுச் சொல்வான். எண்பதுகளில் நகைச்சுவை நடிகராகப் புகழ்பெற்ற சுருளிராஜன் பழைய படங்கள் சிலவற்றில் ஏதாவது ஒரு காட்சியில் வந்து போயிருப்பார். அதை அடையாளம் கண்டுபிடித்துச் சொல்வான். பாக்கியராஜ் முதலில் இயக்கிய படம் ‘சுவர் இல்லாத சித்திரங்கள்.’ அப்படத்தில் பாக்கியராஜுக்கு அப்பாவாக நடித்தவர் கல்லாப்பெட்டி சிங்காரம். பாக்கியராஜுக்கு நகைச்சுவையில் ஈடுகொடுத்து நடித்தவர் அவர். அந்தப் படம் மூலமாகவே அவர் புகழ்பெற்றார். பழைய படம் ஒன்றில் தள்ளுவண்டியில் பழம் விற்பவராக ஒரே ஒரு காட்சியில் அவர் நடித்திருந்ததைக் கண்டுபிடித்துச் சொன்னவன் பர்மாக்காரன்.

பழைய நடிகைகளையும் எளிதாக அடையாளம் சொல்வான். தீரப்பன் புண்ணியத்தில் ‘சாவித்ரி(?)’ என்றொரு மிகப் பழைய படம் விமலாவில் ஒரே ஒருநாள் ஓடியது. அதில் நகைச்சுவை நடிகர் சாரங்கபாணிக்கு ஜோடியாக நடித்தவர் பிற்காலத்தில் மிகப்புகழ் பெற்ற நடிகை பானுமதி. அதில் இளவயது பானுமதியை அடையாளம் கண்டுபிடிப்பதற்கு சாதாரணக் கண் போதாது. பர்மாக்காரனுக்கு அப்படியொரு கண் வாய்த்திருந்தது. அது மட்டுமா? பல படங்களை ஒப்பிட்டுச் சொல்வான். சாரங்கபாணிக்கு ஜோடியாக நடித்த பானுமதி பெரிய நடிகையான பின் அவருக்கு உதவியாளாக சாரங்கபாணி நடிக்க வேண்டியிருந்தது. ‘அலிபாபாவும் நாற்பது திருடர்களும்’ படம் அது. என்.எஸ்.கிருஷ்ணன் கோலோச்சிக் கொண்டிருந்த காலத்திலேயே பெரும் நகைச்சுவை நடிகராகச் சாரங்கபாணி இருந்துள்ளார்.

‘வேதாள உலகம்’ என்றொரு படம். டி.ஆர்.மகாலிங்கம் கதாநாயகன். பேருக்குத் தான் அவர். உண்மையில் அப்படத்தின் கதாநாயகன் சாரங்கபாணிதான். பிரச்சினைகள் வரும்போதெல்லாம் செயலற்று நிற்கும் கதாநாயகனின் பிரச்சினைகளைத் தம் கூர்த்த மதியால் தீர்த்து வைக்கும்

தோழன் பாத்திரம். 'உள்ளத்தை அள்ளித் தா' படத்தில் கவுண்டமணி எப்படியோ 'வின்னர்' படத்தில் வடிவேலு எப்படியோ அப்படி 'வேதாள உலகம்' படத்தில் சாரங்கபாணி. பர்மாக்காரன் விவரிப்பின் காரணமாகவோ என்னவோ நான் சாரங்கபாணியின் ரசிகனாக மாறிவிட்டேன். வயதான பின்னும் பிற்காலப் படங்களில் சாரங்கபாணி சாதாரணப் பாத்திரங்களில் நடித்திருக்கிறார். 'திருவிளையாடல்' படத்தில் மீனவர் தலைவராகச் சாரங்கபாணி வருவார். 'தில்லானா மோகனாம்பாள்' படத்திலும் அப்படி ஒரு பாத்திரம். நாதஸ்வர வித்வானாகிய சிக்கல் சண்முகசுந்தரத்திற்குத் தவில் வாசிக்கும் இருவரில் ஒருவர். இந்தப் படங்களை எல்லாம் பார்த்தபோது எனக்கு மிகுந்த வருத்தமாக இருந்தது. அற்புதமான நகைச்சுவை நடிகரின் வயோதிகம் இப்படியா அமைய வேண்டும்? ஆனால் அவர் காலத்திற்கேற்ப மாறிக் கிடைக்கும் பாத்திரங்களில் எல்லாம் தொடர்ந்து நடித்திருக்கிறார் என்பது முக்கியம். இப்படி எனக்குப் பல நடிகர்களை அறிமுகப்படுத்தியதும் தகவல்களில் ஆர்வம் ஊட்டியதும் பர்மாக்காரன் தான். அவனோடு என் அப்பன் சண்டை போட்டுவிட்டார்.

அப்போது தியேட்டரில் 'அவன் அவள் அது' படம் வெளியாகியிருந்தது. சிவகுமார், லட்சுமி, ஸ்ரீபிரியா ஆகியோர் நடித்த படம். முக்தா சீனிவாசன் இயக்கம். குழந்தை இல்லாத தம்பதியர் வாடகைத்தாய் மூலமாகக் குழந்தை பெற்றுக்கொள்ளும் பிரச்சினை பற்றியது. தமிழில் இப்படி ஒரு விஷயம் மிகவும் புதிது. அது ஓரளவு ஓடிய படம். படம் போட்டு முதல்நாள். நல்ல கூட்டம். பர்மாக்காரன் ஒருடஜன் கம்பிப் பெட்டியில் சோடாக்களை எடுத்துக்கொண்டு உள்ளே போயிருந்தான். வந்ததும் எடுத்துச் செல்ல இன்னொரு கம்பிப்பெட்டியில் அடுக்கி வைத்திருந்தான். இதுமாதிரி கூட்டம் இருந்து வியாபாரம் மும்மரமாக நடக்கும் சமயங்களில் என் வேலை, பையன்கள் அவசர அவசரமாகக் கொண்டு வந்து வைக்கும் காலிப் பாட்டில்களை எண்ணிக் கணக்கு வைத்துக் கொள்வதும் அவர்கள் உடனடியாகச் சோடாக்களை அடுக்கி எடுத்துச் செல்வதற்கு உதவுவதும் தான்.

கடைக்கு முன்னால் இருந்த மர ஸ்டேண்டில் அடுக்கியிருக்கும் சோடா கலர்களை விற்பதை என் அப்பனும் அண்ணனும் பார்த்துக்கொள்வார்கள். அங்கும் சேரும் காலிப் பாட்டில்களை எடுத்து வைப்பதும் புதிய சோடாக்களை உள்ளிருந்து எடுத்து வந்து ஸ்டேண்டில் அடுக்குவதும் என் வேலை. கோடை காலங்களில் வியாபாரம் அருமையாக இருக்கும். நாங்கள் தயாரித்து வைத்திருக்கும் சோடாக்கள்

போதாது. அப்போது இடைவேளையின் போதே உள்ளே ஒருவர் சோடா தயாரிக்கும் வேலையைச் செய்ய வேண்டியிருக்கும். பொதுவாகக் காலி சோடாப் பாட்டில்களைத் தண்ணீர்த் தொட்டி ஒன்றில் போட்டு ஊற வைத்துப் பிரஷ் மூலம் நன்றாகக் கழுவிய பின்னர் அதில் நல்ல தண்ணீர் நிறைத்துச் சோடா தயாரிக்க வேண்டும். இரண்டு பிரஷ்கள் உண்டு. கம்பி பிரஷ் என்பது பாட்டிலுக்குள் நுழைத்துத் தேய்த்துக் கழுவுவதற்கானது. கட்டை பிரஷ் என்பது பாட்டிலின் மேல் தேய்த்துக் கழுவுவதற்கு ஆகும். இடைவேளை அவசரத்தில் இந்தத் தொழில்தர்மம் காற்றில் பறந்துவிடும்.

காலிப் பாட்டிலில் அப்படியே தண்ணீர் நிறைத்து மெஷினுக்குக் கொண்டு போய்விடுவோம். ஒருவரின் எச்சில் பாட்டில் கழுவாமலே சோடாவாகி இன்னொருவருக்கு விற்பனையாகும். கூட்டம் நிறைந்திருக்கும் போது வியாபாரம் மிகுதியாக இருக்கும் நேரத்தில்தான் இந்த நடைமுறை என்றாலும் அது தர்மம் அல்ல. என் அப்பன் தொழில் மீது மிகவும் பற்றுள்ளவர். நானோ என் அண்ணனோ பாட்டில் கழுவினால் அவருக்குத் திருப்திப்படாது. அவராகக் கழுவி எங்களுக்கு எடுத்துக் காட்டுவார். 'கண்ணாடி மாதிரி இருக்கணும்டா' என்பார். 'எச்சப் பாட்டல்ல சோடா விக்கறது ஒரு பொழப்பாடா' என்று சொன்னாலும் பல சமயங்களில் அவரும் அதையே செய்ய நேர்ந்திருக்கிறது. என் அண்ணனுக்கு அதைப்பற்றி ஓர் அலட்டலும் இருந்ததில்லை. சோடாக்கடையில் என்றல்ல, மற்ற கடைகளிலும் இப்படித் தொழில் தர்மம் மீறப்படும்தான்.

பீடாக் கடைக்காரர் பொருள் எதையும் தயாரிப்பவர் அல்ல. அதனால் அவரால் தேவைக்கு ஏற்ப உடனடியாக விநியோகம் செய்ய முடியாது. ஆகவே பொருளின் விலையைச் சட்டென்று கூட்டிவிடுவார். பீடியோ சிகரெட்டோ தீரும் நிலையில் இருந்தால் அவற்றின் விலை இருமடங்காகிவிடும். டீக்கடையில் போண்டாவின் அளவு சுருங்கும். பாலில் தண்ணீர் மிகும். 'அவன் அவள் அது' படம் போட்ட முதல் நாள் முதல் ஆட்டத்தின் போது இப்படியான தொழில் தர்மம் மீறப்படும் சூழல் இருந்தது. பர்மாக்காரனோடு அப்போதுதான் என் அப்பன் சண்டை போட்டார்

14

போண்டா... முட்ட போண்டா

தியேட்டரில் கூட்டம் இல்லை என்றாலும் கஷ்டம். மிகுதியான கூட்டம் இருந்தாலும் கஷ்டம். அரங்கு நிறைந்த கூட்டமாக இருந்தால் நல்லது. வியாபாரத்திற்கு ஏற்ற சூழல் அப்போது அமையும். அளவுக்கு அதிகமான கூட்டம் என்றால் இடைவேளை வியாபாரத்தை மட்டும் தான் கணக்கில் கொள்ள முடியும். அதுவும் உள்வியாபாரம் என்பது பதினைந்து நிமிட இடைவேளை நேரம்தான். சோடா விற்கும் பையன்கள் அந்த நேரத்தை முழுவதுமாகப் பயன்படுத்திக்கொள்ளப் பல திட்டங்கள் வைத்திருப்பார்கள்.

ஒரு பையன் இரண்டு ஒருடஜன் கம்பிப் பெட்டிகளில் சோடா, கலர்களை அடுக்கி வைத்துக் கொள்வான். ஒன்றை விற்று முடித்ததும் கடைக்கு ஓடி வந்து காலிக் கம்பிப் பெட்டியை வைத்துவிட்டு ஏற்கனவே அடுக்கி வைத்திருக்கும் பெட்டியை எடுத்துக்கொண்டு உள்ளே ஓடுவான். சில சமயம் இடத் தோளில் ஒருடஜன் பெட்டி. வலக்கையில் அரைடஜன் அல்லது ஒருடஜன் பெட்டி ஒன்று எனச் செல்வதும் உண்டு. சோடாப் பெட்டியைத் தோளில் வைத்துக்கொள்வதுதான் எளிது. தட்டம் என்றால் ஒற்றைக் கையை விரித்துப் பிடித்துக்கொள்ளலாம். சோடாப் பெட்டியை இடத்தோளில் வைத்துத் தலையைச் சாய்த்தபடி இடக்கையால் பிடித்துச் செல்வதுதான் எளிது.

என் அப்பன் எப்போதும் தோளில் கொண்டு செல்வதை மட்டுமே அனுமதிப்பார். கையில்

ஒருபெட்டியைக் கொண்டு போவது பாதுகாப்பான தல்ல. கால் தடுக்கிக் கொஞ்சம் இடறினால்கூடப் போச்சு. ஒரு பாட்டில் வெடித்தாலும் அருகில் இருக்கும் பலர் காயப்பட நேர்ந்துவிடும். சோடாப் பாட்டிலுக்குள் தெளிவாக ஒளிந்துகொண்டிருக்கும் விபத்து எந்த நேரத்திலும் நிகழ்ந்துவிடலாம். முன்பெல்லாம் ஏதாவது கலவரம் என்றால் 'சோடா பாட்டில் வீச்சு' எனச் செய்தி வரும். ஒவ்வொரு பாட்டிலும் சிறு வெடிகுண்டு. பாட்டிலில் மிக லேசான கிரேக் விழுந்துவிட்டாலும் போச்சு. கலர் பாட்டில் அவ்வளவாக வெடிக்காது. வெடித்தாலும் ஒரு மொட்டை அழுத்தினால் வெளிவரும் ஓசை போல 'டுப்'பென்று லேசாக வரும். அவ்வளவுதான். சோடாவுக்குள் ஏற்றும் கேஸ் அளவு அதிகம். அதனால் வெடிப்பு விபத்தாகும். கடைக்குள் இருக்கும்போதும் மெஷினுக்குள் இருக்கும் போதும் வெடிப்பதுண்டு. அதன் பாதிப்பு கடைக்காரர்களாகிய எங்களோடு முடிந்துவிடும்.

என் அண்ணனின் கைகளிலும் கால்களிலும் பல வடுக்கள் இருக்கும். எனக்கும் சில வடுக்கள் உண்டு. என் வலக்கை இன்றும் பலவீனமானதுதான். கையில் இருக்க இருக்கவே ஒரு பாட்டில் வெடித்து விட்டது. வலக்கை மணிக்கட்டில் பெருங்காயம். தையல் போட வேண்டி நேர்ந்தது. அப்போது எனக்குப் பதினேழு வயது. ரத்தப் பெருக்கினூடே தையலிட்ட மருத்துவர் பாட்டில் துண்டு உள்ளே செருகி நரம்பையும் லேசாகச் சிதைத்துவிட்டதைக் கவனிக்கவில்லை. ஆகவே இன்றுவரை அந்தக்கை பலவீனமாகவே இருக்கிறது. கனமான பொருள்களைத் தூக்க முடியாது. ஒரு மணி நேரத்திற்கு மேல் தொடர்ந்து எழுத முடியாது. வீங்கிவிடும். இத்தகைய விபத்து எல்லாச் சோடாக்காரர்களுக்குமான விதி.

தியேட்டர் கூட்டத்திற்குள் பாட்டில் வெடித்தால் பெரும் பாதிப்பு உருவாகிவிடும். அப்புறம் தியேட்டருக்குள் சோடா கொண்டு செல்லவே கூடாது என்னும் நிலை உருவாகிவிடலாம். அத்தகைய சூழல்களைத் தவிர்க்க எப்போதும் என் அப்பன் எச்சரிக்கையாகவே இருப்பார். அதையும் மீறி ஓரிரு முறை தியேட்டருக்குள் பாட்டில் வெடித்திருக்கிறது. அவை பையன் களின் கவனக்குறைவால் நேர்ந்தவையே. இரண்டு பெட்டிகளை எடுத்துச் சென்று காலோ பெஞ்சோ தடுக்கி விழுந்ததே காரணம். நல்லவேளையாக யாருக்கும் பாதிப்பு ஏற்படவில்லை.

அன்றைக்கு இடைவேளையின் போது பர்மாக்காரன் காலிப் பெட்டியோடு உள்ளே இருந்து ஓடி வந்தான். கடைக்கு முன்னால் இருந்த ஸ்டேண்டுக்கு அடியில் அதை வைத்துவிட்டு

அவன் ஏற்கனவே அடுக்கி வைத்திருந்த மற்றொரு பெட்டியை எடுத்துக்கொண்டு உள்ளே ஓடினான். ஐந்து நிமிட இடைவெளியில் மீண்டும் காலிப் பெட்டியோடு ஓடி வந்தான். பெட்டியில் இருந்த காலிப் பாட்டில்கள் சிலவற்றைப் பரபரவென்று எடுத்து ஸ்டேண்ட் மீது வைத்துவிட்டு ஸ்டேண்டில் இருந்த சோடாக்களை எடுத்து வைத்துக்கொண்டு உள்ளே ஓடிப் போனான். இவை ஓரிரு நிமிடங்களில் நடந்து முடிந்தன.

கடைக்கு முன்னால் நின்ற கூட்டத்தைச் சமாளித்துக் கொண்டே அவன் செயலைக் கவனித்த என் அப்பன் அப்போது ஒன்றும் சொல்லவில்லை. பொதுவாக ஸ்டேண்டில் உள்ள சோடா கலர்களைப் பையன்கள் எடுக்கக் கூடாது. கடைக்கு உள்ளே மரப்பெட்டிகளில் அடுக்கி வைத்திருப்பவற்றையே எடுத்துச் செல்ல வேண்டும். வெளியே இருப்பதை எடுத்தால் வெளிவியாபாரம் பாதிக்கப்படும். எத்தனை காலிப் பாட்டில்களைக் கொண்டு வந்தார்கள், எத்தனை எடுத்தார்கள் என்பவற்றை எல்லாம் கவனிக்கவும் முடியாது. ஆனால் அன்றைக்குப் பர்மாக்காரன் அப்படிச் செய்துவிட்டான். அதற்கு அவனுக்கும் வியாபார அவசரமே காரணமாக இருந்தது.

ஒரே கூட்டம் இருபது சோடா கேட்டிருக்கிறார்கள். அவன் பெட்டியில் இருந்தவை எட்டுத்தான். இன்னும் பன்னிரண்டு உடனே தேவை. அதுவும் ஒரே இடத்தில் வியாபாரம் என்பதால் பாட்டில்கள் காணாமல் போகவும் வாய்ப்பில்லை. அலையாமல் ஒரே இடத்தில் இப்படி வியாபாரம் வெகு சில சமயங்களில்தான் நடக்கும். அவனுக்கு அப்படி அமைந்ததும் உற்சாகத்தில் விதியை மீறிவிட்டான். இடைவேளை அவசரத்தில் அதை விளக்கவும் அவனுக்கு நேரமில்லை. இடைவேளை முடிந்து அவன் வந்ததும் எதுவும் கேட்காமல் பளார் பளார் என்று என் அப்பன் அறைந்துவிட்டார்.

'நான் என் ஏவாரத்தப் பாக்கறதா, உன்னயப் பாக்கறதா? எத்தன நாள்டா சொல்றது, வெளிய இருக்கறத எடுக்கக் கூடாதுன்னு, எச்சக்கல நாயி' என்று திட்டியும் விட்டார்.

அப்பன் அடித்ததைக்கூடப் பெரிய விஷயமாக அவன் கருதவில்லை. 'எச்சக்கல நாயி' என்று திட்டிவிட்டார் என்பதுதான் அவனுக்குப் பெரிதாக இருந்தது. 'எங்க நான் எச்செல எடுத்தத நீங்க பாத்தீங்க?' என்று ஆங்காரமாகக் கேட்டான். 'எச்சக்கல, எச்சக்கல பொறுக்கி, எச்சக்கல நாயி, பொறுக்கி, தேங்கா பொறுக்கி' ஆகிய வசைச்சொற்கள் தியேட்டரில் வேலை செய்யும் பையன்களை கோபம் கொள்ளச் செய்யும். இந்த வார்த்தைகளால் இவ்வளவு என்று சொல்ல முடியாத அளவு கோபம் வரும்.

முறை மீறிய உறவுகளைக் குறித்த வசைச்சொற்கள் நம் சமூகத்தில் சாதாரணம். தாயோலி, வக்காலி முதலிய அந்தச் சொற்களைப் பயன்படுத்தியதால் உறவுகளும் நட்புகளும் நிரந்தரமாகப் பிரிந்த சம்பவங்கள் எத்தனையோ உண்டு. ஆனால் தியேட்டரில் அந்தச் சொற்களுக்கு எந்த அர்த்தமும் இல்லை. யாரும் கோபம் கொள்வதும் இல்லை. 'எச்சக்கல' சார்ந்த சொற்கள்தான் கோபப்படுத்தும். அதற்குக் காரணம் உண்டு.

எனக்குத் தெரிய 1970, 80களில் பெரும்பான்மையான மக்கள் உணவுக்கு வழியின்றித் தவித்தனர் என்பது உண்மை. பல குடும்பங்கள் வறுமையில் வாடின. நல்ல சோறு சாப்பிடுவது என்பது கனவாக இருந்தது. திருமணம் உள்ளிட்ட விசேசங்களுக்குக் குடும்பத்துடன் கிளம்பிச் சென்று மூன்று வேளையும் வயிறு பிடிக்கச் சாப்பிட்டு வருதல் இயல்பான விஷயம். கம்பு, களிதான் நிறையக் குடும்பங்களில் உணவாக இருந்தது. நெல்லஞ்சோறு அரிது. தியேட்டரில் வேலைக்கு வரும் பையன்களில் தொண்ணூற்றொன்பது விழுக்காடு வீட்டை விட்டு ஓடிவருபவர்களாகவே இருப்பர். பெற்றோர் சரியில்லாமல் இருப்பதாலோ நிறையக் குழந்தைகள் பெற்றுக் கவனிக்க முடியாததாலோ பையன்கள் இப்படி ஓடி வருவர். ஏதாவது சிறுசிறு திருட்டுகளை வீட்டில் செய்துவிட்டுப் பயத்தில் ஓடி வருபவர்களும் உண்டு. இந்தப் பையன்களின் வயிற்றுக்கு முதல் அடைக்கலம் கொடுப்பது நகரத்து உணவகங்களின் எச்சில் இலைத் தொட்டிகள்தான்.

இன்று பல உணவகங்களில் வாழையிலை பயன்படுத்துவ தில்லை. மதிய உணவுக்கு மட்டும் ஓரளவு வாழையிலைப் பயன்பாடு இருக்கிறது. அப்போது எல்லா உணவகங்களிலும் வாழையிலைப் பயன்பாடுதான். உணவகத்தில் உண்போர் மிச்சம் வைக்கும் உணவு இலையோடு சேர்ந்து தொட்டியில் வந்து விழும். அந்த இலைகளைப் பிரித்து அதில் உள்ள உணவுத் துணுக்குகளைச் சேகரித்து உண்பதற்கு ஒரு கூட்டம் காத்திருக்கும். இது எந்த வகையிலும் மிகைப்படுத்தப்பட்ட காட்சி அல்ல. வீட்டில் ஏதாவது பிரச்சினை வந்து விட்டால் பையன்களைத் திட்டும் பெற்றோர் 'எங்காச்சும் போயி எச்சக்கல பொறுக்கித் தின்னாத்தான் உனக்குப் புத்தி வரும்' என்று திட்டுவது இயல்பானது.

இன்று இந்த நிலை இல்லை என்பது எனக்குப் பெரிய ஆறுதலாக இருக்கிறது. இன்றும் உணவகங்களுக்கு முன்னால் குப்பைத் தொட்டியை என் கண்கள் தேடுவதுண்டு. இருந்தால் யாரேனும் அங்கே உட்கார்ந்திருக்கிறார்களா எனப் பதற்றத்தோடு

கவனிப்பேன். இல்லை என்றால் ஆசுவாசமும் நிம்மதியும் கொண்டு உற்சாகமாவேன். அரிதாகச் சில இடங்களில் மனநலம் பாதிக்கப்பட்ட ஓரிருவர் இன்றும் எச்சில் இலைச் சோற்றை உண்கின்ற காட்சி கண்களுக்குப் படும். அதையே தாங்க முடியாமல் மனம் துவளும். இது எனக்குத் தியேட்டர் பையன்கள் தொடர்பிலிருந்து வந்த பழக்கம் என்று நினைக்கிறேன்.

வீட்டை விட்டு ஓடிவரும் ஒவ்வொரு பையனும் அவனுக்கான வேலை இருக்கும் இடத்தை அத்தனை எளிதாகக் கண்டு பிடித்துவிட முடியாது. இன்றைக்குப் போலல்ல. அன்றைக்குச் சாதாரண வேலைகளும் கிடைப்பது அரிது. வெளிமாநிலத்தவர் பலருக்கு இங்கே இப்போது வேலைவாய்ப்பு கிடைக்கும் அளவுக்குத் தமிழகம் வளர்ந்திருக்கிறது. ஆனால் அன்றைக்கு அப்படியில்லை. பராசக்தி படத்தில் வரும் பாடல் ஒன்றில் 'எச்சிலை தனிலே எறியும் சோத்துக்குப் பிச்சைக்காரர் கூட்டம் ரோட்டிலே' என்னும் வரி வரும். அது காட்சியாகவும் காண்பிக்கப்படும். பழைய திரைப்படங்கள் பலவற்றில் இந்த எச்சில் இலைக் காட்சிகள் வருவதுண்டு. அது அன்றைய தமிழகத்தின் எதார்த்தம்.

எச்சில் இலைச் சோற்றைச் சாப்பிட்டுத் திரிந்து பின் தியேட்டருக்கு வந்து சேரும் பையன்கள் தங்கள் பழைய வாழ்வைக் கேவலமாக்கும் 'எச்சக்கல பொறுக்கி' என்னும் வசவைத் தாங்குவதில்லை. அந்தச் சொல்லைப் பயன்படுத்தி யார் திட்டினாலும் ஏதாவது ஒரு வகையில் சண்டை நேர்வது உறுதி. பர்மாக்காரனுக்கு 'எச்சக்கல நாயி' என்னும் சொல்தான் பிரச்சினை ஆயிற்று. இத்தனைக்கும் அவன் பெற்றோரோடு வாழ்பவன். முறையான வாழ்க்கை உடையவன். அவன் தனித்தன்மையை நீக்கிவிட்டு எல்லாப் பையன்களோடும் அவனைப் பொதுவாக்கிவிட்டது அந்த வசைச்சொல் என்பதுதான் அவனுக்குப் பிரச்சினை.

அடி, வசை எல்லாம் முடிந்ததும் அவன் மிகவும் முகுள மாக 'எங்கணக்க முடிச்சிருங்க' என்றான். 'மொதலாளி' என்றுதான் என் அப்பனை அவன் அழைப்பான். அன்றைக்கு அந்த வார்த்தை அவன் வாய்க்குள்ளேயே நின்றுவிட்டது. அவன் கணக்கை முடிக்கச் சொன்னதைவிட 'மொதலாளி' என்று சொல்லவில்லை என்பதைக் கவனித்த என் அப்பன் 'என்னடா பெரிய கணக்கு? ஆயரக்கணக்குல குடுத்து வெச்சிருக்கறயா? எச்சக்கல நாயிக்கெல்லாம் ரோஷம் வேற' என்று மீண்டும் அந்த வசையைப் பயன்படுத்தியபடி அவன் கணக்கை முடித்தார். அவருடைய நம்பிக்கை 'இவன் எங்கே போக முடியும்? திரும்பவும் அடுத்த காட்சிக்கே வந்து நம் முன்னால் நின்று கெஞ்சுவான்'

என்பதாக இருந்தது. ஐந்தோ பத்தோ அவனுக்குக் கொடுக்க வேண்டியிருந்தது. பெரும்பாலும் பையன்கள்தான் கடைக் காரருக்குக் கொடுக்கும்படி இருக்கும். அதனால் சொல்லாமல் கொள்ளாமல் ஓடிப் போவார்கள். பர்மாக்காரன் அதிலும் வித்தியாசமாக இருந்தான்.

அவன் கடையை விட்டுப் போவதாகச் சொன்னது என் அப்பனுக்கு வருத்தம்தான். ஆனால் வெளிக்காட்டிக் கொள்ளாமல் இருந்தார். அப்படி ஒரு பையன் கிடைப்பது அதிசயம். எப்படியும் திரும்ப வருவான், இல்லாவிட்டால் அவன் அப்பனிடம் சொல்லி அழைத்துக்கொள்ளலாம் என்பது அவர் எண்ணம். பணத்தைக் கையில் வாங்கியவன் யாரிடமும் ஒரு வார்த்தையும் சொல்லிக்கொள்ளவும் இல்லை. விர்ரென்று வெளியே போய்விட்டான். ‘ரண்டு நாளைக்குக் கும்பி காஞ் சா நாயி திரும்ப இங்க வந்து நிக்கும் பாரு’ என்று எங்களிடம் சொன்னார். அவரால் அவனைப் பற்றிப் பேசாமல் இருக்க முடியவில்லை. பார்ப்பவர்களிடம் எல்லாம் அதையே திரும்பத் திரும்பப் பேசிக் கொண்டிருந்தார்.

அடுத்த காட்சி இடைவேளையின் போது டீக்கடையிலிருந்து போண்டாத் தட்டத்தைத் தூக்கிக் கொண்டு ஓடுபவனைப் பார்த்தால் பர்மாக்காரனைப் போலவே இருந்தது. கூட்டத்தின் இடையே அவன் சாயல் நன்றாகத் தெரிந்தது. அவனும் வெளியில் இருந்தே ‘போண்டா. . . சூடா போண்டா . . . முட்ட போண்டா’ என்று கத்திக் கொண்டு ஓடினான். என் அப்பனுக்குத் தாங்கவில்லை. இடைவேளை முடிந்ததும் டீக்கடைக்கு முன்னால் போய் நின்று சத்தம் போட ஆரம்பித்துவிட்டார்.

‘எங்கடையப் பையனச் சேத்திக்கிட்டது செரியில்ல மாப்ள’ என்றார். டீக்கடைக்காரர் ‘நீங்க கணக்குத் தீத்து அனுப்பீட்டீங்களே மாமா’ என்று சாதாரணமாகச் சொன்னார். இருவரும் வார்த்தை தடிக்கப் பேசிக்கொண்டாலும் பர்மாக்காரனைச் சோடாக்கடை இழந்துவிட்டது உறுதிதான். ஒரு கடையில் வேலை செய்யும் பையனை இன்னொரு கடைக்காரர் தம் பக்கம் இழுக்கக் கூடாது என்பது கடைக்காரர்களுக்கு இடையே எழுதப்படாத ஒப்பந்தம். சோடாக்கடையில் இருந்து அவன் வெளியேறிய பின்னரே டீக்கடைக்காரர் சேர்த்துக்கொண்டார் என்பதால் என் அப்பன் பேச்சு எடுபடவில்லை.

டீக்கடைக்காரர் இப்படி ஒரு பையன் கிடைக்க வேண்டும் என்று ரொம்ப நாளாக எதிர்பார்த்துக் கொண்டிருந்தார். சந்தர்ப்பம் வாய்த்தால் விடுவாரா? கடையை விட்டுச் சென்ற பர்மாக்காரனைப் பின்தொடர்ந்து போய் வீட்டில் பிடித்துக்

கையோடு கூட்டி வந்துவிட்டார். திரைப்படம் பார்ப்பதில் பைத்தியமாகத் திரிந்த அவன் தியேட்டரை விட்டு எங்கே போவான்? பர்மாக்காரன் டீக்கடையிலும் பொறுப்பாக இருந்தான். சோடாக்கடை வேலை முழுவதும் அவனுக்குத் தெரியும். அதேபோல டீக்கடை வேலைகளையும் நன்றாகக் கற்றுக் கொண்டான். அவன் எதிர்கால வாழ்க்கைக்கும் சோடாக்கடை உதவவில்லை. டீக்கடைதான் உதவியது. காரணம். சோடாத் தொழில் அழிந்துவிட்டது. டீக்கடைகளுக்கு அழிவேது?

15

வெளிவியாபாரம்

பர்மாக்காரன் டீக்கடையில் எல்லா வேலைகளையும் கற்றுக் கொண்டான். டீக் கடைக்காரர் அவனுக்குப் பல சலுகைகள் கொடுத் திருந்தார். அதில் முக்கியமானது அவனைப் படம் பார்க்க அனுமதித்தது. படம் போட்டதும் முதல்நாள் முதல் காட்சியின் போது அவனுக்கு அவர் எந்த வேலையும் வைப்பதில்லை. அவன் விருப்பப்படி படம் பார்க்க அனுமதித்திருந்தார். அப்படிப் பார்த்துவிட்டால் அதன் பின் வேலைகளில் அவன் கவனமாக இருப்பான் என்னும் அவர் கணிப்பு மிகச் சரியாக இருந்தது. அதன்பின் முக்கியமான காட்சிகளைப் பார்க்க மட்டுமே அவன் உள்ளே போவான். அவனுக்குத் தேவையான போது வராமல் இருக்கவும் அனுமதித்தார். கேட்டபோது தாராளமாகப் பணம் கொடுத்தார். கடைக்குள் அவனை நம்பி விட்டார். கணக்கு வழக்குகள் பார்க்கவும் அவரில்லாத போது கடையைக் கவனித்துக் கொள்ளவும் பர்மாக்காரன் தயாரானான்.

அத்தோடு போண்டா, மிக்சர் ஆகியவற்றுக்கு மாவு பிசைந்து தரவும் அவனே போடவும் பழகினான். நல்ல டீ, தண்ணி டீ இரண்டையும் போடக் கற்றான். கோப்பையைக் கையில் வைத்து ஆற்றுவதை ஒரு கலை போலச் செய்தான். எங்கள் கண் முன்னாலேயே அவன் டீக்கடை மாஸ்டராக உருப்பெற்றான். அந்த வேலைகளை அவன் மிகுந்த சந்தோசத்தோடு செய்தான். சோடாக்கடை

வேலைகளை அப்படி ஒரு உற்சாக மனநிலையோடு அவன் செய்ததில்லை. சுதந்திரம் தான் ஒருவன் அவன் விரும்பும் துறை சார்ந்து கற்றுக்கொள்ள உதவும். சுதந்திரம் ஒருவனைப் பொறுப்புள்ளவனாக்கும். உள்ளார்ந்து கிடக்கும் ஆற்றல்கள் மலர்ச்சி பெறச் சுதந்திரமே காரணமாகும். அது பர்மாக்காரன் விஷயத்தில் உறுதியாயிற்று.

அவனோடு பேசாமல் எதிரியைப் பார்ப்பது போலப் பார்த்துக்கொண்டிருந்த என் அப்பன் எங்களையும் அவனோடு பேச அனுமதிக்கவில்லை. அவனோடு பேசுவது தெரிந்தால் எங்களையும் கண்டபடி திட்டுவார். நானோ என் அண்ணனோ எங்கள் கடைப் பையன்களோ அவனோடு பேசக்கூடாது என்று மறைமுகமான கட்டளை இருந்தது. அதையும் மீறி அவரில்லாத போதும் அவரில்லாத இடத்திலும் அவனிடம் பேசத்தான் செய்தோம். டீக்கடையில் கண்ணாடி டம்ளர்களை அவன் சந்தோசத்தோடு கழுவிக் கொண்டிருப்பதைப் பார்த்தால் ‘எச்சக்கௌாசு கழுவிப் பொழைக்கறவனுக்கு இளிப்பப் பாரு’ என்று பேசுவார். மற்ற பையன்கள் என்னிடம் ‘உங்கப்பனும் எச்சப் பாட்டலுதானடா கழுவிப் பொழைக்கறாரு’ என்று கேட்பார்கள். பர்மாக்காரன் ஒன்றும் சொன்னதில்லை. கொஞ்ச நாளில் அப்பனும் மாறிவிட்டார். டீக்கடையில் அவன் வேலை கற்றுக்கொண்ட வேகத்தைப் பார்த்து அவரே வியந்துதான் போனார். ‘அவன் டீக்கடை வேலைக்கின்னே பொறந்தவண்டா. நம்மகிட்டயே இருந்திருந்தா சோதாப்பயலாத்தான் போயிருப்பான்’ என்றார்.

அவனை அங்கீகரித்துக் கொள்ளவும் செய்தார். அவனும் அவரிடம் வந்து உட்கார்ந்து பாடு பழமைகள் பேசிக் கொண்டிருப்பான். அவர் கட்டிலில் படுத்திருந்தால் கால் அமுக்கி விடுவான். அவருக்கென்று நல்ல டீ போட்டுக் கொண்டு வந்து கொடுப்பான். ‘மொதலாளி மொதலாளி’ என்று அழைப்பான். அவனுக்கு வேலையில்லாத நேரத்தில் என் அப்பனுக்கு வந்து ஏதாவது உதவி செய்வதும் உண்டு. ’எச்சக் கௌாசும் எச்சப் பாட்டலும் கூடிக் கொலாவிக்குதுடா’ என்று பையன்கள் பேசிச் சிரிப்பார்கள். டீக்கடைக்காரருக்கு அவன் சோடாக்கடைக்குத் திரும்பவும் போய் விடுவானோ என்னும் பயம் தோன்றியது. அப்படி எதுவும் நடக்கவில்லை. என் அப்பன் கூப்பிடவும் இல்லை. அவன் கேட்கவும் இல்லை. ஆனால் அவர்களுக்குள் அப்படி ஒரு அந்நியோன்யம் தொடர்ந்தது.

1986ஆம் ஆண்டு தியேட்டரைத் தற்காலிகமாகக் கொஞ்ச காலம் மூடினார்கள். அதுவரைக்கும் பர்மாக்காரன் டீக்கடையில்

தான் இருந்தான். அதற்குப்பின் நாங்கள் தியேட்டரில் கடை வைக்கவில்லை. என் அப்பன் அந்த இடைவெளியில் இறந்து போனார். எங்கள் குடும்பத்தின் பிரச்சினைகள் வேறாகித் தியேட்டரைப் பற்றி யோசிக்க முடியாமல் ஆனது. என் உயர்கல்வியின் பொருட்டுக் கோவை, சென்னை என என் இடம்பெயர்தல் நிகழ்ந்தது. எங்கிருந்த போதும் தியேட்டரும் அங்கு வேலை செய்த பையன்களும் என் நினைவை விட்டு நீங்கவில்லை.

பையன்களின் வயதொத்தவனாக நான் இருந்த காரணத்தால் அவர்களோடு நெருங்கிப் பழகவும் நட்புக் கொள்ளவும் வாய்த்தது. சோடாக்கடை முதலாளி பையன் என்பதால் என்னிடம் விலகல் காட்டும் பையன்கள்கூடக் கொஞ்ச நாளில் என்னோடு நெருங்கி விடுவார்கள். அதற்கு முக்கியமான காரணம் அவர்கள் விஷயத்தை யாரிடமும் நான் போய்ச் சொல்ல மாட்டேன். ரகசியம் காப்பவனாக இருந்ததால் அவர்களில் ஒருவனாக என்னைக் கருதினார்கள். படிப்பவன் என்னும் மரியாதையும் கொண்டிருந்தார்கள்.

பள்ளிக்கூடம் முடிந்து நேராகத் தியேட்டருக்குப் போவேன். நான் போகும் போது பகல் காட்சி இடைவேளை வரும். இடைவேளை வியாபாரத்திற்கு உதவி செய்வேன். பின் அங்கிருந்து சாப்பாட்டுப் பைகளை எடுத்துக்கொண்டு வீட்டுக்குப் போவேன். வீட்டிலிருந்து சாப்பாடு எடுத்துக்கொண்டு திரும்பவும் ஏழு மணி வாக்கில் தியேட்டருக்கு வந்துவிடுவேன். விடுமுறை நாட்கள் பெரும்பாலும் தியேட்டரிலேயே கழியும். என் அப்பனின் கண்பார்வை என்மேல் எப்போதும் இருந்துகொண்டே இருக்கும். ‘எச்சக்கலப் பசங்களோட சேந்து கெட்டுப் போயிரக் கூடாதுடா’ என்று நேரடியாகவும் மறைமுகமாகவும் அவ்வப்போது எச்சரிக்கை விடுப்பார். என்றாலும் பையன்களோடு கலந்து பழக எனக்கு எத்தனையோ வாய்ப்புகள் இருக்கத்தான் செய்தது.

அவர்களின் பழக்கங்களில் நான் முழுவதும் இணையவில்லை எனினும் ஓரளவு பங்கெடுத்துக் கொண்டேன். பீடி பிடிக்கவும் கஞ்சா திணித்த சிகரெட் இரண்டு இழுப்பு இழுக்கவும் பட்டைச் சாராயம் ருசித்துப் பார்க்கவும் சந்து பொந்துகளில் இருக்கும் குறைந்த விலைச் சாப்பாட்டுக் கடைகளில் புட்டும் குருமாக் குழம்பும் சாப்பிடவும் பன்றிக்கறியும் மாட்டுக்கறியும் சாப்பிடவும் என அவர்களோடு எல்லாவற்றிலும் பங்கு கொண்டிருக்கிறேன். சந்தைக் கடைகளில் பழைய துணி வாங்கவும் மற்ற தியேட்டர்களில் படம் பார்க்கவும் அவர்களுடன் சென்றிருக்கிறேன். ஏராளமான கெட்ட வார்த்தைகளை அவர்களிடம் இருந்தே கற்றேன்.

அடிப்படையில் நான் கூச்ச சுபாவி. எனக்கான சந்தர்ப்பம் மிகச் சரியாக வாய்த்தால் ஒழிய என்னை வெளிப்படுத்திக்கொள்ள மாட்டேன். புதிய சூழலில் சீக்கிரம் பொருந்த மாட்டேன். பையன்களோடான பழக்கம் என் இயல்பை ஓரளவு மாற்றியது. நகரத்து வாழ்வின் இன்னொரு முகத்தைக் கண்டேன். வாழ்க்கை பற்றிய பயம் என்னிடம் இருந்து விடுபடவும் பையன்களே காரணம். எனக்கு வாழ்க்கையைக் கற்றுக் கொடுத்தவர்கள் அவர்கள் தான் என்பதில் எந்தச் சந்தேகமும் இல்லை. அதனால்தான் நிழல்முற்றம் நாவலை 'என் பால்யத்தில் உடனிருந்து வாழ்க்கையைக் கற்றுக் கொடுத்த தியேட்டர் நண்பர்களுக்குக்' காணிக்கை ஆக்கி இருக்கிறேன்.

மனித உறவுகளில் மிகவும் உன்னதமானது நட்பே என்பது என் எண்ணம். உடன் பயிலும் நண்பர்கள் ஒட்டி உறவாடினாலும் ஒரு கட்டத்தில் பிரிந்து செல்ல நேர்கிறது. எனினும் அவர்களை ஏதாவது ஒரு சமயத்தில் எங்காவது ஓரிடத்தில் சந்திப்போம் என்னும் நம்பிக்கை இருக்கிறது. அது நடக்கவும் செய்கிறது. என்னோடு தொடக்கப்பள்ளியில் படித்த பாலசுப்பிரமணியன் பெங்களூரில் இருந்து திடீரென ஒருநாள் அழைத்தான். 'பெருமாள்முருகன் நீதானா முருகா' என்று கேட்டான். என்னோடு ஒன்பதாம் வகுப்பு மட்டுமே படித்த மணிவண்ணன் பல வருட இடைவெளிக்குப் பின் இப்போது என்னைத் தேடி வந்து வீட்டு விசேசத்திற்கு அழைக்கிறான். தமிழ் படிப்போன் வேட்டிதான் கட்ட வேண்டும் என்னும் தீவிரக் கொள்கை கொண்டிருந்த ராதாகிருஷ்ணன் எங்கிருந்தோ என் செல்பேசி எண்ணைப் பிடித்து நலம் விசாரிக்கிறான். ஏதாவது பயிற்சி வகுப்புகளில் சிலரைச் சந்திக்கிறேன். அலுவலகங்களில் சிலரைச் சந்திக்கிறேன். சிலரைச் சந்திக்க முடியாவிட்டாலும் குரலைக் கேட்கிறேன். சிலர் மின்னஞ்சல் மூலமாகத் தொடர்பில் வருகிறார்கள்.

தோற்றங்கள் மாறியிருந்த போதும் ஏதோவொரு அடையாளம் எங்களை இனம்காண வைத்துவிடுகிறது. ஆனால் தியேட்டர் பையன்களாக இருந்த நண்பர்களை எங்காவது சந்திக்க வாய்க்குமா என்று நானும் தேடிக்கொண்டே இருக்கிறேன். எந்த ஊருக்குச் சென்றாலும் இரண்டு நாள் தங்க வாய்த்தால் ஏதாவது ஒரு தியேட்டரை நாடிச் செல்வது என் வழக்கம். அப்படிச் செல்லும் ஒவ்வொரு தியேட்டரிலும் எனக்குத் தெரிந்த முகங்கள் ஏதாவது தென்படுகிறதா எனத் தேடுவது கிட்டத்தட்ட இருபத்தைந்து ஆண்டுகாலப் பழக்கமாகிவிட்டது. கிராமத்து டெண்ட் கொட்டகைகளிலிருந்து மாநகரங்களின் நவீனத் தியேட்டர் வரைக்கும் என் தேடல் தொடர்ந்து கொண்டுதான்

இருக்கிறது. ஆனால் பர்மாக்காரன் ஒருவனைத் தவிர வேறு யாரையும் இதுவரை சந்திக்க வாய்க்கவில்லை.

பர்மாக்காரனை நிச்சயம் ஏதாவது தியேட்டரில்தான் சந்திப்பேன் என எதிர்பார்த்துக் கொண்டிருந்தேன். ஆனால் டீக்கடை ஒன்றில் சந்தித்தேன். சென்னை ஆலந்தூரில் 1990களின் தொடக்க ஆண்டுகளில் நண்பர்களோடு வீடு எடுத்தும் திருமணத்திற்குப் பின் மனைவியோடும் தங்கியிருந்தேன். கிண்டி கத்திப்பாரா சந்திப்பைத் தாண்டிச் சென்றால் சிமெண்ட் ரோடு என்று ஒரு பேருந்து நிறுத்தம் வரும். அங்கே கிறித்தவ இடுகாடு இருந்தது. பழவந்தாங்கல் ரயில்வே ஸ்டேஷனுக்கும் சிமெண்ட் ரோடு நிறுத்தத்திற்கும் இடையிலான ஒரு சாலையின் பெயர்தான் சிமெண்ட் ரோடு. கிறித்தவ இடுகாட்டைக் குறிக்கும் சிணிவிணிஜிஸிசீ என்னும் சொல் மக்கள் பேச்சு வழக்கில் மாறி அந்த இடத்திற்குச் சிமெண்ட் ரோடு என்று பெயராகிவிட்டது. அங்கே சற்று உள்ளே தள்ளியிருந்த மாரீசன் தெருவில் குடியிருந்தோம். இராமாயண மாரீசன் அல்ல. ஆங்கிலேயர் ஒருவரின் பெயரில் அமைந்த நான்கு வீதிகள் அங்கே இருந்தன.

பேருந்து நிறுத்தத்தில் இறங்கி நடந்தால் முதலில் இரண்டு கடைகள் இருக்கும். அண்ணாச்சி ஒருவரின் சிறு மளிகைக்கடை. அருகில் நகரத்துச் சேரி ஒன்று இருந்தது. அந்த மக்களுக்கு அண்ணாச்சி கடையே அடைக்கலம். அதையொட்டி டீக்கடை ஒன்று. நான்கு பாட்டில்களில் பிஸ்கட்டுகள் இருக்கும். பன் பாக்கெட் ஒன்றும் வறிக்கிப் பாக்கெட் ஒன்றும் தொங்கும். வடை, போண்டா தட்டங்கள் வைக்கப்பட்டிருக்கும். முன்னால் ஒருபுறம் டீ பாய்லர். சேரி மக்கள் காலையில் கூட்டமாக அங்கே நிற்பார்கள். போசிகளில் பார்சல் டீ வாங்கிச் செல்லும் கூட்டம் மிகுதி. நண்பர்களோடு தங்கியிருந்த போது அந்தக் கடையில்தான் டீ சாப்பிடுவோம். மளிகைக்கடைக்காரர் அண்ணாச்சியாக இருந்தது போல டீக்கடைக்காரர் மலையாளத்தார்.

ஒருநாள் மாலையில் பேருந்து இறங்கி நடந்து செல்லும்போது டீக்கடையிலிருந்து ‘முருகா’ என்று ஒருகுரல் அழைத்தது. அது என்னையாக இருக்காது என்று நினைத்தேன். அந்தச் சேரிப் பகுதியில் நிறைய முருகன்கள் உண்டு. ஆனால் மறுபடியும் ‘முருகா’ என்று அழைத்த குரலில் ஏதோ பரிச்சயம் தெரிந்தது. திரும்பிப் பார்த்தேன். பாய்லருக்குப் பின்னால் நின்றபடி பர்மாக்காரன் சிரித்தான். சிரிப்பு அவனது அடையாளம். வாய் திறந்து சிரிப்பான். ஆனால் சத்தம் வராது. முகம் முழுக்கப் பொங்கும். தியேட்டரில் பல பேருக்கு அவன் சிரிப்பு எரிச்சலையோ பொறாமையையோ தரும். மேனேஜர் ‘சிரிக்கறான்

❀ 138 ❀

பெருமாள்முருகன்

பாரு. வாயிலயே ஏத்தனும்டா இவனுக்கு' என்று பல்லைக் கடித்துக் கொண்டு சொல்வான். அப்படி எதெற்கெடுத்தாலும் சிரிப்பது பர்மாக்காரனின் வழக்கம்.

அவனை அடையாளம் கண்டுபிடிக்க எனக்கு அந்தச் சிரிப்பு ஒன்றே போதுமானதாயிருந்தது. அவனைப் பார்த்து ஏழெட்டு ஆண்டுகள் கழிந்திருந்தாலும் உடனே என் நினைவுக்கு வந்துவிட்டான். வியப்பாக இருந்தாலும் கொஞ்சம் ஏமாற்றமாகவும் இருந்தது. இவனை ஒரு தியேட்டரில் அல்லவா பார்த்திருக்க வேண்டும் என்று நினைத்தேன். பரஸ்பரம் விஷயங்களைப் பகிர்ந்துகொண்டோம். அவனுக்குத் திருமணம் ஆகி ஒரு குழந்தையும் இருந்தது. இருபத்து மூன்று இருபத்து நான்கு வயதுதான் இருக்கும். என் ஏமாற்றத்தைச் சொன்னபோது அவன் சிரித்தான்.

"இப்பல்லாம் தியேட்டர் உள்ள யாரையும் விக்க விடறதில்ல முருகாஞ் அப்பறம் பாகம் எங்கயும் விடறதும் இல்ல. வெளிக்கடை ஏவாரத்தோட செரி. அதையெல்லாம் கட மொதலாளிங்களே கவனிச்சுக்கறாங்க. அப்பறம் நமக்கு எங்க வேல?'

அவன் சொன்னது போல தொண்ணூறுகளின் தொடக்கத்தில்தான் தமிழகம் முழுவதும் இந்த மாற்றம் ஏற்பட்டது. தியேட்டருக்குள் தட்டம் விற்பது என்பதே இல்லை. என்ன காரணம் என்பது வெளிப்படையாகத் தெரியவில்லை என்றாலும் எனக்குச் சில ஊகங்கள் உண்டு. பிஸ்கட் உள்ளிட்ட தின்பண்டங்கள் அனைத்தும் பாக்கெட்களில் வந்துகொண்டிருந்தன. கைத்தொழிலாகச் செய்தவர்களைவிடப் பாக்கெட்டுகளாக விநியோகம் செய்தவர்கள் அதிக கமிஷன் தந்தார்கள். தொலைக்காட்சிச் சேனல்கள் தொடங்கப்பட்டுப் பாக்கெட் பண்டங்களின் விளம்பரங்கள் மக்களை ஈர்த்தன. டூரிங் டாக்கீஸ் எனப்பட்ட திரையரங்குகள் மூடப்பட்டு தியேட்டர்கள் உருவாயின. கோலி சோடா, கலர் ஆகிய பானங்களுக்கு மவுசு குறைந்துபோய் பாட்டில் பானங்கள் உள்ளே நுழைந்தன. குளிர்சாதனப் பெட்டிகளின் வருகையும் தொடங்கியது. கோலி சோடாவை வைக்காமல் கம்பெனி பாட்டில் பானங்களை விற்பனை செய்வதற்கு அதிகக் கமிஷன் கொடுக்கப்பட்டது.

இத்தகைய பொருள்களைத் தியேட்டருக்குள் கூவி விற்பது அவற்றின் மதிப்புக்குப் பொருத்தமல்ல என்ற எண்ணம் ஏற்பட்டுவிட்டது. மேலும் அப்பொருள்களை உள்ளே கொண்டு சென்று விற்கும் ஒரு பையனுக்கு போதுமான அளவு வருமானம் வருவதற்கும் வாய்ப்பில்லை. அந்தச் சமயத்தில்தான் தியேட்டர் உரிமையாளர்களே கடைகளையும் நடத்தும் முறையும்

தொடங்கியது. சோடாக்கடை என்பதே தியேட்டரில் இல்லாமல் போயிற்று. குளிர்பானங்கள், பாக்கெட் பண்டங்கள் ஆகியவையே தியேட்டரின் உள் வியாபாரத்தை நிறுத்தியவை. ஒருவகையில் பதின்பருவப் பையன்களின் அவல வாழ்க்கை தியேட்டரில் தொடரவில்லை என்பது மகிழ்ச்சி தரும் விஷயம்தான். ஆனால் அதைவிட உயர்ந்த வாழ்க்கை எதையும் நம் சமூகம் அவர்களுக்கு வழங்கிவிடவில்லை என்பதும் நிதர்சனம்.

தியேட்டரில் வேலை செய்ய முடியவில்லை என்னும் ஏக்கம் பர்மாக்காரனுக்கு இருந்தது. என்றாலும் அங்கே கற்றுக்கொண்ட டீக்கடை மாஸ்டர் வேலை அவனைக் கைவிடவில்லை. அவன் சென்னைக்கு வந்த காரணத்தைக் கேட்டேன். அவன் வீதிப் பெண் ஒருத்தியைக் காதலித்துக் கூட்டிக்கொண்டு வரச் சென்னையே தோதான இடமாக இருந்தது என்றான். அன்றைக்கு எனக்கு ஒரு டீ போட்டுக் கொடுத்தான். ரொம்ப நாளுக்குப் பிறகு நான் குடித்த நல்ல டீ அது. எங்கள் ஊர்ப்பக்கம் போடுவது போல நுரை ததும்ப ஆற்றி நுரைக்கு மேல் லேசான டிகாஷன் விட்டுத் தந்தான். பார்க்கவே ஆசையாக இருந்தது. அதற்குக் காசும் வேண்டாம் என்று சொல்லிவிட்டான்.

மலையாளத்தானுக்கு நான் ஏற்கனவே வாடிக்கையாளனாக அறிமுகமானவன். எங்கள் அறையில் தங்கியிருந்தோர் பற்றி அவனுக்கு அனுமானம் இருந்தது. சிலர் இருசக்கர வண்டிகளும் வைத்திருந்த காரணத்தால் எங்களை மதிப்பாக நடத்துவான். எனக்கும் டீக்கடை மாஸ்டருக்கும் இப்படியொரு நட்பு இருக்கும் என அவன் எதிர்பார்த்திருக்கவில்லை. ஆச்சரியமாகப் பார்த்தான். தினந்தோறும் ஓசி டீ குடிக்க வந்துவிடுவேனோ என்று அவன் நினைத்துவிடக் கூடாது அல்லது பர்மாக்காரனின் சம்பளத்தில் பிடித்தம் செய்துவிடக் கூடாது என்று நினைத்து 'நாளைக்கெல்லாம் காசு வாங்கிக்கோணும்' என்றேன். மலையாளத்தான் முகத்தில் ஒரு திருப்தி தெரிந்தது.

பர்மாக்காரன் எங்கோ வெகு தொலைவில் குடியிருப்பதாகச் சொன்னான். குடியிருக்கும் இடத்தை எனக்குத் தெரிவிக்க அவனுக்கு விருப்பமில்லை என்று தெரிந்தது. எங்கள் வீட்டுக்கு அவனை அழைத்தேன். வேலை முடிந்து வீட்டுக்குச் செல்லவே வெகுநேரம் ஆகும், இன்னொரு நாள் வருகிறேன் என்றான். அவனிடம் ஒருநாள் முழுக்கப் பேசிக்கொண்டிருக்க வேண்டும் என்றிருந்தது. சினிமா தொடர்பான புதிய தகவல்கள் நிறையக் கைவசம் வைத்திருப்பான். நான் இருக்கும் பகுதியிலேயே பர்மாக்காரனைச் சந்திக்க முடிந்தது சந்தோசம்தான்.

அன்றைக்கு இரவெல்லாம் எனக்குள் தியேட்டர் கால வாழ்க்கை ஓடிக்கொண்டிருந்தது. பர்மாக்காரன் பற்றியே பல சம்பவங்கள் உண்டு. அவனுக்குக் குறிப்பிட்ட நடிகர் நடிகைகள் மீது ஈடுபாடு என்று சொல்ல முடியாது. எல்லார் படங்களையும் விரும்பிப் பார்ப்பான். நல்ல படம், மோசமான படம் என்னும் பேதமும் கிடையாது. எந்தப் படமாக இருந்தாலும் ரீல் விவரம் போடும் சான்றிதழ் தொடங்கி கடைசியில் வணக்கம் போடும் வரை முழுவதுமாகப் பார்ப்பான். அதற்குப் பின் சில காட்சிகளைத் திரும்பத் திரும்பப் பார்ப்பதுண்டு. அதில் என்னடா இருக்கிறது என்றால் சிரித்துக்கொண்டே போய்விடுவான். ஆனால் அதில் எதையாவது கண்டுபிடித்து வைத்திருப்பான். பழைய படங்களில் நடனம் ஆடுபவர்கள் யார்யார் என்று கேட்டால் எந்தப் படமாக இருந்தாலும் சொல்லிவிடுவான்.

பத்மினி கதாநாயகியாக நடிக்கும் முன்பு என்னென்ன படங்களில் நடனம் ஆடினார், அவற்றில் தனியாக ஆடிய நடனம் எவை எவை, தம் சகோதரிகளாகிய லலிதா, ராகினியோடு சேர்ந்து ஆடியவை எவை எவை என்று பட்டியல் கொட்டும். சக்கரவர்த்தித் திருமகள் படத்தில் 'ஆட வாங்க அண்ணாத்தே' பாட்டுக்கு எம்ஜிஆருடன் நடனம் ஆடுபவர்கள் யார் என்றால் உடனே பதில் வரும். அவற்றை எல்லாம் என்னால் நினைவில் வைத்திருக்க முடியவில்லை. பாசமலர் படத்தில் வரும் 'வாராயென் தோழி வாராயோ' பாட்டுக்கு நடனம் ஆடுபவர் சுகுமாரி என்று அவன் சொன்ன தகவல் அந்தப் பாடலைப் பார்க்கும் போதெல்லாம் நினைவு வரும். திரும்பத் திரும்பப் பார்ப்பதன் மூலமாக அவன் இந்த அறிவைப் பெற்றிருக்கக் கூடும்.

ஒரு முறை கூட்டம் அதிகம் இல்லாத சமயம். அனேகமாக இரண்டாம் ஆட்டம் என்று நினைக்கிறேன். சோபாவில் உட்கார்ந்து கால்களைப் பரப்பி வைத்துக்கொண்டு பர்மாக்காரன் படம் பார்த்துக் கொண்டிருந்தான். ஏதோ காரணமாகத் தியேட்டருக்கு உள்ளே வந்த மேனேஜர் சோபாவைப் பார்த்திருக்கிறார். அந்தக் காட்சிக்கு மூன்று பேர் மட்டுமே சோபா டிக்கெட் எடுத்தவர்கள். ஆனால் நான்கு பேர் உட்கார்ந்திருக்கிறார்கள். கூட்டம் இல்லாத சமயத்தில் ரசிகர்கள் வகுப்பு மாறி உட்கார்வது நடக்கும். பெஞ்சு டிக்கெட் வாங்கிவிட்டுச் சோபாவிலோ ச்சேரிலோ உட்கார்ந்திருப்பவர்களைப் பிடித்து இரண்டு அடி கொடுத்து வெளியே அனுப்புவதுண்டு. விவரமான ஆள் என்றால் திட்டிப் பெஞ்சுக்கு அனுப்புவார்கள். சிலரிடம் ஒரு ரூபாய், இரண்டு ரூபாய் கொடுக்கச் சொல்லி வாங்கிக்கொண்டு தொடர்ந்து

சோபாவிலேயே உட்கார அனுமதிப்பதும் உண்டு. தியேட்டர் பையன்கள் யாரும் சோபாவில் உட்காரக் கூடாது. ச்சேரில் உட்கார்வதைப் பற்றி ஒன்றும் சொல்ல மாட்டார்கள்.

சோபாவில் உட்கார்ந்திருப்பவன் பர்மாக்காரன் என்றதும் அவன் சட்டைக் காலரைப் பிடித்து வெளியே இழுத்து வந்துவிட்டார் மேனேஜர். அப்போது பர்மாக்காரன் எங்கள் கடையில் இருந்தான். கடைக்கு முன்னால் அவனை இழுத்து வந்துவிட்டு 'பாருங்க இந்த நாயிக்குச் சோபா கேக்குதாம்' என்று என் அப்பனிடம் அவர் சொன்னார். மேனஜருக்கும் என் அப்பனுக்கும் எப்போதுமே ஆகாது. அவரிடம் அப்பன் பேசவில்லை. பர்மாக்காரனைப் பார்த்துச் சொன்னார், 'உனக்கு அறிவில்லையாடா? மூட்டைப்பூச்சி கடியாக் கடிக்குதுன்னு ஒருநாயும் சோபாவுக்கு டிக்கெட் வாங்கறதே இல்ல. பெஞ்சுல உக்காந்து நிம்மதியாப் பாக்கலாமுன்னு எல்லாரும் அதுக்குப் போறாங்க. நீ எதுக்குடா மூட்டப்பூச்சிக் கடி வாங்கப் போன?' அங்கங்கே இருந்த பையன்கள் எல்லாரும் சிரிக்கப் பர்மாக்காரனும் சிரித்துவிட்டான். சூழல் இப்படி மாறிப் போனதும் மேனேஜர் முணுமுணுத்துக் கொண்டே போய்விட்டார். அதிலிருந்து சோபாவில் பையன்கள் உட்கார்ந்தால் யாரும் ஒன்றும் சொல்வதில்லை. மிகப் பெரிய சந்தோசத்தோடு பையன்கள் அதற்கப்புறம் சோபாவில் போய் உட்கார்வார்கள். பர்மாக்காரனால் இப்படி ஒரு சுதந்திரம் பையன்களுக்குக் கிடைத்தது.

இதைப் போலப் பல நினைவுகளோடு அடுத்த நாள் காலையில் டீக்குடிக்கும் சாக்கில் கடைக்குப் போனேன். அவன் வந்திருக்கவில்லை. ஒன்பது மணிக்குத்தான் வருவான் என்று மலையாளத்தான் சொன்னான். பெரும்பாலும் மலையாளத்தான் கடைகளில் தமிழ்நாட்டு ஆட்களை வேலைக்கு வைக்க மாட்டார்கள். இது ஏதோ அதிசயமாகவே இருந்தது. பத்து மணிக்கு மேல் அந்தப்பக்கம் போனபோதும் அவன் வந்திருக்கவில்லை. மாலையிலும் அவன் இல்லை. டீ பாய்லருக்குப் பின்னால் மலையாள முகம் ஒன்று தெரிந்தது. ஒரே நாள்தான் அங்கே அவன் வேலை செய்தான். மலையாளத்தானைக் கேட்டபோது 'வருவான் போவான்' என்று விட்டேத்தியாகப் பதில் சொன்னான். அதற்கப்புறமும் பர்மாக்காரன் அங்கே வருவான் என்னும் எதிர்பார்ப்பு எனக்கு இருந்தது. அவன் வரவே இல்லை. ஆனால் சில வருசத்திற்குப் பிறகு மீண்டும் அவனையே சந்தித்தேன்.

இப்போது கோயம்பேடு பேருந்து நிலையக் கடை ஒன்றில். ஊருக்குச் செல்வதற்காக அங்கே போனவன் ஏதோ வாங்குவதற்காகக் கடைக்குப் போனேன். டீ பாய்லருக்குப் பின்னால் பார்மாக்காரன் நின்று சிரிக்கிறான். அன்றைக்கும் நல்ல டீ குடிக்கக் கிடைத்தது. 'என்னடா ஆச்சு, அந்தக் கடையில ஒரே ஒருநாள்தான் இருந்த' என்றேன். அவன் சிரித்துக்கொண்டே சொன்னான், 'உங்கப்பன் சொன்னாருல்ல எச்சக்கலயன்னு. அது நெசந்தான். எச்சக்கல எடுக்கறதுக்கு எந்தத் தொட்டின்னா என்ன? ஒரு தொட்டி இல்லீனா இன்னொரு தொட்டி.'

எனக்கு என்ன சொல்வதென்றே தெரியவில்லை. அவன் சொன்னது நிதர்சனம். தியேட்டர் பையன்கள் அவனைப் போல எங்காவது வேலை செய்யக்கூடும். வேறு எங்கே போவார்கள்? அவனை அடையாளம் கண்டுபிடிக்க முடிந்தது. பலரை என்னால் அடையாளம் காண முடியவில்லை. இப்படிப்பட்ட கடைகளில் வேலை செய்யும் ஆட்களைப் பார்க்கும் போது யாராவது ஒரு பையனை நினைவுபடுத்திக் கொள்ளும் பழக்கம் அதற்கப்புறம் வாய்த்தது. அதைவிட என் அப்பன் சொன்ன சொல் அவன் மனத்தில் அத்தனை ஆண்டுகள் கழித்தும் வடுவாக நிலைத்துவிட்ட வருத்தத்திலிருந்து என்னால் மீள முடியவில்லை.

16

சாமி படம்

1980களின் தொடக்கத்தில் கல்லூரி மாணவர் களிடையே 'சாமிபடம்' என்னும் குழூஉக்குறி வழக்கு பிரபலமாக இருந்தது. கல்லூரியில் எவனாவது பேயறைந்த மாதிரி இருந்தால் 'என்னடா நேத்து சாமிபடம் பாத்தியா?' என்பார்கள். முற்பகல் நேரத்தில் மட்டம் போட்டுவிட்டுக் கல்லூரிக்குப் பிற்பகல் வருபவனைப் பார்த்துக் கேலியாக வரும் கேள்வி: 'சாமிபடமா?' என்பதுதான். அதுவும் இரண்டு மூன்று பேர் சேர்ந்தாற் போலக் கட்டடித்துவிட்டால் 'சாமிபடம்' என்பது உறுதியாகிவிடும். கல்லூரி வேலைநிறுத்தம் எனில் பெருங்கூட்டம் 'சாமிபடம்' பார்க்கக் கிளம்பிவிடும். நீலப்படங்களுக்குக் கல்லூரி மாணவர் அன்று பயன்படுத்திய குழூஉக்குறி 'சாமிபடம்.'

இன்று அப்படி ஒரு குழூஉக்குறியைப் பயன்படுத்த வேண்டிய அவசியம் இல்லாத அளவுக்குச் சமூகம் முன்னேறியிருக்கிறது. 'பிட்டுப்படம்' என்னும் தெளிவான பெயர் இன்று வழங்குகிறது. இன்றைய திரைப்படங்களில் நகைச்சுவை நடிகர்கள் தொடங்கிக் கதாநாயகர்கள் வரை 'பிட்டுப்படம்' பற்றிக் கமெண்ட் அடிக்கிறார்கள். 'தூள்' படத்தில் விக்ரமும் விவேக்கும் சிறுவர்களாக இருந்தபோது தியேட்டருக்குச் சென்று 'பிட்டுப்படம்' பார்ப்பதாகக் காட்சியே வருகிறது.

தமிழ்ச் சமூகத்தின் பாலியல் அறிவு வறுமையையோ ஆதி உணர்வையோ திரைப்படச் சந்தை பயன்படுத்திக் கொண்ட இந்தச் சாமிபடங் களின் திரையிடல் அனேகமாக எண்பதுகளில்தான்

தொடங்கியது என்று நினைக்கிறேன். உலகத் தரமான படங்களைத் தயாரித்தது என்று ஒருபக்கம் புகழப்படும் மலையாளத் திரைப்பட உலகத்திலிருந்து இந்தச் சாமிபடங்களும் வெளிவந்தன என்பது முரண். அப்படங்களுக்குக் கொடுக்கப்பட்ட தமிழ்த் தலைப்புகள் பற்றியும் பல சுவாரசியங்கள் உண்டு. இத்தகைய படங்களில் நடித்தே புகழ்பெற்ற நடிகைகளும் உள்ளனர். சமீபத்திய உதாரணம் ஷகிலா. 'தூள்' படத்தில் வில்லனைக் காலி செய்யக் கதாநாயகன் ஷகிலாவைப் பயன்படுத்தும் காட்சிகள் முக்கியமானவை. அதில் ஷகிலாவும் தோன்றியிருந்தார். கவிஞர் இசை தம் கவிதை ஒன்றில் 'யாம் ஷகிலாவின் பாத கமலங்களை வணங்குகிறோம்' என்று எழுதியிருக்கிறார். தாகமாய்த் தவிக்கும் உடல்களுக்குப் பெரிய கடல் இருந்தும் ஒருவாய் குடிநீர் கிடைக்காத இச்சமூகத்திற்கு ஷகிலா ஆற்றும் பணியைப் போற்றும் நல்ல கவிதை அது.

அந்நாளில் சீமா நடித்து வந்த படம் 'அவளோட ராவுகள்' என்று நினைக்கிறேன். 'தம்புராட்டியின் ராவுகள்' என்னும் பெயரில் பிரமிளா நடித்த படம் ஒன்றும் அக்காலத்தில் பிரபலம். அப்படத்திற்கு ஒட்டப்பட்ட முழுநீள வடிவச் சுவரொட்டியும் அதில் பிரமிளா நின்றிருக்கும் நிலையும் தமிழ்ச் சமூகத்தைக் கிறங்கடித்தவை. சில்க் சுமிதாவும் இத்தகைய படங்களில் நடித்திருக்கிறார். கணவன் வெளிநாட்டுக்குச் சென்றுவிடத் தனிமையில் தவிக்கும் மனைவி, தோட்ட வேலை செய்யும் இளைஞனுடன் உறவு கொள்வதாகக் கதை (?) கொண்ட படம் அது. மனைவியாகச் சில்க் சுமிதா. இளைஞனாக நடித்தவர் நடிகை ஊர்வசியின் தம்பி என்றும் அவர் பின்னர் தற்கொலை செய்துகொண்டார் என்றும் கேள்விப்பட்டிருக்கிறேன். அது எந்த அளவு உண்மை என்று தெரியவில்லை. நடிகர் நடிகைகளை இணைத்து நீலப்படக் கதைகள் பரவியதும் உண்டு. ஜெய்சங்கர்– ஜெயசித்ரா பற்றி அப்படி ஒரு வதந்தி இருந்தது. மக்களால் அப்போது பரபரப்பாகப் பேசப்பட்ட ஜோடி கமலஹாசன் – ஸ்ரீதேவி.

இத்தகைய படங்கள் சாமிபடம் என்னும் பெயரைப் பெற்றிருந்தாலும் இவை கூட்டத்தை ஈர்க்கப் போதுமானவை அல்ல. ஆகவே படத்தின் இடையே நீலப்படக் காட்சிகள் சிலவற்றை இணைத்துக் காட்டுவார்கள். அதைப் பார்க்கவே கூட்டம் வரும். எண்பதுகளில் தொடங்கிய இந்தப் போக்கை ஒவ்வொரு ஊரிலும் ஒவ்வொரு தியேட்டர் பிரதிநிதித்துவப்படுத்தியது என்று சொல்லலாம். ஆரையூரில் 'ஜோதி' தியேட்டரில் படம் பார்த்தேன் என்றால் இன்றும் ஒருமாதிரி சிரிக்கிறார்கள். இப்படி ஒவ்வொரு ஊரிலும் ஒரு தியேட்டரைக் கண்டறியலாம். சேத்தூரில் நான் பணியாற்றும் போது 'வர்ணம்' தியேட்டர் மாணவர்களிடையே

பிரபலமாக இருந்ததை அறிந்தேன். இன்னொரு ஊருக்குப் போனபோது அங்கே 'ஆனந்தா' தியேட்டரின் புகழை நண்பர்கள் சொன்னார்கள். இந்த வரிசையில் எங்கள் விமலா தியேட்டரும் எண்பதுகளின் தொடக்கத்தில் இணைந்தது. சாமிபடம் போடும் எண்ணம் யார் மூலமாக எப்படி உதித்தது என்பது பற்றி எனக்குத் தெரியவில்லை. ஆனால் தியேட்டர் லாபகரமாக நடைபெற அவை உதவின என்பதில் எனக்குச் சந்தேகமில்லை. இத்தகைய படங்களைத் தினசரி நான்கு காட்சிகளாகப் போடுவது இல்லை. காலைக்காட்சி மட்டும்தான். காலைக்காட்சிக்கென்று ஒருபடமும் மற்ற மூன்று காட்சிகளுக்கு என்று ஒருபடமும் போடும் வழக்கமும் சாமிபடங்கள் மூலமாகவே எங்கள் ஊருக்கு வந்தது.

அதே போல இந்தக் காட்சிக்கு மட்டும் தரை, பெஞ்சு, ச்சேர், சோபா என்னும் பேதம் இல்லை. அதாவது டிக்கெட் கட்டணத்தில் வித்தியாசம் இல்லை. இரண்டு ரூபாய் கொடுத்து டிக்கெட் வாங்கிக்கொண்டு எங்கே இடம் இருக்கிறதோ அங்கே உட்கார்ந்து கொள்ளலாம். இடம் இல்லை என்றால் நின்றுகொண்டு பார்க்கலாம். இன்றைக்குப் பெரும்பாலான தியேட்டர்களில் இதுதான் நடைமுறை. ஒருபடம் வெளியானால் படத்தின் வசூல் மதிப்புக்குத்தக டிக்கெட் விலை இருக்கிறது. வசூல் மன்னர்களான கதாநாயகர்கள் நடித்த படம் என்றால் ஆரையூரில் நூறு ரூபாய் முதல் நூற்றைம்பதுவரை டிக்கெட் கட்டணம். இந்த வகுப்பு என்னும் பேதமில்லை. எங்கே வேண்டுமானாலும் போய் உட்கார்ந்து கொள்ளலாம். பொதுக்கட்டணம், எங்கும் உட்காரலாம் என்னும் நிலையை முதலில் கொண்டு வந்தது சாமிபடத் திரையிடல்தான் என்பது என் அனுமானம்.

பொதுப்படங்களுக்கான பார்வையாளர்களுக்கும் இப்படங்களுக்கான பார்வையாளர்களுக்கும் வேறுபாடுகள் உண்டு. பொதுவான படங்களுக்கு நிரந்தரமான பார்வையாளர்கள் என்று நகரத்தைச் சார்ந்தவர்களையே சொல்லலாம். அதுவும் மேட்டுக்குடியினர் திரைப்படத்திற்கு வருவது அரிது. உடல் உழைப்பு சார்ந்தவர்களே பெரும்பாலும் வருவார்கள். சந்தை நாட்களில் மூன்று மணி நேரம் நிம்மதியாகத் தூங்க வசதிப்படும் என்று தியேட்டருக்கு வந்து பெஞ்சில் கால் நீட்டிப்படுத்து உறங்கிவிட்டுச் செல்வோர் பலர் உண்டு. அவர்களுக்கு என்ன படம் என்பதெல்லாம் பிரச்சினை இல்லை. தூங்க வசதியாகக் கூட்டம் இல்லாமல் இருந்தால் போதும். தறிப்பட்டறைத் தொழிலாளர்கள், மண்டிகளில் மூட்டை தூக்குவோர், கடைகளில் வேலை செய்வோர், சில்லரை வியாபாரிகள் எனப் பலவிதமாக இவர்களைப் பட்டியல் போடலாம். எப்போதும்

பெண்கள் கூட்டம் முதல் ஆட்டத்திற்கு மட்டும் அதிகமாக இருக்கும். நல்ல படம் என்றால் காலைக்காட்சிக்கு அரிதாக ஓரிரு பெண்களைப் பார்க்கலாம். அதுவும் கணவனோடு வருபவர்களாக இருக்கும். பகல் காட்சிக்கு சுமாரான அளவு பெண்கள் இருப்பார்கள். அண்டை வீட்டாராகிய பெண்கள் சிலர் ஒன்று சேர்ந்து வருவார்கள். இவர்கள் எல்லாம் கரட்டூர் நகரத்துக்குள் வசிப்பவர்களாகவே இருப்பர்.

முதல் காட்சிக்குப் பெண்கள் கூட்டம் அதிகம் வருவதற்கு அதுதான் பாதுகாப்பான நேரம் என்பது காரணமாக இருக்கலாம். பகலில் படம் பார்ப்பவள் மோசமான நடத்தை கொண்டவளாக இருப்பாள் என்னும் கருத்தும் நிலவியது. கிராமத்துப் பெண்களில் சிலர் சந்தை நாட்களில் கிளம்பி வந்து ஒருபடம் பார்த்துவிட்டுப் பின் சந்தைச் செலவு செய்துகொண்டு திரும்பிப் போவதுண்டு. அப்பெண்களைப் பற்றி நல்ல அபிப்ராயம் இருக்காது. 'மத்தியானத்துல சிங்காரிச்சுக்கிட்டுச் சினிமாப் பாக்கப் போறா' என்று திட்டுவார்கள். கிராமத்துப் பெண்கள் முதல் காட்சிக்கு வருவது கஷ்டம். மாலை நேரத்தில் அவர்களுக்கு வேலைகள் நிறைய இருக்கும். ஆகவே இரண்டாம் ஆட்டத்துக்கே வருவார்கள். கிராமத்துக் கூட்டத்தை ஒருபடம் ஈர்த்துவிட்டால் அது மிகப் பெரும் வெற்றிப்படம் என்று அர்த்தம்.

கரட்டூர் பகுதியைப் பொருத்தவரை கிராமத்து மக்களில் அடிநிலைச் சாதியினரே பெரும்பகுதிப் பார்வையாளர்கள். அவர்கள் எப்போதும் திரளாகப் படம் பார்க்க வருவார்கள். சில சமயம் ஊரே கிளம்பி வந்துவிட்டதோ என்று தோன்றும். விமலா தியேட்டருக்கு ஒரு கல் தொலைவில் இருந்த சந்தூரில் பெரிய வளவு உண்டு. அங்கிருந்து அடிக்கடி அப்படி ஒரு கூட்டத்தைக் காணலாம். காட்டுப்பட்டி, குளப்பட்டி உள்ளிட்ட கிராமங்களிலும் வளவில் கணிசமாக அம்மக்கள் வசித்தனர். அவர்கள் எல்லாம் வந்துவிட்டால் படம் எப்படியும் பத்து நாட்களுக்கு ஓடும் என்று தைரியமாகச் சொல்லலாம். மீள் திரையிடப்பட்ட பல எம்ஜிஆர் படங்களுக்கு இப்படிக் கூட்டம் வந்ததுண்டு. 'மதுரை வீரன்' படம் எப்போது போட்டாலும் ஒருவாரம் நிச்சயம் ஓடும். அம்மக்கள் கூட்டம் திரும்பத் திரும்ப வரும். அந்தக் கூத்து எங்கள் ஊர்ப்பக்கம் மிகவும் பிரசித்தம். கூத்துப் பாடல் மெட்டில் 'தேடி வந்தேனே புள்ளி மானே' என்று எம்ஜிஆர் பாடும் பாடலுக்குக் கைத்தட்டலும் சீழ்க்கையும் எழும்பும்.

அப்போதெல்லாம் அறுபதுகளில் வெளியான பல படங்களின் மீள் திரையிடல் அதிகமாக இருக்கும். அப்படிப்பட்ட

பழையவற்றில் 'பெரிய இடத்துப் பெண்' படத்துக்கு இருந்த வரவேற்பு நானறிய வேறு எந்த எம்ஜிஆர் படத்திற்கும் இல்லை. எளிமையான கதை. பட்டிக்காட்டான் முட்டாள் அல்ல என்பதுதான் கதையின் மையம். பாடல்கள் எல்லாம் அற்புதம் என்று சொல்லத்தக்கவை. 'பாரப்பா பழனியப்பா பட்டணமாம் பட்டணமாம்' பாடலுக்குச் சீழ்க்கை பறக்காத காட்சியில்லை. அதில் மாட்டு வண்டியை எம்ஜிஆர் அனாயாசமாகவும் இயல்பாகவும் ஓட்டுவது போலத் தெரியும். இளமைத் துள்ளலோடு எம்ஜிஆர் நடித்திருப்பார். இந்தப் படத்தின் அப்பட்டமான காப்பிதான் பிற்காலத்துச் 'சகலகலா வல்லவன்.'

பணம் படைத்தவன், தாயைக் காத்த தனயன், தனிப்பிறவி, குடியிருந்த கோயில் முதலான எம்ஜிஆர் படங்களும் நன்றாக வசூலாயின. அதற்கு முக்கியக் காரணம் அம்மக்கள் கூட்டம். எங்கள் பகுதியில் இன்றும் கலைகளுக்குப் பெருமளவு ஆதரவு தருபவர்கள் அடித்தட்டு மக்களே. இன்றைக்கு வரைக்கும் தெருக்கூத்து இல்லாமல் அவர்கள் மாரியம்மன் பண்டிகை கொண்டாடுவதில்லை. சிவாஜி படங்களில் 'பாசமலர்' எப்படியும் நான்கைந்து ஆண்டு இடைவெளியில் மீண்டும் மீண்டும் திரையிடப்பட்டுவிடும். அதற்கு நிகரான வசூலைத் தந்த சிவாஜி படம் வேறேதும் இல்லை என்றே நினைக்கிறேன். ஜெய்சங்கர் படங்கள் ஏராளமாக வரும். அவர் படங்களுக்கு 'மூன்று நாள் படம்' என்றே பெயர்.

பொதுவாக மிருகங்களை வைத்து எடுக்கப்பட்ட படங்களுக்குக் கிராமத்து மக்கள் கூட்டம் நன்றாக வரும். ஆட்டுக்கார அலமேலு படத்திற்குத் திருவிழாக் கூட்டம் போல மாட்டு வண்டிகளில் சாரிசாரியாக மக்கள் போனதைப் பற்றி முன்னரே எழுதியுள்ளேன். அதுபோல மீள் திரையிடலிலும் மக்களை ஈர்த்த படம் 'கோமாதா எங்கள் குலமாதா.' இந்தப் படத்தில் வரும் மாட்டுக்கு லட்சுமி என்று பெயர். பிரமிளா கதாநாயகியாக நடித்த படம். ஆனால் லட்சுமி என்னும் மாடுதான் கதாநாயகன் என்று சொல்ல வேண்டும். ஸ்ரீகாந்த் வில்லத்தனமான கதாநாயகன். இவையெல்லாம் சின்னப்பா தேவர் தயாரித்தவை. தேவர் படமென்றால் ஏதாவது ஒரு மிருகம் இருந்தே தீரும் என்பது அன்றைய திரைப்பட ரசிகர்களுக்குத் தெரிந்த சாதாரணச் செய்தி. எம்ஜிஆர் புலியோடும் சிங்கத்தோடும் சண்டையிடும் காட்சிகள் வந்தால் அது தேவர் படம் என்பதைக் கண்டுபிடித்துவிடலாம்.

'வாழ வைத்த தெய்வம்' படத்தில் காளை மாடு ஒன்றுக்கு முக்கியத்துவம் கொடுத்து எடுத்திருப்பார். ஜெமினிகணேசன்

ஒப்புக் கதாநாயகனாக நடித்த அது 1950களில் வெளியான படம். அதன்பின் பசுமாட்டை மையமாக்கி எடுத்த படம் 'கோமாதா எங்கள் குலமாதா.' இதன் கதையைச் சற்றே மாற்றித்தான் ஆட்டுக்கார அலமேலு உருவானது. இவற்றைப் போல எண்பதுகளின் தொடக்கத்தில் வந்த படம் 'லட்சுமி.' ஸ்ரீதேவி கதாநாயகி. குரங்கு ஒன்றை மையமாக்கி எடுத்த படம். இத்தகைய படங்களில் கதாநாயகர்களுக்கு முக்கியத்துவம் இருக்காது. இதில் ஜெய்கணேஷ் அப்படிப்பட்ட கதாநாயகன். இந்தப்படம் விமலாவில் ரிலீசானது. இதற்கும் கிராமத்து மக்கள் கூட்டம் குவிந்தது. இது தேவர் படமா என்பது எனக்கு நினைவில் இல்லை. ஆனால் 'மேளம் கொட்ட நேரம் வரும் பூங்கொடி' என்னும் பாடலும் அதில் ஸ்ரீதேவியின் இளமை வசீகரம் ததும்பும் அழகு முகமும் எனக்குள் நிலைத்திருக்கின்றன. ஸ்ரீதேவி கதாநாயகியாக நடிக்க ஆரம்பித்த சில ஆண்டுகளில் வந்த படம் அது. குரங்கின் பெயர் ராமு.

இந்தப் பகுதியில் நிலவுடைமையாளர்களான குடியானவர்கள் அந்த அளவு படம் பார்க்க மாட்டார்கள். அதுவும் குடியானவர் சாதிப் பெண்கள் தியேட்டருக்கு வருவது வெகு அரிது. நல்ல படம் என்று ஊரே பேசினால் அதைப் பார்க்கலாம் என்று திட்டம் போட்டுக் கிளம்புவார்கள். கிராமத்து மக்கள் படம் பார்க்க ஏற்றது இரண்டாம் ஆட்டம்தான். இரவு உணவை முடித்துவிட்டு மெல்லக் கிளம்பி நடந்து வந்து சேர அதுதான் வசதி. இரண்டாம் ஆட்டத்திற்குக் கூட்டம் சேர்ந்தால் படம் எப்படியும் ஒருவாரம் ஓடும் என்பது கணக்கு. காலைக்காட்சியும் பகல் காட்சியும் நகரத்து ஆண்களையே பார்வையாளர்களாகக் கொண்டவை. முதல் காட்சிக்கு மட்டுமே மேட்டுக்குடி மக்கள் வருவார்கள். இரண்டாம் ஆட்டம் கிராமத்து மக்களுக்கானது. கிராமத்துக் கூட்டத்தையும் பெண்களையும் ஈர்க்கும் படம் எப்போதும் வெற்றிப்படம்தான்.

ஆனால் சாமி படங்களுக்கான பார்வையாளர்கள் ஆண்கள் மட்டுமே. அதிலும் சிறுவர்களை அனுமதிப்பதில்லை. படத்திற்கு வரும் பையன்களின் உயரம், முகம், மீசை, லுங்கி ஆகியவற்றைக் கொண்டு அவன் வயதை அளவிட்டு உள்ளே அனுப்புவார்கள். வயதுக்கு வராத பையன் என்று முடிவு செய்துவிட்டால் அவனைக் கண்டபடி திட்டி வெளியேற்றி விடுவார்கள். பதினைந்து பதினாறு வயதுப் பையன்கள் சிலருக்கு மீசை நன்றாகத் தெரியாது. முதலில் வரும் மீசைக்குப் பூனைமுடி மீசை என்பார்கள். அது சாம்பல் நிறத்தில் இருக்கும். பார்வைக்குத் தெரியாது. பென்சில் அல்லது கரி மூலமாக வரைந்த மாதிரி தெரியாமல் லேசாகக் கறுப்பாக்கிக் கொண்டு வருபவர்கள் உண்டு.

சந்தேகம் வந்தால் அந்தப் பையனின் முகவாய்க்கட்டையைப் பிடித்துத் தூக்கி மீசையை ஆராய்ச்சி செய்வார்கள். சிலரைக் கன்னத்தில் அறைந்து 'இந்த வயசுலயே எந்திரிச்சுக்கிட்டு நிக்கிதா' என்பது போல அசிங்கமாகத் திட்டி விரட்டுவார்கள். இந்த வேலையைச் செய்பவர் டிக்கெட் கொடுப்பவரும் கிழிப்பவருமே. அவர்களுடைய செயலுக்குக் கடுமையான எதிர்ப்பிருக்கும்.

தறித் தொழிலாளர்கள் வேகமும் துடிப்பும் கொண்ட இளைஞர்கள். ஆதலால் அடிதடிக்கும் தயாராக இருப்பார்கள். அவர்களால் பல்லுடைபட்ட டிக்கெட் கிழிப்பவர்கள் உண்டு. வலுவான எதிர்ப்பால் படிப்படியாக அந்த வழக்கமும் முடிந்து போயிற்று. 'எவனோ எப்படியோ போறான். டிக்கெட்டுக்குக் காசு வெச்சிருக்கறானா பாரு' என்று மேனஜர் சொல்லிவிட்டார். சுவரொட்டிகளில் 'வயது வந்தவர்களுக்கு மட்டும்' என்று போட்டிருப்பார்கள். சுவரொட்டியில் பெரிய எழுத்தில் கி தெரியும். அது எச்சரிக்கைக்காக அல்ல. வரவழைக்கும் உத்தி. சின்னப் பையன்கள் பார்க்கக் கூடாது என்னும் தடை வலுவிழந்து பையன்கள் வந்தால் கேலியாகப் பார்ப்பதைத் தவிர வேறொன்றும் செய்யாத நிலை உருவாயிற்று.

எண்பதுகளில் குழந்தைத் தொழிலாளர் முறை ஒழிப்பு பற்றியோ அனைவருக்கும் கல்வி பற்றியோ எந்த விழிப்புணர்வும் இல்லை. ஆகவே ஏராளமான சிறுவர்கள் கடைகளில் வேலை செய்துகொண்டிருந்தார்கள். தறிப்பட்டறைகளில் வேலை செய்த சிறுவர்கள் எண்ணிக்கை மிகுதி. ஒவ்வொரு தறிப்பட்டறையிலும் தார் போடுவதற்கு என்று ஒரு பையன் நிச்சயம் இருப்பான். அவனுக்கு வயது பத்தோ பன்னிரண்டோ இருக்கும். தார் போடப் போகும் பையன் அப்படியே தறி ஓட்டக் கற்றுக் கொண்டு பதினைந்து பதினாறு வயதில் தனியாகத் தறி ஓட்டத் தயாராகிவிடுவான். பதினேழு பதினெட்டு வயதில் அவனுக்குத் திருமணமும் நடந்துவிடும். ஆகவே சாமிபடங்களுக்குத் தறிப்பட்டறைத் தொழிலாள இளைஞர்களும் சிறுவர்களும் கணிசமான பார்வையாளர்கள். உடன் வரும் சிறுவர்களுக்குச் சிபாரிசு செய்யும் இளைஞர்களும் உண்டு. சிபாரிசை ஏற்றுக்கொண்டு 'எப்படியோ போய்த் தொலைங்க' என்று அனுப்புவார்கள்.

இத்தகைய படங்களுக்கு வருபவர்களில் இளைஞர்கள் கணிசமாக இருந்தாலும் ஒப்பீட்டு அளவில் அதிகம் என்று சொல்லமுடியாது. இளைஞர்கள் கூட்டமாகவே வருவார்கள். அவர்கள்தான் வெளிப்படையானவர்கள். தியேட்டரில் சீழ்க்கை அடிப்பவர்களும் கத்தி உற்சாகத்தைக் காட்டுபவர்களும்

அவர்களே. பார்வையாளர்களில் நாற்பது வயதிலிருந்து ஐம்பது வயதுக்குள்ளானவர்களே அதிகம். ஐம்பதுக்கும் மேற்பட்டவர்கள் கொஞ்சம் இருப்பார்கள். அவர்கள் எல்லாம் தனித்தனியாக வருபவர்கள். கூட்டத்தில் தங்கள் முகத்தை மறைத்துக்கொள்ளும் ரகசியம் அவர்களிடம் உண்டு. பொதுவாக இந்தப் படங்களைப் பார்க்கத் தொடங்கும் ஒருவர் படிப்படியாக அதற்கு அடிமை ஆகிவிடுவார். போதை மருந்துகளுக்கு அடிமை ஆவது போல. சுவரொட்டியைப் பார்த்துக்கொண்டேயிருப்பார்கள். படம் மாற்றினால் அவர்களால் பொறுக்க முடியாது. எப்படியாவது முயன்று ஓரிரு நாட்களில் படத்துக்கு வந்துவிடுவார்கள். பலமுறை பார்ப்பவர்களும் உண்டு. ஆகவே குறிப்பிட்ட பார்வையாளர்களே தொடர்ந்து இந்தப் படங்களுக்கு வந்துகொண்டிருப்பார்கள்.

கிளி ஜோசியக்காரர் ஒருவர் அப்படி என் நினைவில் இருக்கிறார். சடை முடி முதுகில் புரளும். இடுப்பில் வேட்டியும் மேலே ஒரு துண்டும் மட்டும்தான் அவர் உடை. கிளிக்கூண்டைக் கையில் எடுத்துக்கொண்டு ஒவ்வொரு படம் மாற்றும் நாளிலும் தவறாமல் காலைக்காட்சிக்கு வந்துவிடுவார். அவரைக் 'கிளி' என்றுதான் கூப்பிடுவோம். ஒருமுறை படம் போடுவதற்கு முன் யாரோ கேட்டார்கள் என்று தியேட்டர் வராண்டாவில் கிளிக்கூண்டை வைத்து ஜோசியம் பார்க்க ஆரம்பித்துவிட்டார். அவரைச் சுற்றிக் கூட்டம் வட்டமிட்டுக் கொண்டது. 'இன்னைக்குப் படம் எப்பிடி இருக்கும்னு கேட்டுச் சொல்லுய்யா' என்றும் 'அதக் காட்டுவானான்னு கேளு' என்றும் கேலிக்குரல்கள் மிகுந்தன. அதையெல்லாம் பொருட்படுத்தாமல் தொழில் பக்தி கொண்டவராய்ச் சீட்டெடுக்கக் கிளியை அழைத்துக் கொண்டிருந்தார் அவர். மேனஜர் ஓடிப் போய் 'யோவ் கிளி, இந்த வேலையெல்லாம் வெளியில வெச்சுக்க. இங்க கூண்டத் தொறந்தீனா கிளியப் புடிச்சு நசுக்கிப் போட்டுருவன் பாத்துக்க' என்று மிரட்டினார். 'டிக்கெட் செலவுக்காச்சும் சம்பாரிக்கட்டும் உடுங்க' என்று யாரோ சொன்னார்கள். அப்புறம் அவர் கடையைக் கட்ட வேண்டியதாகிவிட்டது. என்றாலும் கிளி அசரவில்லை. தியேட்டருக்கு முன்னால் கடை விரித்துவிட்டார். படம் மாற்றும் அன்று காலை ஒன்பது மணிக்கே வந்து உட்கார்ந்துவிடுவார். படம் போடும் மணி அடிக்கும் வரை தொழில். பின் சுருட்டிக் கொண்டு உள்ளே வந்துவிடுவார். தொழிலுக்கு ஓரிடத்தை அவர் உருவாக்கிக் கொண்டார்.

வழக்கமான பார்வையாளர்களுக்குப் படம் போடும் நேரம், இடையே பிட் ஓடும் நேரம் எல்லாம் அத்துபடி. காலைக்காட்சி நேரம் பதினோரு மணி என்றால் பத்தே முக்கால் மணியிலிருந்து டிக்கெட் கொடுப்பார்கள். இடைவேளை முடியும்வரை

டிக்கெட் கொடுக்கும் படலம் நடந்துகொண்டேயிருக்கும். இடைவேளை முடிந்து மணி அடிக்கும்போது கூட மக்கள் வந்து கொண்டேயிருப்பார்கள். படம் என்பது பெயரளவுக்குத்தான். முன்னுக்குப் பின் சம்பந்தம் இல்லாத ரீல்களை வைத்துக்கூட ஓட்டுவார்கள். இடைவேளை நேரம் முடிந்ததும் நீலப் படத் துணுக்கு குறைந்தபட்சம் இரண்டு நிமிடத்திலிருந்து அதிகபட்சம் ஐந்து நிமிடம் வரைக்கும் ஓடும். அதைப் பார்க்கத்தான் கூட்டம். இடைவேளை நேரம் வரை டிக்கெட் கொடுத்துக் கொண்டேயிருப்பதும் அதுவரைக்கும் பார்வையாளர்கள் வருவார்கள் என்பதால் தான். துணுக்குப் படம் முடிந்ததும் கூட்டம் முழுவதும் வெளியேறிவிடும்.

அந்த ஐந்து நிமிடம் தியேட்டர் முழுக்க அப்படி ஒரு அமைதி நிலவும். ஒருவர் மூச்சோசை இன்னொருவருக்குக் கேட்கும் அமைதி. இத்தனை அமைதியாக ரசிகர்கள் வேறெந்தப் படத்தையும் பார்த்திருக்க வாய்ப்பில்லை. ஆகக் காலைக்காட்சி என்பது ஒரு மணி நேரம்தான். இடைவேளையின் போது பார்வையாளர்களில் தொண்ணூறு விழுக்காடு வெளியே வர மாட்டார்கள். இடைவேளை முடிந்து போடும் துணுக்கை ஒரு நொடிகூடத் தவற விடாமல் பார்க்கும் ஆவல். ஆகவே கடைகளில் வெளி வியாபாரம் என்பதே நடக்காது. முழுக்க முழுக்க உள் வியாபாரம்தான். அதுவும் இடைவேளை நேரத்தில் மட்டும். ஆகவே பையன்கள் காலைக்காட்சியின் போது சுறுசுறுப்பாகவும் சந்தோசமாகவும் வலம் வருவார்கள். எங்களுக்குச் சோடாதான் விற்கும். அந்தச் சமயத்தில் சைக்கிள் ஸ்டேண்டும் எங்கள் பொறுப்பில் இருந்தது. காலைக்காட்சிக்கு வருவது போல எந்தக் காட்சிக்கும் சைக்கிள்கள் வராது. ஒன்றின் மேல் ஒன்று சாய்த்து மூன்றுக்கும் மேற்பட்ட வரிசை போட வேண்டியிருக்கும். ஆகவே அதற்கு இரண்டு ஆட்கள் தேவைப்படும்.

சாமிபடங்களால் தியேட்டரின் எல்லாத் தரப்புக்கும் நல்ல வருமானம் என்பதில் சந்தேகமில்லை. இந்த மாதிரி படங்கள் போடுவதைப் பற்றி ஒன்றும் தீரப்பனுக்குத் தெரியாது. இன்னொரு பங்குதாரர் எண்ணப்படியே இந்தப் படம் போடும் வேலை நடந்தது. அதைப் பற்றிப் பின்னரும் தீரப்பனிடம் யாரும் பேசவில்லை. அவர் பெரும்பாலும் மாலை நேரத்தில்தான் தியேட்டருக்கு வருவார். ஆகவே காலையில் நடப்பது அவருக்குத் தெரியாது. ஒருமுறை ஏதோ காரணத்திற்காகக் காலைக்காட்சி நேரத்தில் வந்துவிட்டார். அரங்கு நிறைந்த கூட்டத்தைக் கண்டார். கடைக்கு முன்னால் சோடாவை அடுக்கிக் கொண்டிருந்த என் அப்பனிடம் 'என்ன படம் சோடா?' என்றாராம். 'அட அத ஏப்பா கேக்கறீங்க. இடைவேளையப்ப

மொலையப் புடுச்சு அமுக்கறாப்பல கொஞ்ச நேரம் படம் காட்டறாங்க. அதப் பாக்கத்தான் இப்பிடி வர்றானுங்க' என்று என் அப்பன் சொன்னாராம். 'ஒக்கத் தெரியாதவனுங்க பாக்க வர்றானுங்களா' என்று சொல்லிவிட்டுப் போய் விட்டாராம். அப்பனின் அந்த வாசகத்தைச் சொல்லிச் சொல்லிச் சிரித்து மாய்ந்தோம். 'அப்பன் என்ன சொன்னாரு' என்று யாராவது கேட்டாலே சிரிப்பு வந்துவிடும்.

தியேட்டர் மேனஜரிடம் 'இந்தப் படத்துக்கு இத்தன கூட்டம் வருதே. ஏன் நாலு காட்சியும் இதயே போடக்கூடாது?' என்று அவர் கேட்டதாகவும் அதற்கு ரெய்டு பற்றி மேனேஜர் எடுத்துச் சொன்னதாகவும் கேள்வி. ரெய்டு வராமல் இருக்க அதிகாரிகளுக்கு மாதாமாதம் குறிப்பிட்ட தொகையைக் கொடுத்துக் கொண்டிருந்தார்கள். அதையும் மீறி எப்போதாவது ரெய்டு வருவதாக இருந்தால் முன்கூட்டியே தகவல் வந்துவிடும். அன்றைக்கு நீலப்படத் துணுக்கு போடப் படாது. ரசிகர்கள் கத்திக் கொண்டும் பெஞ்சுகளைத் தூக்கிப் போட்டு ஆரவாரம் செய்து கொண்டும் கலைந்து போவார்கள். அப்படியான சில சமயங்களில் காட்சியையே ரத்து செய்துவிட்டுப் 'பெட்டி வரவில்லை' என்று சொல்வதும் உண்டு.

நீலப்படச் சுருள் கேபின் ரூமுக்குள் இருந்தால் எப்படியும் பிரச்சினை ஆகும் என்பதால் அதை ஆபரேட்டர் ராஜேந்திரன் தன் வீட்டுக்குக் கொண்டு சென்று விடுவார். காலைக்காட்சி முடிந்து உணவுக்கு வீட்டுக்குப் போகும்போது கையோடு கொண்டு செல்லும் அவர் அடுத்த நாள் காலையில் வரும்போது எடுத்து வருவார். ஒருநாள் ஏதோ காரணத்தால் ராஜேந்திரனுக்குப் பதிலாக மேனஜர் கொண்டு போய்விட்டார். மறுநாள் நேரத்திற்கு அவர் வரவில்லை. இடைவேளை வரையும் காணோம். என்ன செய்வதென்று தெரியாமல் ரெய்டு கதையைப் பரப்பி ரசிகர்களை அனுப்பிவிட்டார்கள். ரசிகர்கள் முணுமுணுத்துக் கொண்டே போனார்கள். ஆனால் மிகப் பிற்காலத்தில் தீரப்பன் வாக்கு பலித்தது. 1995க்குப் பிறகு நான்கு காட்சிகளுமே சாமிபடம் மட்டும் ஓடும் தியேட்டராக விமலா மாறிற்று. அப்போது எனக்குத் தியேட்டரோடு எந்தச் சம்பந்தமும் இருக்கவில்லை.

17

ஓருநாள் மட்டும்

நான் எட்டாம் வகுப்பு படிக்கும்போது தொடங்கி பட்ட வகுப்பு முடிக்கும் காலம் வரை கிட்டத்தட்ட எட்டாண்டுகள் தியேட்டரில் கடை வைத்திருந்தோம். சோடாக்கடை மட்டுமல்லாமல் சைக்கிள் ஸ்டேண்ட் குத்தகையும் சில வருடங்கள் எடுத்திருந்தோம். அக்காலத்தில் தியேட்டரில் வேலை செய்த பையன்கள் நூற்றுக்கணக்கில் இருப்பார்கள். பல்லாண்டுகள் தொடர்ந்து வேலை செய்தவர்கள் என்று யாரையும் சொல்ல முடியாது. வந்து ஓரிரு நாள்களிலேயே ஓடிவிடுபவர்கள் பலபேர். சில வாரங்கள், மாதங்கள் தாக்குப் பிடிப்பவர்கள் கொஞ்சம் பேர் உண்டு. நேற்றிருந்தார் இன்றில்லை என்னும் கதைதான்.

பர்மாக்காரன் சில வருசங்கள் இருந்தான். நடேசன் என்றொரு பையன் இரண்டாண்டுகளுக்கு மேலாக இருந்தான். அவன் சாதியை என் அப்பன் எப்படியோ கண்டுபிடித்து விட்டார். குடியானவரில் இன்னொரு பிரிவு. இந்தப் பகுதியில் குடியானவர்களாக இருப்பினும் இருபிரிவினருக்கும் எப்போதுமே ஆகாது. பல நூற்றாண்டுகளாகப் பகைமை பாராட்டும் சாதிகள் இவை. ஆகவே ‘ஆட்ட நம்புனாலும் இந்த ஆள நம்பக் கூடாதுடா’ என்பார் என் அப்பன். அதனால் அவனிடம் எப்போதும் எச்சரிக்கையாகவே இருந்தார். அவனை எனக்கு மிகவும் பிடிக்கும். என்னைவிட ஐந்தாறு வயது கூடுதலாக இருப்பான். பிரியமாக நடந்துகொள்வான். அவனுக்குத் தெரியாத வேலை எதுவும் கிடையாது. அப்படி ஒரு சகலகலா

வல்லவன். எதையும் நிதானமாகவும் சரியாகவும் செய்வான். அவனுக்கு வாய்ப்புகள் கிடைத்திருந்தால் எந்தத் துறையிலும் சாதிப்பவனாக மாறியிருப்பான்.

எங்களிடம் அப்போது ஐந்து சைக்கிள்கள் இருந்தன. என்னுடைய சைக்கிள் போக நான்கு. என் அப்பனுக்கும் அண்ணனுக்கும் ஒவ்வொன்று. மீதம் இரண்டுக்கும் ‘கடைச்சைக்கிள்’ என்று பெயர். தண்ணீர்க் குடம் கட்டி எடுத்து வரவோ கடைகளுக்குச் சோடா கொண்டுபோய்ப் போட்டு வரவோ அவற்றைப் பையன்கள் பயன்படுத்துவர். அத்தகைய பயன்பாடுகளுக்கு முதலில் ஒரு சைக்கிள்தான் இருந்தது. இன்னொன்று சைக்கிள் ஸ்டேண்ட் மூலமாக எங்களுக்கு வந்து சேர்ந்தது. சைக்கிள் காணாமல் போய்ப் பணம் கட்டுவதுதான் பெரும்பாலும் நடக்கும். எங்களுக்கு முன் சைக்கிள் ஸ்டேண்ட் நடத்தியவர் இரண்டு மூன்று சைக்கிள்களைத் திருட்டுக் கொடுத்துவிட்டுப் பணம் கட்டினார். சரியாகப் பார்க்க ஆளில்லை. அவர் விட்டுப் போனதும் என் அப்பன் எடுத்தார். பையன்களை வைத்து நடத்திவிடலாம் என்னும் நம்பிக்கை. கூடுதல் கவனம் எடுத்து நடத்தியதால் சைக்கிள் எதுவும் களவு போகவில்லை. எங்கள் கைக்குக் கூடுதலாக ஒரு சைக்கிள் வந்து சேர்ந்தது.

இரண்டாவது ஆட்டத்துக்கு எப்போதும் மிகக் குறைவாகவே சைக்கிள்கள் வரும். இருபது சைக்கிள்கள் வந்துவிட்டால் அன்றைக்கு நல்ல கூட்டம் என்று அர்த்தம். சைக்கிளை நிறுத்துபவர்களுக்கு டோக்கன் கொடுப்போம். டோக்கன் என்று பெயர்தான். பெட்டிக் கடைக்காரர் காலி செய்து போடும் சிகரெட் பெட்டிகளை எடுத்து அதன் அட்டைகளைக் கிழித்து வைத்துக்கொள்வோம். ஒவ்வொரு பெட்டியிலும் இரண்டு அட்டைகள் வரும். அந்த அட்டைகளில் எண் எழுதுவோம். ஒவ்வொரு எண்ணையும் இருமுறை எழுத வேண்டும். சைக்கிள் ஹேண்டில்பாரில் இருக்கும் முன்பிரேக் பல்லில் ஒன்றைச் செருகிவிடுவோம். பின்சக்கரப் பிரேக் பல்லும் இருக்கும் என்றாலும் அதை அதிகம் பயன்படுத்தும் காரணத்தால் யாராவது சட்டெனப் பிரேக்கைப் பிடித்துவிட்டால் அட்டை கீழே விழுந்துவிடும். அதனால் அதிகம் கையாளாத முன்பிரேக் பல்லில் செருகுவது வழக்கம். அதே எண் கொண்ட மற்றொரு அட்டையைச் சைக்கிள்காரரிடம் கொடுப்போம். அட்டையைத் தொலைத்துவிட்டால் சைக்கிளைத் தர மாட்டோம். யாராவது தெரிந்த ஆளைக் கூட்டிக்கொண்டு வரவேண்டும். இல்லையென்றால் அடுத்த நாள் சைக்கிள்காரரின் ஊரில்

இருந்து முக்கியஸ்தரைக் கூட்டி வந்து பேசித்தான் வாங்கிப் போக வேண்டும்.

சைக்கிள் ஸ்டேண்ட் வெளியே திறந்தவெளியில் இருந்ததால் எப்போதும் காவலுக்கு ஓராள் அங்கே இருந்தே தீர வேண்டும். முதல் சைக்கிளைச் சுவரில் சாய்த்து வைப்போம். அதன்மீதே ஒவ்வொரு சைக்கிளையும் ஸ்டேண்ட் போடாமல் சாய்த்து அடுக்கி நிறுத்துவோம். இடப்பக்கப் பெடல் கட்டை மேல்பக்கம் வருகிற மாதிரி வைத்து ஒவ்வொரு சைக்கிளையும் சாய்க்கலாம். சரிந்து போகாமல் ஒரு வரிசையில் ஐம்பது சைக்கிள்வரை அப்படி நிறுத்தலாம். சைக்கிள் கேரியர்கள் ஒன்றோடு ஒன்று பொருந்தி படுக்க வாகாக இருக்கும். காவலுக்கு இருக்கும் ஆள் சைக்கிள் வரிசையின் கடைசிப் பகுதியில் படுத்துத் தூங்கலாம். யாராவது சைக்கிளை அசைத்தாலே விழிப்பு வந்துவிடும். ஒவ்வொரு காட்சிக்கும் யாராவது ஒருவர் முழுநேரமும் வெளியே இருக்க வேண்டும். இரண்டாம் ஆட்டத்தின்போது காவலிருப்பவர் சைக்கிள் கேரியர் படுக்கையில் தூங்கிக் கொள்ளலாம். என் அப்பன் தூங்க மாட்டார். இரண்டாம் ஆட்டம் முடிந்து சைக்கிள் முழுவதையும் எடுத்து அனுப்பும்வரை விழித்தபடி கேபின்ரூம் மாடிப்படி அறையில் படுத்திருப்பார்.

அவர் பெரும்பாலும் தூங்குவது அரிது. இளவயதிலேயே சாராயம் குடித்துப் பழகியவர். சாராயம் காய்ச்சும் மரமேறிகளுடன் நெருங்கிப் பழகியவர் ஆதலால் சுடச்சுட வடித்துக் குடித்தவர். தொடர்ந்த குடிப்பழக்கம் காரணமாகத் தீராத வயிற்றுப் புண்ணுடன் அவதிப்பட்டார். எந்நேரமும் வயிற்றைப் பிசைந்து கொண்டேயிருப்பார். அவரால் குடியை நிறுத்த முடியவில்லை. ஆகவே எந்த மருத்துவமும் அவருக்குப் பலன் தரவில்லை. 'கானக்காடு போவையிலதான் இந்த வலியும் போவும்டா' என்பார். அப்படியே தானாயிற்று. அவரைத் தவிரத் தியேட்டரில் வேலை செய்யும் எவரும் எந்த நேரத்திலும் எந்த இடத்திலும் படுத்தால் போதும் தூங்கிவிடுவர். உட்கார்ந்து கொண்டேகூடத் தூங்குவர். எல்லாக் காட்சிகளுக்கும் கூட்டம் வரும் நாட்களில் எல்லார் முகங்களிலும் அப்படியொரு சோர்வு இருக்கும். ஐந்து நிமிடம் படுத்தால் போதும் என்றிருக்கும். சில சமயம் தூக்கம் தாங்காமல் பையன்கள் எங்காவது சந்து பொந்துகளுக்குள் போய்ப் படுத்துத் தூங்கிவிடுவர். இடைவேளை நேரம் நெருங்கும்போது தியேட்டருக்குள் எல்லா இடத்திலும் தேடி ஆளைப் பிடித்து வருவர்.

தூங்குவதில் என் அண்ணனுக்கு இணை அவன்தான். நின்றுகொண்டே தூங்குவான். பேசிக் கொண்டே தூங்குவான்.

எந்தச் சத்தமும் அவனை எழுப்பிவிட முடியாது. கும்பகர்ணத் தூக்கம் என்பதை அவனிடம் பார்க்கலாம். அவனுக்கு நிறைய வேலைகள் இருக்கும். அதுவும் கடுமையான உடல் உழைப்பைக் கோரும் வேலைகள். பாட்டில் கழுவுதல், சோடா தயாரித்தல் ஆகியவை மட்டுமல்ல. வெளியில் இருந்த கடைகளுக்கும் கொண்டுபோய்ப் போட்டு வர வேண்டும். கொஞ்ச காலம் சாராயக்கடைகள் சிலவற்றுக்கும் சோடா சப்ளை செய்தோம். 'நிற்க நேரமில்லை' என்பது அவனுக்குப் பொருந்தும். ஒருமுறை கடைக்குள் மரக்கிரேடுகள் இரண்டைக் கவிழ்த்துப் போட்டுப் படுத்துத் தூங்கிவிட்டான். மரக்கட்டை மாதிரி ஆழ்ந்த தூக்கம். கடைக்குள் எலிகள் தாராளமாகத் திரியும். அவன் கால் கட்டைவிரலை எலி ஒன்று வந்து பிராண்டிக் கடித்தும் விட்டது. அப்போதும் அவன் எழவில்லை. காலையில் பார்த்தால் கட்டைவிரலில் நல்ல காயம். ரத்தம் ஒழுகி வடிந்திருந்தது. இப்படித் தூங்குபவனை என்ன செய்வது? அவனை ஒருபோதும் சைக்கிள் ஸ்டேண்ட் பக்கம் அனுப்ப மாட்டார்.

என் தூக்கம் கோழித்தூக்கம்தான். சிறுசத்தம் கேட்டாலும் எனக்கு விழிப்பு வந்துவிடும். அதற்குப் பல காரணங்கள். அதனால் என்னைப் பெரும்பாலும் சைக்கிள் காவலுக்குப் போகச் சொல்லி விடுவார். பாடப் புத்தகத்தை எடுத்துப் போய்ச் சைக்கிள் ஸ்டேண்டில் வைத்துப் படிப்பதுண்டு. கல்லூரிக்குப் போனபின் ஏதாவது நாவலோ கவிதைத் தொகுப்போ என் கையில் இருக்கும். அப்போது வாசிப்பதில் எனக்குப் பேரார்வம் கூடியிருந்தது. ஆகவே சைக்கிள் ஸ்டேண்ட் வேலையை விரும்பி ஏற்பேன். அந்தப் பக்கம் ஆள் நடமாட்டம் அறவே இருக்காது. படம் விடும்வரை படித்துக் கொண்டிருக்கலாம்.

ஒருமுறை இரண்டாவது ஆட்டத்துக்கு வந்த சைக்கிள்களில் ஒன்றை யாரும் வந்து எடுக்கவே இல்லை. எவனாவது தியேட்டருக்குள் படுத்துத் தூங்கி விட்டானோ என்று தேடிப் பார்த்தும் ஒருவனையும் காணவில்லை. குடிகாரன் எவனாவது இங்கே நிறுத்தியதை மறந்துவிட்டுப் போயிருப்பான் என நினைத்தோம். அடுத்த நாள் வந்து எடுத்துக் கொள்வான் என்று பார்த்தோம். ஒருவரும் வரவில்லை. இரண்டு நாள் பொறுத்தபின் சைக்கிளை வீட்டுக்கு எடுத்து வந்து விட்டார் என் அப்பன். நல்ல சைக்கிள்தான். வெளிர்பச்சை நிறப் பெயிண்ட அடித்திருந்தது. அது சைக்கிளோடு வந்த பெயிண்ட் அல்ல. பின்னர் தனியாகச் சைக்கிள்காரன் அடித்திருக்க வேண்டும். ஹெர்குலிஸ் சைக்கிள். அடிபிடிக்குத் தாங்கும் என ஹெர்குலிஸ் அப்போது புகழ் பெற்றிருந்தது. என் சைக்கிள் மட்டும்தான்

ஹம்பர். எங்களிடம் இருந்த மற்றவை எல்லாம் ஹெர்குலிஸ். சோடா பாட்டில் பாரம் வைத்து ஓட்ட அதுதான் சரி.

இந்தச் சைக்கிளும் ஹெர்குலிஸாகவே அமைந்துவிட்டதில் என் அப்பனுக்கு மகிழ்ச்சி. வீட்டில் பயன்படுத்துவதற்கு மட்டும் இது என்று சொல்லிவிட்டார். வெளியே கொண்டு போனால் சைக்கிள்காரன் அடையாளம் கண்டு சைக்கிளைக் கேட்கக் கூடும். வெகுநாட்கள் அப்படியே அந்தச் சைக்கிள் எங்கள் வீட்டில் நின்றுகொண்டிருந்தது. வீட்டில் பெரிய பயன்பாடு ஒன்றும் இல்லை. நடேசன் வந்துதான் அந்தச் சைக்கிளைத் தயாராக்கினான். சைக்கிள் பெயிண்ட்டை மாற்றியதோடு சீட் உயரத்தைக் குறைத்துக் கவர் மாற்றினான். எதுவெல்லாம் சைக்கிளின் அடையாளமோ அதையெல்லாம் நீக்கிப் புதுச்சைக்கிளாகச் செய்துவிட்டான். பிறகு அந்தச் சைக்கிள் தியேட்டருக்குக் கொண்டு செல்லப்பட்டுப் பயன்பாட்டுக்கு வந்தது.

சைக்கிளில் எந்தப் பழுது என்றாலும் நடேசன் சரி செய்துவிடுவான். பஞ்சர் ஒட்டுவதும் அவன் வேலைதான். அவனுக்காகவே எல்லாவகை ஸ்பேனர்களும் பஞ்சர் ஒட்டும் பொருட்களும் வாங்கி வைத்திருந்தார் என் அப்பன். சோடா பாட்டில் அடுக்கும் கிரேடுகள் பழையவை ஆகிவிட்டால் அவற்றுக்குப் பலகை அடித்துப் புதிது போல ஆக்குவான். கம்பிப்பெட்டியின் கட்டுக்கம்பிகள் விட்டுப் போனால் அவற்றை எளிதாகப் பின்னிச் சரிசெய்துவிடுவான். அந்த வேலைகளுக்கு எல்லாம் என் அப்பன் பெரிதாகப் பணம் கொடுக்க மாட்டார். அவனுக்குச் சில சலுகைகள் இருக்கும். அப்பன் டீ குடிக்கும்போது அவனுக்கும் ஒரு டீ வாங்கித் தருவார். வீட்டில் இருந்து வரும் சோற்றில் ஒரு பங்கை அவனுக்குக் கொடுத்துவிடுவார். இப்படித்தான். அவனும் பணம் எதிர்பார்த்து அந்த வேலைகளைச் செய்ததில்லை. அவனுக்கு அவற்றைச் செய்வதில் அப்படி ஒரு ஆர்வம். எந்தப் பொருளையும் வீணாக்கியதில்லை. ஒவ்வொரு பொருளையும் புதிதாக்கும் அவன் கை.

இப்படி எத்தனையோ வகை வேலைகளில் உதவியாக இருந்தவன் நடேசன். அவன் மேல் எந்தக் குற்றமும் சொல்ல முடியாத வகையில் நல்லவிதமாக நடந்துகொண்டான். கடையை விட்டுப் போகும்போதுகூட அவனுடைய உறவினர் ஒருவர் ஊரில் டாக்சி வாங்கி வாடகைக்கு விடுகிறார் என்றும் அதை ஓட்டுவதற்குப் போவதாகவும் சொல்லி விடைபெற்றுப் போனான். திடகாத்திரமான உருவமும் கறுப்பு நிறமும் உடையவன் அவன். சப்பை முகம் கொண்டவன். அவனுக்குச் 'சப்பையன்' என்பதுதான் பட்டப் பெயராக இருந்தது. எந்நேரமும் அவன்

உதட்டில் பீடி புகைந்துகொண்டிருக்கும். இன்னும் எங்காவது டாக்சி ஓட்டிக்கொண்டிருக்கலாம். அவன் திறமைக்கு நன்றாக முன்னேறிச் சுகமாக வாழலாம். அவனைச் சந்திக்க வேண்டும் என்னும் ஆவல் எனக்குள் இருக்கிறது. நிறைவேறுமா எனத் தெரியவில்லை.

அப்படியானவர்கள் அரிய ரகம். சொல்லாமல் கொள்ளாமல் ஓடிப் போவதுதான் அதிகம் இருக்கும். கடைக்காரரிடம் கடன் அதிகம் ஆகிவிட்டால் அதை அடைக்க முடியாமல் ஓடுவார்கள். கடையிலே திருடிக் கொண்டு ஓடுவார்கள். உறவினர்கள் கண்டுபிடித்துத் தேடி வந்தால் அவர்களிடமிருந்து தப்பிக்க ஓடிப் போவார்கள். ஒருமுறை ஓடிப் போனவன் கொஞ்ச காலம் கழித்துத் திரும்பி வருவதும் உண்டு. இடைவேளை நேரம் உள்வியாபாரத்திற்குப் போய் முழுவதையும் விற்றதும் சோடாப் பாட்டிலைக் கம்பிப்பெட்டியோடு ஏதாவது ஒரு மூலையில் வைத்துவிட்டு ஓடிப் போனவர்களும் உண்டு. கையில் கொஞ்சம் காசு வேண்டும் என்பதற்காக இடைவேளை வியாபாரத்தைப் பார்த்து அதில் வரும் காசை எடுத்துக்கொண்டு வெளியேறுதல் அது.

சில சந்தர்ப்பங்களில் கடைகளில் தேவைக்கு அதிகமாகப் பையன்கள் இருப்பார்கள். சில வேளைகளில் ஆளே இருக்க மாட்டார்கள். ஆள் இல்லாத போது நல்ல படம் போட்டுக் கூட்டம் அதிகமாக வந்தால் உள் வியாபாரத்திற்குத் தடுமாறிப் போவோம். பையன்கள் மீது என் அப்பனுக்கு ஒருபோதும் நம்பிக்கை கிடையாது. ‘தெல்லவேரிப் பசங்கடா. இருக்கற மாதிரி இருப்பான். மூச்ச உட்டு இழுக்கறதுக்குள்ள பாத்தா ஓடிப் போயிருப்பான்’ என்பார். ஓடிப் போனவன் திரும்பி வந்தால் அவன் கொடுக்க வேண்டிய பணத்தை மறுபடியும் கடைக்காரர்கள் வசூல் செய்துவிடுவார்கள். உள்ளூரிலேயே வேறு ஏதாவது தியேட்டரில் போய்ச் சேர்ந்திருந்தால் இழுத்து வந்துவிடுவார்கள். அதனால் எப்போதும் பதிலியாக ஆள் வைத்திருப்பார். சண்முகன் என்றொரு பையன் அப்படிப் பதிலி ஆளாக இருந்தான். அவன் முடிதிருத்தும் தொழில் செய்து கொண்டிருந்தான். சினிமாப் பைத்தியம். முதல் ஆட்டத்திற்கோ இரண்டாம் ஆட்டத்திற்கோ சோடா விற்க வருவான். சோடா விற்றபடியே படம் பார்ப்பதுதான் அவன் நோக்கம். ஆள் இல்லாத நாளுக்கு அவன் வரவில்லை என்றாலும் ஆள் அனுப்பிக் கூட்டிவருவார். அப்படி இன்னொரு பதிலி ஆள் நான்.

தினந்தோறும் தியேட்டருக்கு நான் போயே தீர வேண்டும். போகாவிட்டால் அதற்கான காரணத்தைச் சொல்ல

வேண்டும். சொன்னால் வேறு ஏற்பாடு செய்துகொள்வார். 'பரிட்சை இருக்கிறது' என்னும் காரணத்தைச் சொல்லியே பெரும்பாலான சந்தர்ப்பங்களில் தப்பித்துக்கொள்வேன். பலநாள் பள்ளிக்கூடத்திற்கு விடுப்பு எடுக்க நேர்ந்திருக்கிறது. சோடாக்கடையும் சைக்கிள் ஸ்டேண்டும் என இரண்டையும் பார்க்க வேண்டியிருந்த சமயங்களில் பலநாள் 'இன்னைக்குப் பள்ளிக்கூடம் போக வேண்டாம்' என்று கறாராகச் சொல்லிவிடுவார். சைக்கிள் நிறுத்துவதற்குத் தியேட்டரின் மேற்குப் பகுதியில் ஆண்கள் டிக்கெட் கொடுக்கும் க்யூக்களை ஒட்டி ஒருபகுதியை ஒதுக்கியிருந்தார்கள். அது வெட்டவெளி. சைக்கிள் நிறுத்தும் வேலையும் இடைவேளையின்போது உள்வியாபாரமும் என என் பொழுது தியேட்டரிலேயே கழியும். அன்றாடம் முதல் ஆட்டத்திற்கு நான் போயே ஆக வேண்டும்.

மாலை நான்கு மணிக்குப் பள்ளிக்கூடம் விடுவார்கள். பள்ளியிலிருந்து என் வீட்டுக்கு ஆறு கல் தொலைவு. சைக்கிளில் செல்வேன். நான்கு மணிக்குப் பள்ளி மணி அடித்ததும் முதல் ஆளாகப் பையைத் தூக்கிக் கொண்டு ஓடிவந்து சைக்கிளை எடுப்பேன். அதற்கு வசதியாகச் சைக்கிளை வரிசை ஓரத்தில் நிறுத்தியிருப்பேன். பள்ளிக்குள் சைக்கிளில் ஏறிச் செல்லக்கூடாது. மாணவர் கூட்டம் சேர்ந்துவிட்டால் சைக்கிளைத் தள்ளிக்கொண்டு வெளியே வருவதற்குள் போதும் போதும் என்றாகிவிடும். அதுவல்லாமல் கால்மணி நேரம் போய்விடும். மணி அடித்ததும் சைக்கிளை எடுப்பதும் தெரியாது, தள்ளிக்கொண்டு வெளியே வருவதும் தெரியாது. முதல் ஆள் நானாகத்தான் இருப்பேன்.

கரட்டூர் அரசு மேல்நிலைப்பள்ளி இருந்த இடம் பட்டறை மேடு என்னும் பகுதி. மேட்டில் பள்ளி இருந்ததால் வாசலில் சைக்கிள் ஏறினால் பஸ் ஸ்டேண்ட் வரைக்கும் கிட்டத்தட்ட ஒரு பர்லாங் தூரம் மிதிக்காமலேயே வேகமாக வந்துவிடலாம். போகும் வழியில் தான் தியேட்டர் என்பதால் பள்ளி விட்ட பத்தாவது நிமிடத்தில் தியேட்டரில் இருப்பேன். பகல் காட்சிக்கு இடைவேளை நேரம் நாலே கால் மணியிலிருந்து நாலரை மணிக்குள் வரும். இடைவேளை மணி அடிக்கும்போது எப்படியும் தியேட்டருக்குள் நுழைந்துவிடுவேன். உள்ளே போக வேண்டும் என்றால் கம்பிப் பெட்டியில் சோடாக்களை அடுக்கித் தயாராக வைத்திருப்பார்கள். சைக்கிளை மாடிப்படியில் பையோடு நிறுத்தியதும் வேகமாகப் போய்க் கம்பிப்பெட்டியைத் தூக்கிக் கொண்டு உள்ளே ஓடுவேன். வெளிவியாபாரம் என்றால் கடை முன்னால் போய் நின்றால் போதும். அத்தனை அவசரம் இல்லை.

இடைவேளை வியாபாரம் முடிந்ததும் அப்பனுக்கும் அண்ணனுக்கும் மத்தியானச் சாப்பாடு கொண்டு வந்திருந்த பைகளை எடுத்துக்கொண்டு வீட்டுக்குக் கிளம்புவேன். ஐந்தரை மணிவாக்கில் வீட்டுக்குப் போனால் அங்கும் எனக்கு வேலை தயாராக இருக்கும். மாடுகன்றுகளைப் பிடித்துக் கட்டுவதோ ஆடுகளைப் பட்டியில் அடைப்பதோ என அம்மாவுக்கு உதவியாக வேண்டும். பின்னர் ஏழரை மணியளவில் இரவுச் சாப்பாட்டை எடுத்துக் கொண்டு தியேட்டருக்குக் கிளம்புவேன். முதல் ஆட்டம் இடைவேளை நேரத்திற்குள் போய்ச் சேர வேண்டும். இரண்டாம் ஆட்டம் இடைவேளை முடிந்துதான் வீட்டுக்குத் திரும்ப முடியும். அப்போது என் அப்பன் சுவேகா என்றொரு இரு சக்கர வாகனம் வைத்திருந்தார். இரவில் வீட்டுக்குத் திரும்ப அது உதவும். வழியெங்கும் இருட்டு. இரண்டு இடங்களில் சுடுகாடு வரும். கண்ணை மூடிக் கொண்டு திருகினால் அந்த இடங்களை ஓரிரு வினாடிகளில் கடந்துவிடுவேன்.

கூட்டம் அதிகம் இல்லாத நாள் என்றால் சாப்பாட்டைக் கொடுத்துவிட்டு உடனே திரும்பிவிடலாம். எனக்குத் தேர்வு நேரம் என்றால் யாராவது ஒரு பையனை அனுப்பிச் சாப்பாட்டை எடுத்துச் செல்வார்கள். இப்படி அனுதினம் தியேட்டரோடு என் நடவடிக்கைகள் தொடர்பு கொண்டிருந்தன. இதற்கிடையேதான் என் படிப்பும் நடந்தது. எனக்கும் தியேட்டருக்குச் செல்வது மிகவும் விருப்பமாகவே இருந்தது. படம் மாற்றினால் அந்த நாள் தவறாமல் போய்விடுவேன். எந்தப் படமாக இருந்தாலும் சரி அதைப் பார்த்துவிடுவேன். எட்டாண்டுகளில் அப்படி நான் பார்த்த படங்களின் எண்ணிக்கை எழுநூறு எண்ணூறு இருக்கும். 'ஒருநாள் மட்டும்' என்னும் அறிவிப்போடு ஓடிய படத்தைக்கூட விடாமல் பார்த்திருக்கிறேன். மிகப் பழைய படங்களிலிருந்து அக்காலத்தில் வெளியான புதுப்படங்கள் வரை அனைத்தும் அவற்றுள் அடங்கும். எப்போதும் படம் பார்க்க எனக்கு வாகானது இரண்டாம் ஆட்டம்தான். கடை வேலைகள் ஏதும் இல்லாத நேரம் அது. ரீல் போடுவதில் இருந்து வணக்கம் வரைக்கும் பார்த்தால்தான் திருப்தி. பேதம் இன்றி எல்லா நடிகர்களின் படங்களையும் அப்படிப் பார்த்திருக்கிறேன்.

18

கமிஷன் காசு

என் இளம்வயதில் காசைக் கண்ணில் பார்ப்பதே அபூர்வமானது. ஒரு பைசா, இரண்டு பைசா, மூன்று பைசா, ஐந்து பைசா, பத்துப் பைசா, இருபது பைசா ஆகிய நாணயங்கள் இருந்தன. நாலணா, எட்டணா ஆகியவை கிடைத்தால் பணக்கார எண்ணம் வந்துவிடும். ஒரு பைசா, இரண்டு பைசா, மூன்று பைசா ஆகிய காசுகள் எனக்கு எப்போதாவது கிடைப்பவை. அவற்றைப் பெறவும் பெரும் பிரயத்தனங்கள் தேவைப்படும். காசு என்பது அமுதம் போல. துளி சிந்தாமல் காத்துக்கொள்ள வேண்டும் என்பதும் தேவையின்போது சொட்டுச் சொட்டாக மாந்த வேண்டும் என்பதும் எனக்குள் அப்போதே ஏற்பட்டுவிட்ட மனப்பதிவு.

என் குடும்பத்திற்கும் சரி, எனக்கும் சரி தியேட்டர் கடை வருமானம் அதிசயமானதாக இருந்தது. அன்றாடம் கைக்குப் பணம் வருகிறது, அதுவும் ரூபாய் நோட்டுக்களாக. பரவசமும் இது தொடருமா என்னும் பயமும் ஒருசேர எனக்கிருந்தன. ஆகவே கிடைப்பதைச் சேமித்துக்கொள்ளும் எண்ணம் வலுவாயிற்று. வீட்டில் யாருக்கும் தெரியாமல் சேமிக்க முடியாது. ஒற்றையறை ஓலைக் கொட்டகையில் ஒருவருக்குமே ரகசியமான இடம் இல்லை. உண்டியல் சேமிப்பு வீடறிந்த ரகசியம். போகிற போக்கில் யார் வேண்டுமானாலும் எடுத்துக் குலுக்கிக் கனம் பார்க்கலாம். கவிழ்த்துக் குலுக்கினால் ஓட்டை வழியாக ஒன்றிரண்டு காசுகள் தானாக வந்து விழும். கொண்டை ஊசி, தையல் ஊசி ஆகியவற்றைப் பயன்படுத்தினால்

காசுகளை எளிதாக வெளித்தள்ளலாம். சிறு சண்டையில் கோபம் வந்துவிட்டால் அதைச் சாக்காக்கி உண்டியலைத் தூக்கிப் போட்டு உடைத்துவிடலாம்.

எனக்குக் கிடைக்கும் காசுகளை, ரூபாய்களைப் பத்திரப்படுத்தப் படாதபாடு படுவேன். புத்தகத்திற்குள் வைக்கலாம். வீட்டில் யாரும் தொட மாட்டார்கள். ஆனால் பள்ளியில் பையை விட்டு எங்கும் நகர முடியாது. பையில் ஒரு காசிருந்தால் எல்லாப் பையன்களுக்கும் திருட்டு முகம் பொருந்திவிடும். கொஞ்ச நாள் என் பாட்டியிடம் கொடுத்து வைத்திருந்தேன். அதுவும் புரிபடு ரகசியமே. பாட்டியின் செயல்கள் ஒவ்வொன்றுக்கும் தனக்கெதிரான நோக்கங்களைக் கற்பித்துக் கொள்ளும் மனோபாவம் இயல்பாக வாய்க்கப் பெற்றிருந்த என் அம்மா, பாட்டி என்னை ஏமாற்றிவிடுவார் எனத் தீவிரமாக நம்பினார். அதை எல்லாரிடமும் பரப்பவும் செய்தார். இத்தனைக்கும் பாட்டிக்கு என் அம்மா நெருங்கிய சொந்தம். பாட்டியின் தாய்மாமன் பேத்தி.

என் மீது கோபம் வரும்போதெல்லாம் பாட்டியிடம் நான் பணம் கொடுத்து வைப்பதைக் குறித்து மிக வன்மமாகக் 'கெழவி கொழாயில கொண்டோயிப் போடறான். அது அவ்வளவுதான். ஒரு காசக்கூடத் திரும்பக் கண்ணுல பாக்க முடியாது' என்பார். 'கொழாயி (குழாய் என்பதன் திரிபு)' என்றால் எங்கள் வட்டார வழக்கில் யோனி என்று பொருள். இந்தப் பேச்சுக்குப் பின் பாட்டி 'இந்தாடா அப்பா... உங்கொம்மா கொழாயிலயே கொண்டோயிக் கொட்டு' என்று சொல்லி எல்லாவற்றையும் திருப்பிக் கொடுத்துவிட்டார். கிட்டத்தட்ட நூறு ரூபாய்க்குப் பக்கமாக என் சேமிப்பு இருந்தது. அவ்வளவையும் எப்படிப் பாதுகாப்பது எனத் தெரியாமல் தவித்தேன். அதுவும் இல்லாமல் 'உம்பையன் காசு நூறையும் அவங்கையிலயே கொடுத்துட்டனாயா. இன்னமேலு எங்கிட்டக் குடுக்க வேண்டாம்னும் சொல்லீட்டன்' என்று பாட்டி அறிவித்துவிட்டதால் நான் எவ்வளவு சேர்த்து வைத்திருந்தேன் என்னும் குட்டு வெளிப்பட்டுப் போயிற்று. அதை வலுவந்தமாக என் வசமிருந்து அம்மா கைப்பற்றிக் கொண்டார்.

அதன்பின் யாரிடமும் கொடுத்து வைக்காமல் நானாகவே இடங்களைத் தேடி அலைந்தேன். கொடி பிடுங்காத கடலைக்கொடிப் போரில் பொந்து ஒன்றை உருவாக்கினேன். என் சேமிப்புப் பணத்தை மழைக்காகிதப் பைக்குள் போட்டு அந்தப் பொந்தில் வைத்தேன். மழை நாள் ஒன்றில் ஆட்டுக்குக் கொடி பிடுங்கிய அம்மா கையிலேயே அந்தச் சேமிப்பும் சிக்கியது.

'காசு கொழுத்தாலும் இப்பிடியா? கடலக்கொடிப் போர்லயா கொண்டோயி வெப்பான்? இன்னமே இவனுக்கு ஒருகாசுகூடக் குடுக்காத' என்று என் அப்பனிடம் சண்டை போட்டார். என்ன அழுது புரண்டும் பணம் என் கைக்கு வரவில்லை. போனதுதான். யாருக்கும் தெரியாமல் எப்படிச் சேமிப்பது எனத் திணறி அதுவே யோசனையாக இருந்தது.

அப்போது 'சஞ்சாயிகா' என்னும் ஒரு சேமிப்புத் திட்டம் பள்ளிகளில் நடைமுறையில் இருந்தது. சஞ்சய் காந்தி பெயரில் தொடங்கிய திட்டம் என நினைக்கிறேன். பள்ளியில் ஓர் ஆசிரியர் அதற்குப் பொறுப்பாக இருந்தார். அவரிடம் நம் சேமிப்பைக் கொண்டு போய்க் கொடுத்து வரவு வைத்துக்கொள்ள வேண்டும். பணம் கொடுத்தால் அந்த ஆசிரியர் ஆவலாக வாங்கிக்கொள்வார். திரும்ப எடுக்க வேண்டும் என்றால் கஷ்டம். அவரிடம் இருந்து பைசா பெறுவது சுலபமல்ல. 'பணத்தை எடுத்து என்ன செய்யப் போகிறாய்?' என்று தொடங்கி ஏராளமான கேள்விகள் கேட்பார். கேட்டு வரும் பையன் தானாகவே 'அப்பறம் எடுத்துக்கறன் சார்' என்று சொல்லும்வரை விட மாட்டார். சேமிப்பு இவ்வளவு இருக்கிறது என்று ஒவ்வோர் ஆண்டும் கணக்குக் காட்ட வேண்டும் என்பதாலோ சேமிப்புப் பணத்தைத் தன் சொந்தச் செலவுக்குப் பயன்படுத்திக் கொள்வதாலோ மாணவர்களை அப்படி விரட்டுவதற்குக் காரணமாயிருக்கலாம். ஐந்து ரூபாய் பத்து ரூபாய் போட்ட மாணவர்கள் அதற்குப் பின் போடாமல் நின்றுவிட்டார்கள். கடைசிவரை வாங்க முடியாமலும் பள்ளியை விட்டு வெளியேறிப் போனார்கள். என் பணமும் எட்டோ பத்தோ ரூபாய் அப்படிப் போனது. அதன் காரணமாக சஞ் சாயிகா திட்டத்தில் என் பணத்தைப் போட விருப்பமில்லை.

வங்கியைப் பற்றி அறிந்திருந்தாலும் அதன் முறைகள் பற்றி எதுவும் தெரியாது. பள்ளிக்குப் போகும் வழியில் 'பாரத ஸ்டேட் வங்கிக் கிளை' இருந்தது. தினமும் அதைப் பார்த்துக் கொண்டே செல்வேன். உள்ளே போய்க் கணக்குத் தொடங்குவது பற்றிக் கேட்கத் தயக்கம். அரை வேலைநாளில் பள்ளி விட்ட ஒருநாள் துணிந்து வங்கிக்குள் நுழைந்தேன். நான் நினைத்த மாதிரி பயம் ஏதுமில்லை. அப்போது வங்கிக் கணக்கு வைத்திருந்தவர்களின் எண்ணிக்கை வெகு சொற்பம். வங்கிகளும் மிகவும் குறைவுதான். ஆகவே சேமிப்புக் கணக்குத் தொடங்கக் கடுமையான நடைமுறைகளும் இல்லை. இப்போது அடையாளச் சான்று மூன்று வேண்டும் என்கிறார்கள். அப்போது எதுவுமே கேட்கவில்லை. எந்த அடையாளமும் இல்லாமல் நான் சொன்ன முகவரியைக் குறித்துக் கொண்டு சேமிப்புக் கணக்குத் தொடங்கிக் கொடுத்தார்கள். பத்தாம் வகுப்பு படிக்கும்போதே

வங்கிக் கணக்கு தொடங்கியவன் என்னும் பெருமை எனக்கு இன்னும் பிடிபடவில்லை. அந்த முதல் கணக்குப் புத்தகத்தை இப்போதும் பாதுகாப்பாக வைத்திருக்கிறேன். அந்தக் கணக்கின் தொடர்ச்சியே இன்றுவரை வந்துகொண்டிருக்கிறது.

அதற்குப் பின் பணச் சேமிப்பு என்பது எனக்குப் பிரச்சினையாக இல்லை. பின்னர் என் உயர்கல்விக்கு அந்தச் சேமிப்பு பெருமளவு உதவியது. சேமிப்புக் கணக்குக் கதை இத்தோடு முடிவதல்ல. தியேட்டர் பையன்களுக்கும் சேமிப்பை விரிவுபடுத்த முயன்றதுதான் விஷயம். வங்கியில் கணக்குத் தொடங்கியது எனக்குப் பெரும் சாதனை போல இருந்தது. அப்போது மனம் பரபரவென்று அரித்துக் கொண்டேயிருந்தது. என் சாதனையைத் தியேட்டர் பையன்களிடம் சொன்னபோது யாருக்கும் அது ஒரு விஷயமாக இல்லை. சேமிப்பு என்பது அவர்கள் அகராதியில் இல்லாத வார்த்தை. அல்லது அவர்களுக்குப் பழக்கமில்லாத கெட்ட வார்த்தை. எனக்கு வருத்தமானது. என் சாதனையை அவர்களுக்குப் புரிய வைத்துவிட வேண்டும் என நினைத்தேன். பலரைக் கணக்குத் தொடங்க வைத்து என் சாதனையை விரிவுபடுத்த ஆவல் கொண்டேன். எங்கள் கடையில் வேலை செய்த இருவரைத் தேர்ந்தெடுத்து அவர்களைச் சேமிப்பில் ஈடுபடுத்தினேன்.

ரவி என்றொருவன் இருந்தான். அவன் அண்ணன் கணேசன். ரவி எங்கள் கடையிலும் கணேசன் பீடாக்கடையிலும் வேலை செய்தார்கள். தினமும் இரண்டாம் ஆட்டம் இடைவேளை முடிந்து கணக்குப் பார்த்துக் கமிஷன் காசு கொடுப்போம். ரவி பணம் வாங்கியதும் அவன் அண்ணனிடம் கொடுத்துவிட வேண்டும். ரவிக்கு ஏதாவது செலவு என்றாலும் கணேசனிடம்தான் கேட்டு வாங்கிக் கொள்ள வேண்டும். அவர்கள் இருவருக்கும் சொந்த ஊர் கரட்டூர்தான். ஆகவே வீட்டுக்குச் சென்று வருவார்கள். அண்ணனிடம் பணம் கொடுக்க வேண்டியிருப்பதைச் சொல்லி ரவி நொந்துகொள்வான். ரவிக்குச் சொத்தையன் என்பது பட்டப்பெயர். அவன் முகத்தில் அம்மைத் தழும்புகள் குழிகுழியாக இருக்கும். அதனால் அந்தப் பெயர். அவனுக்குச் சேமிப்புக் கணக்குத் தொடங்கிக் கொடுத்தேன். தினமும் இரண்டு ரூபாய் பிடித்தேன். அது அவன் அண்ணனுக்குத் தெரியாது. ரவி ஒன்றும் பிரச்சினையானவன் அல்ல என்பதால் சேமிப்புக் கணக்கைத் தொடர்வான் என்று எதிர்பார்த்தேன்.

கணக்குப் புத்தகத்தை அவனிடமே கொடுத்திருந்தேன். பத்து ரூபாய் அவன் பணம் சேர்ந்ததும் கையில் கொடுத்து வங்கிக்குப் போய்ப் போடச் சொல்வேன். அவனும் வங்கிக்குச்

சென்றதாகவும் போட்டுவிட்டதாகவும் சொல்வான். எனக்கு மிகவும் திருப்தியாக இருந்தது. தியேட்டர் பையன்களில் இப்படி ஒருவனை உருவாக்க முடிந்ததே என மெச்சிக் கொண்டேன். அவன் கணக்கில் நூறு ரூபாய்க்கு மேல் சேர்ந்திருக்கும் என எண்ணிக் கொண்டிருந்தேன். எங்கள் கடைக்கு அடித்திருந்த பலகையின் உயரச் சட்டத்தில் ஏதோ எடுக்கத் தேடிய போது ரவியின் கணக்குப் புத்தகம் அங்கிருந்து விழுந்தது. எடுத்துப் பார்த்தேன். எப்போதோ கணக்கை முடித்திருந்தான். ஆவேசத்தோடு அவனிடம் புத்தகத்தை நீட்டி என்ன இது என்றேன். அவனுக்கு அடக்க முடியாமல் சிரிப்பு வந்தது. சிரித்தவன் சட்டையை இழுத்து நிறுத்தி 'எதுக்குடா சிரிக்கற?' என்றேன். 'பீடி வாங்கறதுக்கும் புரோட்டாத் திங்கறதுக்கும் ஒரு ரண்டு ருவா வேணும். அதக் கேட்டா நீ பேங்க்கு, கணக்கு அது இதுங்கற. எனக்குச் செரிப்படுமா? பேங்குல பணம் இருந்தா எனக்கு எப்பவும் புரோட்டா நெனப்பாவே இருக்குதுடா. பணத்தயும் வெச்சிக்கிட்டு ஆசையையும் வெச்சிக்கிட்டு என்னால இருக்க முடியலீடா. அதான் முடிச்சிட்டன்' என்று ஒருவழியாகச் சொன்னான். இவனை ஒன்றும் செய்ய முடியாது என்று விட்டுவிட்டேன்.

இன்னொருவனுக்கு 'மாத்திரை' என்று பட்டப்பெயர். போதை மாத்திரை சாப்பிடும் பழக்கம் உள்ளவன் அவன். அவன் என்னைவிட ஓரிரு வயது மூத்திருப்பான். அவனுக்கு மாத்திரைப் பழக்கம் ஏற்பட்டதற்கு ஒரு பின்னணிக் கதை சொல்வான். அவனுடைய தாய் மாமன் ஆங்கில மருத்துவர். அவர் மருத்துவக் கல்லூரியில் படிக்கும்போது பிணமறுக்கும் பாடம் படிக்க மிகவும் பயந்தாராம். இரத்தத்தைப் பார்த்தால் மயக்கம் வந்துவிடுமாம். அதைச் சமாளிக்கப் போதை மாத்திரை பயன்படுத்தினாராம். அந்தப் பழக்கம் அப்படியே தொடர்ந்து வந்துவிட்டதாம். கரட்டூர் சந்தைப்பேட்டை மேட்டில் கிளினிக் வைத்திருந்தார். நல்ல கைராசிக்காரர் என்று பெயர். ஆனால் அவர் கிளினிக்கிற்கு வரும் நாட்கள் வெகு குறைவு. மாத்திரை போதையில் எங்காவது கிடப்பார். இளம் வயதிலேயே முதுமைத் தோற்றம் வந்திருந்தது. அவரிடமிருந்து போதை மாத்திரைப் பழக்கம் தனக்கும் தொற்றிக் கொண்டது என்பான்.

அவன் என்னிடம் மிகவும் பிரியமாக இருப்பான். அவ்வப்போது ஓரிரு ரூபாய்கள் அவனுக்குக் கொடுப்பதுண்டு. தேவைப்படும்போது உடனடியாகத் தருபவன் என்பதால் அந்தப் பிரியம். எந்த நேரத்தில் மாத்திரை போட்டிருக்கிறான் என்பதைக் கண்டுபிடிக்கவே முடியாது. அதேபோல அவனைக் கண்டுபிடிப்பதும் சிரமம். யாருக்கும் எளிதில் கண்டடைய

முடியாத இடமாகப் பார்த்துப் படுத்துக் கிடப்பான். அவசரத்திற்கு அவனை அழைக்க முடியாது. எப்போதும் சந்தோச மனநிலை கொண்டவன். சிரிப்பை உதடுகளில் நிரந்தரமாக்கியவன். தியேட்டர், அதில் வேலை பார்ப்பவர்கள் பற்றிய புரிதல் அவ்வளவாக இல்லாத வயது எனக்கு. நிறைய லட்சியங்களை எல்லாம் எனக்குள் அடுக்கி வைத்துக்கொண்டு வெகுவாகச் சிரமப்பட்டதோடு மற்றவர்களைச் சிரமத்திற்கு ஆளாக்கிக் கொண்டிருந்தேன். அப்படியான காரணத்தால் விபரீத முயற்சி ஒன்றில் இறங்கினேன். அதாவது அவனை எப்படியாவது நல்வழிப்படுத்த வேண்டும் என்று முயன்றேன். மாத்திரை போட வேண்டாம் என்றால் கேட்கவே மாட்டான். கையில் காசில்லாமல் செய்துவிட வேண்டும் என்று நினைத்தேன். ஆகவே அவனைச் சேமிப்புக்குள் திருப்பிவிடப் பார்த்தேன்.

அவன் வருமானத்தில் தினமும் இரண்டு ரூபாய் என்னிடம் கொடுத்துவிட வேண்டும் என்று சொல்லிச் சம்மதிக்க வைத்தேன். சிரித்து மழுப்பியவனை விடாமல் ஏதேதோ பேசி என் வழிக்குக் கொண்டு வந்தேன். முதல் நாள் இரண்டு ரூபாய் கொடுத்தான். வாங்கிப் பத்திரப்படுத்திக் கொண்டேன். அடுத்த நாள் மாலை தியேட்டருக்குப் போனதும் அந்த இரண்டு ரூபாயைக் கேட்டான். 'நீதான் இன்னைக்கித் தவண ரண்டு ரூபா குடுக்கணும்' என்றேன். நேற்றுக் கொடுத்த இரண்டு ரூபாயைக் கொடு, இன்றைக்கு இரவு கணக்கு முடித்துப் பணம் வாங்கியதும் நான்கு ரூபாயாகக் கொடுத்துவிடுகிறேன் என்று எவ்வளவோ கேட்டான். நான் பிடிவாதமாக மறுத்துவிட்டேன். அந்த இரண்டு ரூபாயை அன்றைக்கே வங்கியில் போட்டுவிட்டேன் என்று சொல்லியும் அவன் கேட்கவில்லை. என் அப்பனிடம் வாங்கித் தரச் சொல்லி மன்றாடினான். அசைந்து கொடுக்காமலிருந்தேன். கடனாக இரண்டு ரூபாய் என் அப்பனிடம் வாங்கிப் போனான். அன்றைக்கு இரவு கணக்கு முடிக்கும்போது கூடவே இருந்து மற்றொரு இரண்டு ரூபாயைப் பிடுங்கினேன். ஆனால் மூன்றாம் நாள் நடக்கவில்லை.

இவனை இப்படியே விட்டால் ஆகாது என்று ஒருநாள் வங்கிக்கே கூட்டிச் சென்று வங்கிக் கணக்கு ஒன்றைத் தொடங்கிக் கொடுத்தேன். அதில் ஐம்பது ரூபாய் என் பணத்தைப் போட்டேன். தினம் இரண்டு ரூபாயாகத் தந்தே ஆகவேண்டும் என்பது நிபந்தனை. கணக்குப் புத்தகத்தை என்னிடமே வைத்துக்கொண்டேன். அந்த ஐம்பது ரூபாயை அவனிடமிருந்து வசூலிப்பதற்கு மூன்று மாதமாயிற்று. தினம் ஒரு சாக்குச் சொல்வான். கூட்டமில்லை. வீட்டுக்குக் கொடுக்க வேண்டும். வியாபாரம் இல்லை. சட்டை எடுத்தேன். கறி சாப்பிட்டேன்.

இப்படி எத்தனையோ காரணங்கள். கிட்டத்தட்ட ஈட்டிக்காரன் போல இருந்தே ஐம்பதை வசூலித்தேன். வசூல் முடிந்ததும் அவனிடம் கணக்குப் புத்தகத்தைக் கொடுத்து ‘இப்பப் பாரு உங்கிட்ட அம்பது ருவா இருக்குது. பத்து நாளுக்குத் தியேட்டர் ஓடுலீனாலும் உன்னால சமாளிக்க முடியும்’ என்றேன். ஒருவாரம் தாராளமாகச் செலவு செய், அதன்பின் இன்னொரு ஐம்பது போடலாம் என்று சொன்னேன்.

வங்கிக்குத் தனியாகச் செல்ல மாட்டான் என்றும் பணம் எடுக்கத் தெரியாது என்றும் நினைத்திருந்தேன். ஆனால் என் எதிர்பார்ப்பிற்கு மாறாக அடுத்த நாளே போய் நாற்பத்தைந்து ரூபாயை எடுத்து வந்துவிட்டான். எனக்கு அது தெரியாது. ஒருவாரம் கழித்து வங்கிக்குப் போகலாம் என்று சொல்லிக் கூப்பிட்டேன். சிரிப்பு மாறாமல் கணக்குப் புத்தகத்தைக் கொடுத்தான். அதில் ஐந்து ரூபாய்தான் இருந்தது. என்ன சொல்லட்டும் நான்? கோபமான கோபம். அவனோ சிரித்துக் கொண்டு ‘போடா. நீ படிக்கற பையன். என்னமோ பண்ணிக்க. என்னய உட்ரு. நான் இருந்தாச் சாப்பிடுவன். இல்லைன்னாப் பட்டினி கெடந்துக்குவன். போடா’ என்று அவ்வளவு அசட்டையாகச் சொன்னான்.

இவை நடந்தபின் எனக்கு ஓரளவு தெளிவாகிவிட்டது. ‘இருந்தாச் சாப்பாடு; இல்லீனாப் பட்டினி’ என்னும் ‘மாத்திரை’யின் சொற்கள் எனக்குப் பெரிய திறப்பைக் கொடுத்தன. அவை மந்திரச் சொற்கள் போல எனக்குள் இப்போதும் ஒளித்துக் கொண்டிருக்கின்றன. ஏன் என்னால் அப்படி இருக்க முடியவில்லை என்பது கேள்வியாகவே நிற்கிறது. பறவைகள், விலங்குகள் உள்ளிட்ட ஏராளமான உயிர்கள் அப்படித்தானே வாழ்கின்றன. அதுதானே இயற்கை. அதிலென்ன தப்பு? எதற்கு இந்தச் சேமிப்புப் பழக்கம்? இப்படி என்னென்னவோ எண்ணங்கள் எனக்குள் ஓடின. சேமிப்புப் பழக்கத்தை விட முடியவில்லை என்றாலும் தீவிரத்தைக் குறைத்துக்கொண்டேன். சொல்லப் போனால் தியேட்டர் பையன்களோடு இயல்பாகப் பழக ஆரம்பித்ததும் அதற்குப் பிறகுதான்.

19

இன்றுமுதல்

1991இல் ஏறுவெயில் வெளியானது. அது என் முதல் நாவல். அதற்கு நல்ல அறிமுகங்களும் விமர்சனங்களும் வந்தன. அதையடுத்து நிறைய எழுத வேண்டும் என்னும் வேகம் ஏற்பட்டது. முதல் நாவல் ஏற்படுத்திக் கொடுத்த பெயரைக் காப்பாற்றும் வகையில் அடுத்தது அமைய வேண்டுமே என்னும் அச்சமும் இருந்தது. அப்போது எனக்கு இருபத்தைந்து வயது. எனினும் எனக்கெனத் தனித்தன்மை கொண்ட அனுபவங்கள் வாய்த்திருந்தன. அனுபவ சாரத்தை உள்வாங்கிக் கொள்ளும் பயிற்சியை வாசிப்பு எனக்குக் கொடுத்திருந்தது. எனக்குள் பல நாவல்கள் உருவாகி உலவிக்கொண்டிருந்தன. ஒன்றோடு ஒன்று குழம்பியும் விரவியும் பாடாய்ப் படுத்தின. அவற்றுள் எதை முதலில் எடுத்துக்கொள்வது, எப்படிப் பிரித்தெடுப்பது என்பதை எல்லாம் சட்டென என்னால் முடிவு செய்ய இயலவில்லை.

அப்போது உயர்கல்வியின் பொருட்டுச் சென்னை நகரில் தங்கியிருந்தேன். சென்னை எனக்குப் பல்வேறு வாய்ப்புக்களை வழங்கிய அதேசமயத்தில் பிடிக்காத நகரமாகவும் இருந்தது. வீடு பற்றிய உணர்வற்று வெட்டவெளியில் திரிந்த பால்யம் என்னுடையது. பத்துக்குப் பத்துச் சதுரத்தில் நான்கு பேர் அடைந்திருக்கும் வசிப்பைச் சென்னை கொடுத்தது. அன்றாடம் கிணற்றில் நீந்திக் களித்து ஏறியோடும் எனக்கு அரை வாளி நீரில் குளிக்க வேண்டிய நிர்ப்பந்தம். கம்போ களியோ வயிறு நிறைய வேளாவேளைக்குச் சாப்பிடும் வசதியைக் கொடுத்திருந்தது என் ஊர்.

சென்னையில் இருவேளை உணவுதான். அதுவும் அளவு குறைவு. உப்புக்காற்றுப் பட்டு நசநசக்கும் உடலோடு சென்னை நகரத்து வீதிகளில் அலைந்து திரிந்தேன்.

அந்தச் சமயத்தில் என் அப்பனின் நினைவு மிகும். இன்னும் சில வருசங்கள் அவர் உயிரோடு இருந்திருந்தால் இத்தனை கஷ்டம் எனக்கு இருந்திருக்காதே என்று தோன்றும். தந்தை மகற்காற்றும் உதவியை அவர் முழுமையாகச் செய்யவில்லை என்பது அவர்மீதான பெருங்குறையாக இன்றுவரை என்னுள் இருக்கிறது. எனக்குப் பிரியமான அப்பனாகவே இருந்தார். எனினும் உடல்நிலையைக் கவனித்துக் கொண்டிருந்தால் இன்னும் பத்துப் பதினைந்து ஆண்டுகள் தாராளமாக உயிர் வாழ்ந்திருக்கலாம். நாற்பத்தைந்து, நாற்பத்தாறு என்பது சாவதற்கான வயதும் அல்ல. குடும்பக் கடமைகளை முடித்திருக்கும் நிலையும் அல்ல. அவர் 1986ஆம் ஆண்டு ஆகஸ்டு மாதம் இறந்து போனார். அப்போதுதான் நான் இளங்கலை முடித்திருந்தேன்.

அவரது வாழ்நாளின் கடைசி ஓராண்டு மிகுந்த துயரமானது. உடல்நிலை மோசமாயிருந்தது மட்டுமல்ல. மனநிலையும் பெரிதும் பாதிக்கப்பட்டிருந்தார். அதற்குக் காரணம் தியேட்டர். 1983ஆம் ஆண்டு என்று நினைக்கிறேன். தீரப்பன் மூப்பின் காரணமாக இறந்தார். அவருக்குப் பின் தியேட்டரைக் கவனித்து நடத்தப் பொறுப்பான ஆள் அமையவில்லை. அவரது மகன்களுக்கு வேறு தொழில்கள் இருந்தன. சைசிங்குகளும் தறிப்பட்டறைகளும் துணிக் கொள்முதலும் மொத்த வியாபாரமும் என்று அவர்கள் முன்னேறியிருந்தனர். தீரப்பன் போட்டிருந்த கோட்டை வைத்து அவர்கள் ரோடே போட்டிருந்தனர். அவர்களைப் பொருத்தவரை தியேட்டர் நடத்துவது தேவையில்லாத வேலை. வயதான காலத்தில் கிழவர் பொழுது போகாமல் செய்தது. ஆகவே யாரும் ஆர்வம் காட்டவில்லை.

அப்படியும் மகன்களில் ஒருவர் சில மாதங்கள் நடத்திப் பார்த்தார். அவருக்கும் தியேட்டர் தொழிலுக்கும் சிறிதும் ஒத்துவரவில்லை. தீரப்பனிடம் இருந்த நீக்குப்போக்கு அவரிடம் இல்லை. தியேட்டரில் வேலை செய்வோரின் இயல்புகளை அவரால் அறிய முடியவில்லை. மக்களோடு இயைந்த தொழில் தியேட்டர். அவர் மக்களிடமிருந்து முழுமையாக விலகியிருக்கும் முதலாளி. எப்போதும் கடுகடுப்பாகவே இருப்பார். அவருக்குப் 'பார்சல் சர்வீஸ்' என்று பையன்கள் பெயர் வைத்திருந்தார்கள். சாதாரணமான ஆளாக இருந்தால் 'குரங்கு' என்று சொல்லிவிடலாம். முதலாளி ஆயிற்றே. அதனால் குரங்கு அனுமாராகி அனுமார் சஞ்சீவி மலையைத் தூக்கிச்

செல்லும் ஏபிடி பார்சல் சர்வீஸாகிப் பட்டப்பெயர் உருவாயிற்று. நேற்றிருந்தார் இன்றில்லை என்பது தியேட்டர் பையன்களுக்குப் பொருந்தும் விதி என்று குறிப்பிட்டிருந்தேன். 'பார்சல் சர்வீஸ்' தியேட்டர் முதலாளியாக இருந்தபோது அவ்விதி 'இன்றிருந்தார் இன்றே இல்லை' என்று மாறிற்று. இன்று வேலைக்கு வரும் பையன் இன்றைக்கே ஓடிவிடும் வகையில் அவர் நடத்துவார். எப்போதும் ஆள் பற்றாக்குறை.

புதிய படங்களைப் பொருத்தவரைக்கும் எது ஓடும், ஓடாது என்று தீர்மானிப்பது எளிதல்ல. பழைய படங்களைத் தேர்ந்தெடுக்கவும் அனுபவம் தேவை. ஒரு படத்தை எதிர்பார்த்து அது சரியாக ஓடவில்லை என்றால் விரக்தி அடைந்துவிடுவார். சிலசமயம் தியேட்டரே எதிரொலிக்கும் அளவு கத்திக்கொண்டிருப்பார். சிலசமயம் யாரிடமும் எதுவும் பேசாமல் கிளம்பிப்போவார். அதிக நேரம் தியேட்டரில் இருக்கவும் மாட்டார். ஆகவே அவரால் தொடர்ந்து நடத்த முடியவில்லை. 'தொழிலா இது? ரச்சை' என்பது அவர் சொல்லிப்போன வாசகம். ரச்சை என்னும் சொல்லுக்குத் 'தொந்தரவு பிடித்த விஷயம்' என்று எங்கள் வட்டார வழக்கில் அர்த்தம்.

கூட்டாளியாக இருந்த மற்றொருவர் கொஞ்சகாலம் நடத்தினார். அவர் மிகு செலவாளி. படம் பேசி எடுத்துவரச் சேலத்திற்கு அவரேதான் செல்வார். அந்தக் காலத்தில் பல்வகை இன்பங்களுக்குச் மலையூர் பிரபலமான ஊராக இருந்தது. 'தமிழ்நாட்டின் பம்பாய்' என்றும் சொல்வதுண்டு. மலையூர் செல்வதற்கு அவருக்கு விருப்பம் அதிகம். கிடைத்த இன்பங்களை எல்லாம் முழுமையாக அனுபவித்துவிட்டுத் தான் வருவார். அவரது வரவுசெலவுக் கணக்கில் எப்போதும் நஷ்டம். அந்த எரிச்சலைத் தியேட்டரில் எல்லார் மீதும் வீசியபடியே இருப்பார். அவராலும் தொடர முடியவில்லை. யாராவது லீசுக்கு எடுத்து நடத்த ஆள் கிடைப்பார்களா என்று தேடினார்கள். வசமான ஆள் அகப்படவில்லை. தியேட்டர் பங்கு பற்றிய பிரச்சினைகளும் இருந்தன. ஆகவே தற்காலிகம் என்று சொல்லி ஓராண்டுக்கு மேலாகத் தியேட்டரை மூடிவிட்டார்கள்.

இரவு பகலாக நாள் முழுக்கப் பரபரப்பாக இருந்த என் அப்பனால் அதைத் தாங்கிக்கொள்ள முடியவில்லை. அவரது உடல் பிரச்சினையை மறந்திருக்க அந்தப் பரபரப்புத்தான் உதவியது. அவருக்கு வீடு என்பதே தியேட்டர்தான். தியேட்டரில் இருந்து காலையில் வருவார். பின் பத்து மணிக்கெல்லாம் கிளம்பித் தியேட்டருக்குப் போய்விடுவார். அவர் சொல்வதைக் கேட்டு நடக்கப் பத்துப்பேர் இருந்தனர். பெரிதாக வேலை செய்யாவிடினும்

நிழல்முற்றத்து நினைவுகள்

இருந்த இடத்திலிருந்தே வேலை வாங்கிக்கொண்டிருந்தார். ஆயிரக்கணக்கான ஆட்களைத் தினந்தோறும் பார்த்தார். அவர்களில் பலர் அவருக்கு நன்கு அறிமுகம் ஆனவர்கள். எப்போதும் பேச்சுக்கு ஆள் இருந்தது. தியேட்டர் நின்றதும் எல்லாம் ஸ்தம்பித்தது போலாயிற்று.

காட்டு வேலைகளைச் செய்யும் அளவு உடலில் தெம்பில்லை. லைன் கடைகளுக்குச் சோடா விநியோகம் செய்யும் வேலை மட்டும்தான். தியேட்டர் வியாபாரத்திலேயே கவனம் இருந்ததால் அதிகக் கடைகள் பிடித்து வைத்திருக்கவில்லை. பேரளவுக்குப் பத்துப் பதினைந்து கடைகள் இருந்தன. அது பகுதி நேர வேலை. அந்த வேலையை முடித்துவிட்டு என் அண்ணனே வெகுநேரம் சும்மா திரிந்தான். ஆயிரக்கணக்கான மக்களைப் பார்த்தபடி இருந்துவிட்டு ஒருவரும் அற்ற மேட்டாங்காட்டில் அவர் என்ன செய்வார்? காலையில் மரமேறி ஒருவரிடம் போய்க் கள் குடித்துவிட்டு வந்து ஓலைக்கொட்டகையில் எவ்வளவு நேரம் படுத்திருப்பார்? பித்துப் பிடித்தது போலத் திரிந்தார்.

கையில் வருமானமும் இல்லை. ஒவ்வொரு காட்சியின் இடைவேளை முடிந்ததும் நிறையப் பணங்காசுகளை அள்ளிப் போட்டு எண்ணிக் கொண்டிருந்த கை. பீடி வாங்கவே இப்போது என் அம்மாவின் சிறு பால்வியாபார வருமானத்தை எதிர்பார்க்க வேண்டியதாயிற்று. தொடர்புகைக்காரர் அவர். கணேஷ் பீடி கட்டுக்கட்டாக வேண்டும். இரவுகளிலும் தூக்கமில்லாமல் பிடித்தபடியே இருப்பார். கள்குடியும் தினம் இருவேளை. சாராயம் வாரம் ஒருமுறையாவது. இவற்றிற்கெல்லாம் பணம் கொடுக்க வேண்டியிருப்பதால் என் அம்மாவின் முகம் எப்போதும் சுருங்கியே இருக்கும். சம்பாதனை இருந்த ஆள் என்னும் இரக்கம் முதல் சில மாதங்கள் வரை அம்மாவுக்கும் இருந்தது. போகப்போக அவ்விரக்கம் தூர்ந்து எரிச்சலும் வசையுமாக மாறிற்று. தன் கையைத்தான் எதிர்பார்த்திருக்க வேண்டும் என்பதால் அம்மாவுக்கு அதிகாரத் தோரணையும் வந்துவிட்டது. அதை அவரால் சகித்துக்கொள்ள முடியவில்லை.

திரும்பவும் தியேட்டர் தொடங்கப்படுமா, யார் நடத்துவார்கள், சோடாக்கடையை நமக்கே விடுவார்களா என்பதற்கெல்லாம் பதிலே இல்லை. தியேட்டர் நிறுத்தப்பட்ட ஓரிரு மாதம் வரைக்கும் ஏதாவது ஒரு ஏற்பாடு நடந்துவிடும் என்று எதிர்பார்த்துத் தியேட்டரிலேயே கடையை வைத்திருந்தோம். அங்கே போய்ச் சோடா தயாரித்துக் கடைகளுக்கு விநியோகம் செய்துவிட்டுத் திரும்பிவிடுவதோடு சரி. ஐந்தாறு மாதங்கள் ஆனதும் தியேட்டர் தொடங்குவது பற்றி நம்பிக்கை அற்றுப்

போயிற்று. சோடா மெஷின்களைக் கழற்றி எங்கள் வீட்டுக்கே கொண்டு வந்துவிட்டோம். வீட்டிலேயே தயாரித்துக் கடைகளுக்குப் போடுவது எளிதாக இருந்தது. கையில் பணமே இல்லை.

தியேட்டர் கடையிலிருந்த பொருள்களை ஒவ்வொன்றாக அப்பன் விற்கத் தொடங்கினார். இரண்டு மெஷின்கள் எதற்கு? ஒன்றை விற்றார். மரக் கிரேடுகள், கம்பிப் பெட்டிகள் ஆகியவை ஏராளமான எண்ணிக்கையில் இருந்தன. அவற்றையும் விற்றார். சோடாக்காரர்கள் 'கம்பம்' என்று சொல்லும் சிலிண்டர் ஒன்றையும் விற்றார். சைக்கிள்கள் இரண்டை விற்றார். சுவேகா வண்டியை விற்றார். தண்ணீர் பிடித்து வைக்கப் பயன்பட்ட தொட்டிகளும் பாட்டில் கழுவ வைத்திருந்த தாழியும் மாத்திரம் வீட்டுக்கு வந்து சேர்ந்தன. கடைசியில் மிஞ்சியது கடைக்கு அடிக்கப்பட்டிருந்த பலகைகள்தான். அவற்றையும் கழற்றி விற்றுவிடலாமா இல்லை, தியேட்டர் தொடங்கினால் தேவைப்படுமா என்னும் ஊசலாட்டத்தில் இருந்தார்.

ஓரிரு மாத முடிவில் தியேட்டர் தொடங்கினால் அப்போது பணம் ஏற்பாடு செய்து எல்லாவற்றையும் உருவாக்கிக் கொள்ளலாம் என்று முடிவெடுத்துப் பலகைகளையும் கதவையும் விற்றார். அவற்றைக் கழற்றிய நாளில் பொங்கிப் பொங்கி அழுதார். தான் உருவாக்கியவை தன் கண் முன்னாலேயே சிதறுவதைப் பார்ப்பதைப் போன்ற மனிதத் துயரம் வேறில்லை. எல்லாம் போயிற்று என்பதைவிடவும் அவர் அழுததுதான் எனக்குக் கவலையாக இருந்தது. அவருக்கு யாராலும் ஆறுதல் சொல்ல முடியவில்லை. என் வீடு முழுவதும் நீங்காச் சோகம் படிந்தது. குடும்பத்தில் எப்போதும் சண்டையும் சச்சரவுகளுமே. இயல்பாகப் பேசிக்கொள்ளவே முடியவில்லை. அற்ப விஷயத்திற்கும் முறைச்சல் ஏற்பட்டு அது பெரும் கலவரமாகிவிடும். அப்பன் இரவுகளில் தூங்காமல் மேட்டாங்காட்டுக் கரைகளில் அலைந்தார். காலையில் பார்த்தால் எங்காவது பாறை மீதோ வரப்பின் மீதோ படுத்துக் கிடப்பார். கள்ளோ சாராயமோ எப்போதும் அவருக்கு வேண்டியிருந்தது.

தியேட்டரில் கடை நடத்துவதற்கெனத் தீரப்பனிடம் கொடுத்த முன்பணம் அவ்வப்போது வளர்ந்து நாற்பதாயிரமாக இருந்தது. அதை யாரிடமிருந்து திரும்ப வாங்குவது என்றே தெரியவில்லை. அதற்காக வாரம் ஓரிரு முறை சைக்கிளில் போய்வருவார். தீரப்பனின் மகன்களிடம் இருந்து சிறுகச்சிறுக அந்தத் தொகையைப் பெற வேண்டியிருந்தது. ஆயிரம், இரண்டாயிரம் என அவ்வப்போது கிடைக்கும் தொகை

அவருக்குச் செலவுக்கானது. இப்படிப்பட்ட துன்பங்களை அனுபவித்துக் கொண்டிருந்த அந்தச் சமயத்தில் என் அப்பன் அடிக்கடி சொல்லும் வாசகம் இன்றும் என் காதில் ஒலிக்கிறது.

'சட்டியில நீத்தண்ணிதான் கெடக்குது. தெனமும் அரிச்சு அரிச்சுச் சோத்தையெல்லாம் எடுத்துட்டம். அப்பவும் வேற வழியில்ல. ஒன்னு ரண்டு பருக்கையாச்சும் கெடைக்காதான்னு கைய உட்டு அலசிக்கிட்டே இருக்கறம்.'

ஆம். சிலசமயம் ஆச்சரியமாக ஒரு பருக்கை கிடைத்துவிடும். அன்றைக்கெல்லாம் சந்தோசமாகத் திரிவார். ஒன்றும் அகப்படாதபோது எங்காவது முடங்கிக் கிடப்பார். தியேட்டர் நிறுத்தப்பட்ட ஓராண்டுக்குள் அவர் மரணம் நிகழ்ந்தது.

என் அப்பனின் நினைவுகளோடு சேர்ந்து எனக்குள்ளும் தியேட்டர் வாழ்க்கை கனவு போல ஓடிக்கொண்டிருந்தது. ஏறுவெயில் நாவலை எழுதும் முன் பல சிறுகதைகள் எழுதியிருந்தேன். அவை எவற்றிலும் தியேட்டர் வாழ்க்கை பற்றியான சம்பவங்களைக் கையாளவில்லை. ஏறுவெயில் நாவலில் மட்டும் விமலா தியேட்டர் பற்றிய குறிப்பும் அங்கே வேலை செய்யும் பாத்திரம் ஒன்றும் வரும். ஏறுவெயிலை அடுத்து அதே களத்தைக் கொண்டு எழுத விஷயங்கள் இருந்தன. ஆனால் ஏறுவெயிலின் சாயல் அவற்றில் வந்துவிடுமோ என்று தோன்றியது. மாற்றுக்களமாக இருப்பின் நல்லது என்று எண்ணிய போதில் என் முன் வந்து நின்றது தியேட்டர் களம்தான். ஒருதுளியும் சிந்தாமல் புத்தம் புதிதாகத் தியேட்டர் அனுபவங்கள் என்னுள் இருந்தன. ஆகவே அதை எழுதத் தொடங்கினேன்.

1992ஆம் ஆண்டு மே மாத விடுமுறையில் ஊரில் இருந்து நாவலை எழுதி முடித்தேன். திருத்தங்கள் செய்து படி எடுக்க ஐந்தாறு மாதங்கள் ஆயின. அப்போது என் எழுத்துக்களைப் படித்துக் கருத்துச் சொன்னவர்கள் இருவர். மனஓசை இதழ் ஆசிரியர் குழுவில் இருந்த தோழர் சுரேஷ் ஒருவர். இன்னொருவர் கவிஞர் சுகுமாரன். இருவரின் ஆலோசனைகளையும் ஏற்று நாவலைச் சீர் செய்தேன். நாவலின் கட்டமைப்பிலும் மொழியிலும் பெரிதும் கவனம் செலுத்தினேன். ஏறுவெயிலை அடுத்து இதை எழுதினேன் என்பதற்கான சுவடுகளே இல்லாத வகையில் நிழல்முற்றம் அமைந்தது. செறிவாக இருக்க வேண்டும் என்னும் கவனம் கூடுதலாக இருந்தது. தோழர் சுரேஷ் 'இது முக்கியமான நாவலாக இருக்கும்' என்று கருத்துரைத்தார். சுகுமாரனுக்கும் நாவல் பிடித்திருந்தது.

சுகுமாரன் எனக்கு இரண்டு உதவிகள் செய்தார். முதலாவது நாவலுக்கான தலைப்பு வைக்கும் பிரச்சினை. எனக்கு எப்போதுமே

தலைப்பு பெரிய பிரச்சினையாகவே இருக்கும். ஆனால் எப்படியாவது நல்ல தலைப்பு அமைந்துவிடும். இந்த நாவலுக்கும் அப்படித்தான் ஆயிற்று. 'நாவலுக்குத் தலைப்பென்ன?' என்று சுகுமாரன் கேட்டார். 'ஒன்றும் உருப்படியாகத் தோன்றவில்லை' என்றேன். 'எனக்குத் தமிழில் தோன்றவில்லை. ஆங்கிலத்தில் பெவிலியன் ஆப் சேடோஸ் என்பது நன்றாக இருக்கும் எனத் தோன்றுகின்றது' என்றார். அவர் சொன்ன ஆங்கிலத் தலைப்பை ஒட்டியே சிலநாள் யோசித்துக் கொண்டிருந்தேன்.

அப்போதெல்லாம் சென்னை நகரத்துச் சாலைகளில் வெகுதூரம் நடப்பேன். வாகன நெரிசல், பெருங்கூட்டம் ஆகியவற்றுக்குள் சம்பந்தமே இல்லாமல் தனியனாக மாலை நேரத்தில் நடந்து செல்லும் சுகம் எனக்குப் பிடிக்கும். பத்துப் பதினைந்து கல் தொலைவுகள் கூட நடந்திருக்கிறேன். கிண்டியில் இறங்கி நாங்கள் அப்போது தங்கியிருந்த சிமெண்ட் ரோடு நிறுத்தம்வரை நடந்தேன். அப்படி நடந்து சென்று கொண்டிருக்கும்போது பெருமேகம் ஒன்று சட்டெனப் பரவி வான்கதிரை மூடிற்று. மடித்த வேட்டியைப் போல வெயில் மங்கி மடிந்து யாருடைய கைக்குள்ளோ போய்ச் சுருண்டு கொண்டது. எனக்கு முன்னால் இருந்த எல்லாம் நிழல் படிந்து தோன்றின. பின் கொஞ்சம் கொஞ்சமாக அவை நிழல்களாகவே ஆயின. நிழல்கள் அடுக்கப்பட்ட பெரும் முற்றம் என் முன்னால் விரிந்தது. நாமெல்லாம் நிழல்கள். நிழல்கள் அடுக்கப்பட்டதொரு முற்றம் இவ்வுலகம். 'நிழல்முற்றம்' என்னும் சொற்சேர்க்கைப் பரவசம் தந்தது. அதைப் பலமுறை சொல்லிப் பார்த்தேன். மிகப் பொருத்தமான சேர்க்கைதான்.

மறுநாள் சுகுமாரனைத் தேடிப்போய்ச் சொன்னபோது அவருக்கும் சரியாகவே பட்டது. 'திரும்பத் திரும்பச் சொல்லும்போது இயல்பாயிரும்' என்றார். இப்படித்தான் 'நிழல்முற்றம்' பெயர் உருவாயிற்று.

20

சுபம்

‘நிழல்முற்றம்’ 1993ஆம் ஆண்டு டிசம்பர் என்று குறிப்பிடப்பட்டு 1994ஆம் ஆண்டு ஜனவரியில் சென்னைப் புத்தகக் கண்காட்சிக்கு வெளியாயிற்று. வெளியான ஓரிரு மாதங்களிலேயே அதற்குப் பிரபல அறிமுகம் ஒன்று கிடைத்தது. அப்போது எழுத்தாளர் சுஜாதா ‘குமுதம்’ இதழில் பணியாற்றினார். அவரது ஆர்வத்தில் ‘குமுதம் ஸ்பெஷல்’ என்றோர் இதழ் வெளியிடப்பட்டது. அது மாதம் ஒருமுறை என்று நினைக்கிறேன். அதில் இலக்கியம் தொடர்பான பல்வேறு விஷயங்கள் இடம்பெற்றன. தீவிர இலக்கிய வாசகர்களைக் குறிவைத்த சந்தை இலக்கு அதில் இருந்தது. அதேசமயம் தீவிர இலக்கியக்காரர்கள் மத்தியில் தனக்கோர் இடத்தை உருவாக்கிக் கொள்ளும் சுஜாதாவுடைய ஆசையின் வெளிப்பாடாகவும் அது அமைந்தது என்றும் சொல்லலாம்.

அவ்விதழில் ‘நிழல்முற்றம்’ குறித்துப் பரவச மான ஓர் அறிமுகத்தை இந்திரா பார்த்தசாரதி எழுதினார். ‘இப்படி ஒரு நாவலைக் கம்பன் எழுதியிருக்க முடியாது, ஜெயகாந்தன் எழுதியிருக்க முடியாது’ என்னும் தொடர்களை எல்லாம் கொண்டது அவ்வறிமுகம். ஆனால் அதில் நேர்ந்த மாபெரும் பிழை நாவலின் பெயரை ‘நிலாமுற்றம்’ என்றாக்கியதுதான். கட்டுரை முழுவதுமே ‘நிலாமுற்றம்.’ எப்படி இது நேர்ந்தது என்று இன்றுவரை எனக்குத் தெரியாது. இந்திரா பார்த்தசாரதியே அப்படி எழுதிக் கொடுத்திருப்பார் என்றே

நினைக்கிறேன். சுஜாதாவையோ இந்திரா பார்த்தசாரதியையோ ஒருமுறையும் நான் நேரில் சந்தித்ததில்லை.

அவ்வறிமுகம் வந்தபோது சென்னைப் பல்கலைக்கழகத்தில் படித்த எனது மாணவராகிய மகாதேவராவ் குமுதத்தில் பணியாற்றிக் கொண்டிருந்தார். சுஜாதா என்னைச் சந்திக்க விரும்புவதாகவும் அலுவலக நேரத்தில் குமுதம் அலுவலகத்திற்கு வரும்படியும் மகாதேவராவ் மூலமாக எனக்குச் செய்தி வந்தது. சுஜாதாவே என்னைச் சந்திக்க விரும்புவது பற்றிய பரவச மனநிலையோடும் அதனால் எனக்கு விளையும் நன்மைகள் பற்றியும் விவரித்து மகாதேவன் எனக்குச் செய்தியைச் சொன்னார். சுஜாதாவைச் சந்திப்பதா வேண்டாமா என்று எனக்குள் சிறுவிவாதம் உருவாயிற்று. ஒருவர் எழுதுவதில் எனக்கு உடன்பாடோ இல்லையோ எழுத்தாளர் என்னும் அடிப்படையில் அவரைச் சந்திப்பதில் தயக்கம் எதுவுமில்லை.

அந்தச் சூழலில் அவரைச் சந்திப்பதன் நோக்கம் என்னவாக இருக்க முடியும்? நிழல்முற்றத்திற்கு இப்படியோர் அறிமுகத்தை வெளியிட்டமைக்கு நன்றி சொல்வதா? நிலாமுற்றம் ஆக்கியதற்குக் கண்டனம் தெரிவிப்பதா? யோசித்தால் அவரிடம் பேசுவதற்கு எனக்கு விஷயம் ஏதும் இல்லை என்றே தோன்றியது. பேச விருப்பமும் இல்லை. அதனால் மகாதேவனிடம் சிரித்தபடியே 'கம்பனையோ ஜெயகாந்தனையோ சந்திக்க வேண்டும் என்றால் சுஜாதா என்ன செய்வாரோ அதையே செய்யச் சொல்லுங்கள்' என்று மகாதேவனிடம் கூறி அனுப்பினேன். சுஜாதாவுக்குச் செய்தி போயிற்றோ இல்லையோ. இந்திரா பார்த்தசாரதியைச் சந்திக்கும் போது கேட்க எனக்கு இந்தக் கேள்வி இன்னும் இருக்கிறது.

'நிலாமுற்றம்' என்னும் சொல்லாட்சி பொதுமனதில் பதிந்துவிட்ட ஒன்று. நிலவு வானில் உலவும் காலங்களில் பெருமாளிகையில் வசிப்போர் அதன் மயக்கும் ஒளி யின்பத்தைப் பெறுவதற்காக ஏற்படுத்தப்பட்டிருக்கும் மாடம் போன்ற அமைப்புத்தான் நிலாமுற்றம். கோவலனும் மாதவியும் 'நிலவுப் பயன்கொள்ளும் நெடுநிலா முற்றத்து' இன்புற்றிருந்ததாகச் சிலப்பதிகாரம் கூறுகிறது. 'நீணிலா முற்றத்து நின்றிவள் நோக்கினாள்' எனப் பெரியதிருமொழி சொல்கிறது. 'அரமியம் நிலாமுற்றம் ஆகும் என்ப' எனப் பிங்கல நிகண்டு பதிவு செய்துள்ளது. நிலாமுற்றம் என்னும் சொல் அத்தனை பழமையானது. இக்காலத்தில் வரலாற்று நாவல்கள் எனப்படுபவற்றில் நிலாமுற்றக் காட்சிகள் இடம்பெற்றிருக்கின்றன.

தமிழ்ப் பேராசிரியராகிய இந்திரா பார்த்தசாரதியின் மனதில் 'நிலாமுற்றம்' தெளிவாக இருந்திருக்கக்கூடும். தமிழ்ப் பயிலும் மாணவர்கள், ஆசிரியர்கள் அந்நாவல் பெயரை 'நிலாமுற்றம்' என்று இன்றும் எழுதுவதுண்டு. ஆனால் எழுத்தாளருமாகிய இந்திரா பார்த்தசாரதி திரையரங்கம் சார்ந்த நாவலுக்கு நிலாமுற்றம் என்னும் பெயர் எப்படிப் பொருந்தும் என்றாவது யோசித்திருக்க வேண்டாமா? மனதுக்குச் சங்கடமும் எரிச்சலும் கொடுத்த விஷயம் அது. அப்போது தினமணிக்கு மாலன் ஆசிரியராக இருந்தார். தினமணி கதிரில் இதுபோன்ற பிழைகளைச் சுட்டும் பகுதி ஒன்று வெளியாயிற்று. அதில் நிழல்முற்றம் நிலாமுற்றம் ஆனதைக் கேலி செய்து எழுதினார்கள். எனினும் குமுதத்தில் அதைப் பற்றிச் சிறுகுறிப்புக்கூட போடவில்லை. அப்படி ஒரு அறிமுகம் வந்தது என்பதன் மகிழ்ச்சியைச் சிறிதும் அனுபவிக்க விடாமல் செய்துவிட்டது அப்பிழை.

நாவலின் தலைப்பு இன்றுவரை பலரால் சிலாகிக்கப்படுகிறது. இப்போது ரோஜா முத்தையா நினைவு ஆராய்ச்சி நூலகத்தில் திரைப்படம் தொடர்பாக நடைபெறும் நிகழ்வுக்கு 'நிழல்முற்றம்' என்னும் பெயரைச் சூட்டியிருக்கிறார்கள். அதற்காக என்னிடம் அனுமதியும் கேட்டார்கள். நூலகத்திலிருந்து வெளியிடும் இதழில் எனக்கு நன்றி தெரிவித்துக் குறிப்பு ஒன்றையும் வெளியிட்டார்கள். இப்பெயரைச் சூட்டியிருக்கிறார்கள் என்பதைவிட அதற்காக அவர்கள் மேற்கொண்ட நடைமுறை மிகுந்த மகிழ்ச்சி தந்தது.

சுகுமாரன் செய்த இன்னொரு உதவி எழுத்தாளர் நாஞ்சில் நாடனிடம் முன்னுரை வாங்க ஆற்றுப்படுத்தியது. ஏறுவெயில் வெளிவந்த சில மாதங்களுக்குப் பின் நாஞ்சில் நாடனிடம் இருந்து அந்நாவலைப் பாராட்டி எனக்குக் கடிதம் ஒன்று வந்தது. பேசித் தொடர்புகள் அற்ற அக்காலத்தில் தாம் படித்த நூல்கள் குறித்துக் கடிதம் வழிப் பாராட்டுத் தெரிவிக்கும் ஆரோக்கியமான நடைமுறையை எழுத்தாளர்கள் பலர் பின்பற்றினர். அவர் எழுதிய கடிதத்தை நினைவுபடுத்திய சுகுமாரன் 'அவரிடமே முன்னுரை வாங்கலாம்' என்றார். 'முன்னுரை எழுதும் அளவு எனக்கு வயதாகிவிட்டதா' என்று அப்போது ஆச்சர்யப்பட்டாலும் ஆர்வத்தோடு நாவலை வாசித்து அருமையான முன்னுரை ஒன்றை நாஞ்சில்நாடன் எழுதிக் கொடுத்தார்.

நிழல்முற்றம் வ.கீதாவின் மொழிபெயர்ப்பில் 'current show' என்னும் தலைப்பில் ஆங்கிலத்தில் வெளியாகி ஏழெட்டு ஆண்டுகள் ஆகிவிட்டன. இப்போது ஆங்கிலம் வழியாகப் போலிஷ் மொழியில் மொழிபெயர்க்கப்பட்டுள்ளது. என்

நாவல்களிலேயே 'நிழல்முற்றம்'தான் மிகவும் பிடித்தது என்று சொல்லும் வாசகர்கள் பலர் இருக்கிறார்கள். நிழல்முற்றம் பற்றிப் பேசும் வாசகர் ஒருவரைச் சந்தித்தால் எனக்குப் பெருமகிழ்ச்சி உண்டாவது வழக்கம். 'நிழல்முற்றத்தை இருநூறு முறை படித்திருக்கிறேன். பொய்யென்று நினைக்காதீர்கள். இது சத்தியம்' என்று சொன்ன வாசகர் ஒருவரைச் சந்தித்திருக்கிறேன்.

எழுதி முடித்தபின் நாவலை வாசிப்பதில் எனக்கு ஆர்வம் ஏற்படுவதில்லை. முடிந்த அளவு தவிர்த்துவிடுவேன். எனினும் மறுபதிப்புகளுக்காக வேண்டி நிழல்முற்றத்தை ஐந்தாறு முறை வாசிக்க நேர்ந்திருக்கிறது. நாவலை எழுதியபோது என்னென்ன திட்டங்கள் வைத்திருந்தேன் என்பது எனக்கு முழுமையாக நினைவில் இல்லை. மீண்டும் வாசிக்கும் சந்தர்ப்பங்களில் சில விஷயங்கள் எனக்கே வியப்பளிக்கின்றன. காலச்சுவடு பதிப்பக வெளியீட்டுக்காக ஓரிரு ஆண்டுகளுக்கு முன் வாசித்த போது ஆபரேட்டர் பாத்திரம் பற்றிய நுட்பம் ஒன்று பிடிபட்டது.

திரையரங்கில் மிக முக்கியமானது ஆபரேட்டர் அறை. அங்கிருந்து இருளில் பாயும் ஒளிவெள்ளத்தில் ஆயிரக்கணக்கான மக்கள் மயங்கிக் கிடக்கிறார்கள். நிழல்களை உலவவிடுவது ஆபரேட்டர் அறை. நிழல்களை உண்மையாக்கிக் காட்டும் விசித்திரம் அங்கேதான் நடக்கிறது. அங்கே என்ன நடக்கிறது என்பது பொதுவாக யாருக்கும் தெரிவதில்லை. படம் ஓடிக்கொண்டிருக்கும்போது ஏதேனும் தடை ஏற்பட்டால் வெளிச்சம் வரும் ஆபரேட்டர் அறைப்பொந்தை நோக்கிக் கத்துவது வழக்கம். மற்றபடி அந்த அறையும் அங்கே பணியாற்றும் ஆபரேட்டரும் யாருக்கும் முக்கியமில்லை. அவர்களுக்கு வெளிச்சத்தில் எந்த அடையாளமும் இல்லை. இருளில் மறைந்து கிடக்கும் நிழல் போல அவர்கள் இருக்கிறார்கள். இந்தக் கோணத்தில் நுட்பமாக ஆபரேட்டர் பாத்திரம் உருவாகியுள்ளது. இத்தகைய நுணுக்கங்கள் பல கூடி வந்துள்ள நாவல் இது.

நாவல் விளிம்புநிலை மக்கள் சார்ந்தது என்று வாசித்தவர்கள் மிகுதி. மார்க்சியத் தோழர்கள் 'உதிரிப் பாட்டாளி வர்க்கப் பிரிவினரைப் பற்றியது' என்றார்கள். திரைப்படம் தமிழ்ச் சமூகத்தில் அரசியல் ரீதியாகவும் கருத்தியல் ரீதியாகவும் உண்டாக்கிய பாதிப்புகள் ஏராளம் எனினும் அது தொடர்பான இலக்கிய ஆக்கங்கள் விரல் விட்டுக்கூட எண்ணத் தேவையில்லாத அளவுதான். அந்தக் கோணத்தில் பார்த்து நிழல்முற்றத்தின் முக்கியத்துவத்தை உணர்ந்தவர்கள் உண்டு. எனினும் நாவலின் நுட்பங்கள், பார்வை மொழி குறித்தான விஷயங்கள் பெரிதும் பேசப்படவே இல்லை என்னும் வருத்தம் எனக்கிருக்கிறது.

நாவலுக்குக் குறிப்பிடத்தக்க முன்னுரை எழுதிய நாஞ்சில் நாடன் முன்னுரைக்குரிய வரையறைக்கு உட்பட்டுச் சில விஷயங்களைத் தொட்டுச் சென்றுள்ளார். 'நாவல்ல இருக்கிற எல்லா விஷயங்களையும் நானே சொல்லீரக்கூடாது' என்று அப்போது அவர் சொன்னார். 'ஒரு நாவல் இவ்விதம் தொடங்கப்பட்டதில்லை' என அவர் நாவலின் தொடக்கப் புதுமை குறித்து எழுதியுள்ளார். அந்தத் தொடக்கத்தின் நோக்கம் என்ன என்பது பற்றி பொருட்படுத்தத்தக்க கட்டுரை ஏதும் இதுவரை வந்ததில்லை. 'படைப்பாளியின் குறுக்கீடு எந்த வகையிலும் எந்த இடத்திலும் இல்லாமல் நாவல் நகர்ந்து செல்கிறது' என்பது அவரது மற்றொரு அவதானிப்பு. இதைப் பற்றியும் பேசுவதற்கு நிறைய இருக்கிறது. விரிவுபடுத்தியும் விவாதத் தளத்திலும் பேசுவதற்கு முக்கியமான குறிப்புகளைக் கொண்ட அவரது முன்னுரை அப்படியே கிணற்றில் போட்ட கல் போலவே கிடக்கிறது. சிறு அசைவையும் ஏற்படுத்துவோர் இல்லை.

நிழல்முற்றம் மறுபதிப்பாகக் காலச்சுவடு மூலமாக வந்தபோது நாவலை ஆங்கிலத்தில் மொழிபெயர்த்த வ.கீதாவிடம் முன்னுரை கேட்டுப் பெற்றேன். நாவலின் வரிகளை மனப்பாடமாகச் சொல்லக்கூடிய அளவு பலமுறையும் ஈடுபாட்டுடனும் வாசித்தவர் அவர். ஆங்கில மொழிபெயர்ப்பிற்கு அவர் முன்னுரை ஏதும் எழுதவில்லை. என்னிடம் நாவலைக் குறித்து அவர் பேசியவை பதிவாக வேண்டும் என்னும் எண்ணத்தில் முன்னுரை கேட்டேன். 'முருகன் பேணும் எழுத்துக் கட்டுப்பாடும் சொற்களை விரயப்படுத்த விரும்பாத அவரது கலைத்தன்மையும் நிழல்முற்றத்தைக் கச்சிதமான கதை உலகமாக ஆக்குவதில் கைகொடுக்கின்றன' என்றும் 'வாழ்க்கையின் கனத்தையும் கலைஞனின் படைப்பாற்றலையும் இணைக்கும் புள்ளியாக நாவலின் வடிவம் அமைந்துள்ளது' என்றும் அவர் குறிப்பிட்டுள்ளார். அவரது முன்னுரை கூறும் விஷயங்கள் நாவலைப் பற்றிப் பேசப் பல்வேறு திறப்புகளைத் தருபவை.

இரண்டு முன்னுரைகளைத் தவிர நாவல் குறித்துப் பொருட்படுத்தத்தக்க விமர்சனங்கள், கட்டுரைகள் ஏதும் வரவில்லை. இணையம் வழங்கியிருக்கும் வாய்ப்புக்களினால் நிழல்முற்றத்தை வாசிக்கும் இத்தலைமுறை வாசகர்களின் எண்ணங்களை அறிய முடிகிறது. எனினும் அவர்களுக்கு நாவலை அணுகுவதற்குப் போதுமான கருவிகள் கொடுக்கப்படவில்லை. தம் நாவலைப் பற்றித் திரும்பத் திரும்பத் தாமே பேச வேண்டி நேரும் தமிழ் எழுத்தாளர்களுக்குப் பொதுவாக இருக்கும் ஆதங்கம்தான் இது என்று ஒதுக்கிவிடலாம்.

நிழல்முற்றமாகிய திரையரங்கம் என் நாவலின் களமாகியது சாதாரண விஷயமல்ல. திரையரங்கம் எனக்கு வழங்கிய வாழ்க்கைப் பார்வையே அக்களத்தைத் தேர்வு செய்ய என்னைத் தூண்டியது. திரையரங்கம் தொடர்பான ஓர் ஆவணப் பதிவாக மட்டுமே நின்றுவிடக் கூடாது நாவல் என்பதில் மிகுந்த கவனம் கொண்டிருந்தேன். இன்றும் நாவலை வாசிக்கும் எவருக்கும் புதிய களம், புதிய அனுபவம் என்பதைத் தாண்டி உணர்ந்துகொள்வதற்கான கூறுகள் நாவலில் இருக்கின்றன. இதுவரை பதிவாகாத களம், வாழ்க்கை ஆகியவை நாவலுக்குச் சட்டெனக் கவனம் கிடைக்கச் செய்யும். ஆனால் நாவல் தலைமுறை கடந்து செல்லும்போது அவை போதா. நாவலுக்கான நுட்பங்களும் நாவலில் உலவும் மாந்தர்களின் குணாம்சங்களும் அவற்றினூடே நாவலாசிரியன் உணர்த்தும் வாழ்க்கைப் பார்வையும் முக்கியம். நாவலுக்கெனத் தேர்வு செய்திருக்கும் சம்பவங்களிலும் வடிவமைப்பிலும் தொடக்கம் முடிவிலும் அது வெளிப்பட்டிருக்கிறது என்றே நினைக்கிறேன்.

பதின்வயதில் இப்படியொரு களத்தில் வாழும் அனுபவம் வாய்த்ததால் எனக்குக் கிடைத்த அனுகூலங்கள் பல. எல்லாவகைச் சாதிகளும் நீக்கமற நிறைந்ததும் இன்றுவரை சாதி ஆதிக்கம் வெளிப்படையாகவும் நுட்பமாகவும் நிலவிக் கொண்டிருப்பதுமான கிராமம் ஒன்றில் பிறந்து வளர்ந்தவன் நான். எந்தவிதமான கோட்பாட்டுப் புரிதலும் இல்லாத என் பள்ளி வயதிலேயே சாதியைக் கடக்கும் பார்வையை எனக்குக் கொடுத்தது திரையரங்கமே. என் அப்பன் ஒவ்வொருவரின் சாதியையும் தெரிந்து வைத்திருப்பதுடன் சாதிக்கான குணங்கள் பற்றியும் விரிவாகப் பேசுவார். எனினும் தொழில் நிர்ப்பந்தம் காரணமாக நடைமுறை வாழ்வில் சாதியைக் கடைபிடிக்கவில்லை அவர். சாப்பாடு வாங்கி வரவும் விவசாய வேலைகளைச் செய்யவும் எங்கள் வீட்டுக்கு வந்த பையன்கள் பலர். நல்ல சாப்பாடு கிடைத்தால் எப்பேர்ப்பட்ட வேலையையும் செய்வார்கள். ஆனால் பேதம் பார்த்தாலோ அவர்களின் சுதந்திரத்தில் தலையிட்டாலோ உடனடியாக ஓடிப் போய்விடுவார்கள். எல்லாவகைச் சுதந்திரத்தையும் பெற்ற திரையரங்கப் பையன்களுடன் நெருங்கிப் பழகிய காரணத்தால் எனக்குச் சாதி உணர்வே ஏற்படவில்லை. எந்தப் பையன் எந்தச் சாதி என்று என் அப்பன் சொல்லும்போது எனக்குச் சுவாரசியம் உண்டானதில்லை. எல்லாருடனும் எல்லாச் சமயத்திலும் சேர்ந்திருக்கும் வாழ்வை இயல்பாக்கிக் கொள்ள முடிந்தது.

இளம்வயதிலேயே கவிதை எழுதுவதிலும் கதைகள் எழுதுவதிலும் ஈடுபாடு கொண்டேன். எழுத்திற்கு முக்கியமான

விஷயம் சுற்றுப்புறத்தையும் மனிதர்களையும் கவனித்து உள்வாங்கிக் கொள்ளல். என்னை அதற்குப் பழக்கப்படுத்தியதும் திரையரங்கம்தான். விதவிதமான மனிதர்களைத் திரையிலும் நேரிலும் பார்ப்பதற்குக் கிடைத்த வாய்ப்பு சாதாரணமானதல்ல. என் இயல்புகளைத் தாண்டியும் பதின்பருவ வேகத்தைக் கடந்தும் ஒவ்வொருவரையும் ஒவ்வொரு பாத்திரமாகப் பார்த்து வியக்கும் மனநிலையை அங்கே பெற்றேன். நம்முன் உலவும் மனிதர்கள் வெவ்வேறு சூழல்களில் திரையில் பாத்திரமாகும் விந்தையை உடனுக்குடன் கண்டேன். ஒருவரின் இயல்பை விரிவாக்குவதன் மூலம் அவரைப் பாத்திரமாக மாற்றிவிட முடியும் என்பதைத் திரைப்படங்கள் எனக்குச் சொல்லிக் கொடுத்தன.

ஏழ்மையும் வறுமையும் நான் அன்றாடம் காணக் கூடியவையாக இருந்தன. அவை மனித உருவங்களில் என்முன் நடமாடின. வறுமையில்தான் எத்தனை வகைகள். என் அண்ணனுக்குப் பற்றாமல் போகும் ஆடைகளையே நான் அணிய வேண்டும். மாட்டேன் என்றும் எனக்குப் புதிய உடைகள் வேண்டும் என்றும் அடவாதம் செய்வேன். ஆனால் திரையரங்கில் அழுக்கும் கிழிசலுமான ஆடைகளையே எப்போதும் அணிந்திருக்கும் பையன்களைப் பார்த்தபோது 'நான் கொடுத்து வைத்தவன்' என்றே தோன்றியிருக்கிறது. அவர்களுக்குப் புத்தாடை என்பது செவ்வாய்ச் சந்தைக் கட்டில் கடையில் கிடைக்கும் பழைய ஆடைகள்தான். ஆண்டுக்கு இரண்டுமுறை அவற்றை வாங்கிவிட்டால் பெரும் உற்சாகத்துடன் திரிவார்கள். எங்கோ யாரோ உடுத்தி வெளுத்துப் போனவை அவை. ஆனால் என்ன, அவர்களுக்கு அதுதான் புத்தாடை.

களியும் கம்புமே என் பால்யகால உணவுகள். அவற்றைப் பள்ளிக்கு எடுத்துச் செல்லக் கூசியிருக்கிறேன். ஆனால் இங்கோ கிடைப்பதுதான் உணவு. எந்த நிலையில் இருக்கும் உணவெனினும் அதை வீணாக்குவது என்னும் பேச்சே இல்லை. பீடாக் கடைக்காரர் எடுத்துப் போடும் ஊசிப்போன ரொட்டி வகைகளுக்கு அடிதடியே நடக்கும். பல வேளைகள் பட்டினி கிடப்பது சாதாரணம். ஒரு தேநீர் மட்டுமே உணவாகிவிடுவதும் உண்டு. உணவு, உடை பற்றி நான் சிறிதும் அக்கறை இல்லாமல் இருக்கிறேன் என்பது என் குடும்பத்தினர், நண்பர்கள் ஆகிய எல்லாரின் குற்றச்சாட்டு. அப்படி என் இயல்பு அமைந்து போகத் திரையரங்க வாழ்வே காரணம்.

எந்த நிலையிலும் வாழ்ந்துவிட முடியும் என்னும் தைரியத்தைத் திரையரங்கமே எனக்குக் கற்றுத் தந்தது. ஒரு சிரிப்பு அடுத்த கணத்தில் வன்மமாக மாறிவிடும் விந்தையை அங்கே

பார்த்திருக்கிறேன். மனிதர்களின் மாற்றங்கள் எனக்கு ஒருபோதும் அதிர்ச்சி தருவதில்லை. அதுதான் இயல்பு என்னும் புரிதல் அங்கேதான் உருவாயிற்று. ஏமாற்றுகள், திருட்டுப் புரட்டுகள், சுயநலம், சுரண்டல், காட்டிக் கொடுத்தல், துரோகம் முதலிய எல்லாவகைகளையும் அங்கே கண்டிருக்கிறேன். அவற்றினூடே முன்பின் யாரென்றே தெரியாத மனங்களில் உருவாகும் அன்பும் பாசமும் என்னை நெகிழ்த்தியிருக்கின்றன. சைக்கிள் ஸ்டேண்டில் நடந்த பிரச்சினை ஒன்றில் என்மீது ஓரடியும் விழாத வண்ணம் எனக்கு அரணாக நின்ற சத்தியும் நடேசனும் எனக்கு என்ன உறவு? சாதாரண மனிதர்களிடையே நிலவும் பிரியங்களுக்கு இணையாக எதைத்தான் சொல்ல முடியும்?

இப்படி எனக்கு எவ்வளவோ வழங்கியது நிழல்முற்றம்.

• • •